ബഞ്ചാരകൾ

bancharakal
stories

•

shabini vasudev

•

first edition
august 2019

•

typesetting & published
chintha publishers, thiruvananthapuram

•

cover
vinod mangoes

വിതരണം

ദേശാഭിമാനി ബുക്ക് ഹൗസ്

H O തിരുവനന്തപുരം-695 035
phone: 0471-2303026, 6063026
www. chinthapublishers. com
chinthapublishers@gmail. com

ബ്രാഞ്ചുകൾ

ഹെഡ്ഡാഫീസ് ബ്രാഞ്ച് കുന്നുകുഴി • സ്റ്റാച്യു തിരുവനന്തപുരം • കെ എസ് ആർ ടി സി ബസ് സ്റ്റേഷൻ ആലപ്പുഴ • കെ എസ് ആർ ടി സി ബസ് സ്റ്റേഷൻ എറണാകുളം • മച്ചിങ്ങൽ ലെയ്ൻ തൃശൂർ • ഐ ജി റോഡ് കോഴിക്കോട് • മാവൂർ റോഡ് കോഴിക്കോട് • എൻ ജി ഒ യൂണിയൻ ബിൽഡിങ് കണ്ണൂർ • സെൻട്രൽ ബസ് ടെർമിനൽ കോംപ്ലക്സ് താവക്കര കണ്ണൂർ

CO - 2835 / 5099
ISBN - 978-93-88485-95-1

ബഞ്ചാരകൾ

(കഥകൾ)

ഷബിനി വാസുദേവ്

ചിന്ത പബ്ലിഷേഴ്സ്
തിരുവനന്തപുരം-695 035

ഷബിനി വാസുദേവ്

കോഴിക്കോട് എം കെ വാസുദേവന്റെയും ഐന്ദ്രി വാസുദേവന്റെയും മകൾ. ബി എം ഗേൾസ് സ്കൂൾ, ഫാറൂഖ് കോളേജ്, ഇൻസ്റ്റിറ്റ്യൂട്ട് ഫോർ ട്രാവൽ മാനേജ്മെന്റ്, സ്കൂൾ ഓഫ് കമ്യൂണിക്കേഷൻ ആന്റ് മാനേജ്മെന്റ് സ്റ്റഡീസ് എന്നിവിടങ്ങളിലായി വിദ്യാഭ്യാസം. കേരളത്തിൽ നിന്നും സിനിമ പ്രൊജക്ടർ ഓപ്പറേറ്റർ പരീക്ഷ പാസായ ആദ്യ വനിത. തപസ്യ പുരസ്കാരം ലഭിച്ചിട്ടുണ്ട്. ആദ്യ കഥാ സമാഹാരം *മരുഭൂമിയിലെ സൂര്യകാന്തികൾ* 2014 ൽ പുറത്തിറങ്ങി.

ഭർത്താവ് : വിജു നല്ലാടത്ത്,

മകൾ : ശിവാംഗി വിജു

E-mail : shabivil@yahoo.com

Mob : 00973 39463471

ഉള്ളടക്കം

പ്രസാധകക്കുറിപ്പ്

വർത്തമാനകാല ജീവിതത്തിന്റെ പ്രബലമായ മാതൃകകളിൽ അന്തർല്ലീനമായ കരുണാരാഹിത്യത്തിന്റെയും സ്നേഹരാഹിത്യത്തിന്റെയും അബോധതലങ്ങളെ നിർദ്ധാരണം ചെയ്യുകയാണ് ഷബിനി ഈ കഥാസമാഹാരത്തിൽ. നേർത്തൊരു നർമ്മം ഈ കഥകളിൽ കലർന്നു കിടപ്പുണ്ട്. അല്പമൊരു പരിഹാസം പുരളാതെ ഇക്കാലത്തെ വായിച്ചെടുക്കാനുമാകില്ലല്ലോ. ജീവിതത്തിന്റെ പരുക്കൻ തലങ്ങളെ അതിലാവണ്യത്തിൽ ചാലിക്കാതിരിക്കാനുള്ള എഴുത്തഴക് ഈ കഥാകാരിക്കുണ്ട്. മലയാളഭാഷയെ അടുത്തൊരു തലത്തിലേക്ക് ഉയർത്താൻ കഴിയുമ്പോഴാണ്, ജീവിതാവബോധത്തിന്റെ ആഴക്കിണറുകൾ കാട്ടിത്തരുമ്പോഴാണ് ഒരു എഴുത്തുകാരനോ എഴുത്തുകാരിയോ ശ്രദ്ധേയയാവുന്നത്. ഒന്നിനൊന്ന് വൈവിദ്ധ്യരൂപമാർജ്ജിക്കുന്ന സവിശേഷതകളാൽ സമ്പന്നമായ *ബഞ്ചാരകൾ* എന്ന കഥാസമാഹാരത്തിലേക്ക് നമുക്ക് പ്രവേശിക്കാം.

ചിന്ത പബ്ലിഷേഴ്സ്

വാർദ്ധക്യത്തിൽ ഒറ്റപ്പെട്ടുപോയ
എല്ലാ മൃതമനുഷ്യർക്കും..

സുബലപുത്രൻ

കുരുക്ഷേത്രഭൂമിയിലെന്നപോലെ ആകാശത്തിലും ചുകപ്പു പടർത്തി സൂര്യൻ അസ്തമിച്ചു. ഭാരതയുദ്ധത്തിനു കാരണമായ സകല കുടിലതന്ത്രങ്ങളുടെയും സൂത്രധാരൻ ശകുനിയെ വധിക്കുകയെന്ന തന്റെ ശപഥം ത്രികാലജ്ഞാനിയായ പാണ്ഡുപുത്രൻ സഹദേവൻ പാലിച്ചിരിക്കുന്നു. കുരുകുലയോദ്ധാക്കളുടെ രക്തംപടർന്നിറങ്ങിയ യുദ്ധഭൂമിയിൽ അനേകം ശവശരീരങ്ങൾക്കിടയിൽ ചേതനയറ്റ ശകുനിയുടെ ശരീരം കണ്ട നിമിഷം യുധിഷ്ഠിരൻ ഓടിവന്ന് സഹോദരനെ ആശ്ലേഷിച്ചഭിനന്ദിച്ചു. വിജയം അടുത്തെത്തിയതിന്റെ ശുഭസൂചനകൾ പാണ്ഡവസൈന്യത്തെയാകെ ആഹ്ലാദചിത്തരാക്കി. നീചനും പ്രതികാരദാഹിയുമായി സുയോധനനെ വളർത്തിയ മാതുലൻ ഇല്ലാതായതോടെ ദുര്യോധനന്റെ പരാജയം ഉറപ്പിച്ച് പാണ്ഡവപക്ഷം ജയഘോഷത്തോടെയാണിന്ന് മദ്ധ്യാഹ്നത്തിൽ യുദ്ധഭൂമിയിൽ പൊരുതിയത്. സ്യമന്തപഞ്ചക തടാകക്കരയിൽ ഭീമന്റെ ഗദാപ്രഹരമേറ്റ് തളർന്നുവീണ ദുര്യോധനന്റെ അന്ത്യം ഉറപ്പായതോടെ യുദ്ധമവസാനിപ്പിച്ച് പാണ്ഡവസൈന്യം വിജയാഘോഷങ്ങളോടെ പതിവിലും നേരത്തെ താവളത്തിലെത്തി. ശപഥങ്ങളെല്ലാം നിറവേറ്റിക്കഴിഞ്ഞതിനാൽ എല്ലാവരുമിന്ന് മനഃശാന്തിയോടെ അസ്തമയ സൂര്യനെ വണങ്ങിയശേഷം സ്വന്തം ശിബിരങ്ങളിൽ വിശ്രമിക്കാനായി പിരിഞ്ഞു.

ശകുനിയെ യുദ്ധത്തിൽ തോല്പിച്ച് സ്വർഗ്ഗം നേടിക്കൊടുക്കുകയെന്നത് തന്റെ ജന്മനിയോഗങ്ങളിലൊന്നു മാത്രമാണെന്നറിയാമായിരുന്നിട്ടും സഹദേവന്റെ മനസ്സ് അസ്വസ്ഥമായി യുദ്ധഭൂമിയിൽനിന്നും നിരാശയോടെ മടങ്ങിയ കഴിഞ്ഞ കുറേ ദിനങ്ങൾക്കൊടുവിൽ എല്ലാവരുമിന്ന് ഏറെ ആനന്ദത്തിലാണ്. ഒരു നല്ല യോദ്ധാവു

പോലുമല്ലാത്ത ശകുനിയെ വധിക്കാൻ പതിനേഴു യുദ്ധദിനങ്ങൾ കാത്തിരിക്കേണ്ടിവന്നത് കഴിഞ്ഞ ദിവസങ്ങളിൽ എല്ലാവരേയും ഒരുപോലെ അലട്ടിയിരുന്നുവെങ്കിലും ഇന്ന് സഹോദരന്മാരെല്ലാവരും സഹദേവനെ പ്രത്യേകം അഭിനന്ദിച്ചു. ഹസ്തിനപുരിയുടെ അടുത്ത സൂര്യോദയത്തെക്കുറിച്ചുള്ള ശുഭചിന്തകളുമായി യുദ്ധഭൂമിയിൽനിന്നു തിരിച്ചെത്തിയവരെല്ലാം ആഘോഷങ്ങളവസാനിപ്പിച്ച് വിശ്രമിക്കാനൊരുങ്ങുമ്പോഴാണ് കൃഷ്ണനെത്തിയത്. സാത്വികി ഇന്നുതന്നെ മധുരയ്ക്ക് മടങ്ങുകയാണെന്നും അദ്ദേഹത്തെ യാത്രയാക്കിയശേഷം ഇന്നത്തെ രാത്രി ഗോമതിനദിക്കരയിൽ വിശ്രമിക്കാമെന്നും കൃഷ്ണൻ നിർബ്ബന്ധം പിടിച്ചു. ഹസ്തിനപുരി പ്രവേശനത്തിനു മുൻപ് കൃഷ്ണനുമായി ചേർന്ന് ചില സുപ്രധാന തീരുമാനങ്ങളെടുക്കാനുള്ളതും കാരണമായി. എല്ലാവരിലും അവശേഷിക്കുന്ന ഒരേയൊരു ചിന്ത നാളെ ഹസ്തിനപുരിയിലേക്കുള്ള പ്രവേശനമാണല്ലോ. കുരുകുലത്തിന്റെ പതനം തളർത്തിയ ധൃതരാഷ്ട്ടരുടെയും പത്നിയുടെയും മുൻപിൽ തങ്ങളുടെ സാന്നിദ്ധ്യം സൃഷ്ടിച്ചേക്കാവുന്ന മനോദുഃഖം പാണ്ഡവരെ അലട്ടുന്നുമുണ്ട്.

നദീതീരത്തെ മങ്ങിയ ഇരുട്ടിൽ സഹോദരന്മാർക്കും കൃഷ്ണനുമൊപ്പം വിശ്രമിക്കുമ്പോഴും സർവ്വകാലജ്ഞാനിയായ സഹദേവന്റെ മനസ്സിനെ നാഴികകൾക്കപ്പുറം സംഭവിക്കാൻ പോകുന്ന മഹാവിപത്തിനെക്കുറിച്ചുള്ള ചിന്തകൾ അസ്വസ്ഥമാക്കിക്കൊണ്ടിരുന്നു. അശ്വത്ഥാമാവിന്റെ മനസ്സിലെരിഞ്ഞു തുടങ്ങിയ കനലുകൾ തീനാളങ്ങളായി സകലതിനെയും നശിപ്പിക്കുവാൻ ഈ രാത്രി തയ്യാറായിക്കഴിഞ്ഞിരിക്കുന്നു. എല്ലാം നിയതിയുടെ നിശ്ചയങ്ങൾ.

കർണ്ണപുടങ്ങൾ തുളച്ചു കയറുന്ന ശബ്ദത്തിലിപ്പോഴും കാതുകളിൽ ശകുനിയുടെ വാക്കുകൾ മുഴങ്ങുന്നുണ്ട്. യുദ്ധഭൂമിയിൽ മരണത്തിനു മുൻപിലും അണുവിട പതറാതെ തികഞ്ഞ പോരാളിയെപ്പോലെ അദ്ദേഹം പുഞ്ചിരിച്ചു. ഇന്നേവരെ യാതൊരു ദയയുമർഹിക്കാത്ത നീചനും കുടിലതന്ത്രജ്ഞനുമായി മാത്രം മറ്റുള്ളവർ കരുതിയിരുന്ന, ഗാന്ധാര ഭൂപതിയുടെ മുഖമപ്പോൾ വളരെ ശാന്തവും ദീപ്തവുമായിരുന്നു. എല്ലാമറിയുന്ന താൻ ശകുനിയുടെ ഘാതകനാകാനിടവന്നത് ദൈവനിശ്ചയം. ആഗ്രഹിക്കുമ്പോൾ ഭൂതവും ഭാവിയും മനസ്സിൽ തെളിയുന്ന ദിവ്യനായിരുന്നിട്ടും ഒന്നുമറിയാത്തവനെപ്പോലെ കൗരവമാതുലനെ പഴിപറഞ്ഞും ആക്ഷേപിച്ചും പോരിനുവിളിച്ചതിൽ ആ പാണ്ഡുപുത്രനപ്പോൾ പശ്ചാത്തപിച്ചു.

ഇന്നത്തെ രാത്രി സഹദേവനുറങ്ങാനാവില്ല. ഇന്നത്തെ മാത്രമല്ല എത്രയോ രാത്രികൾ താനുറങ്ങിയിട്ടില്ലെന്നയാളോർത്തു. കുരുവംശത്തിന്റെ അന്തഃപുരരഹസ്യങ്ങൾ സൂക്ഷിക്കുന്ന മനസ്സുമായി എല്ലാമറിഞ്ഞിട്ടും ഒന്നുമറിയാത്തവനെപ്പോലെ ഇനിയുമെത്രയോ നാളുകൾ അവശേഷിക്കുന്നു. ഓർമ്മയിൽപോലും വെന്തുനീറുന്ന പരമാർത്ഥങ്ങൾ

പുറത്തു പറഞ്ഞാൽ തല പൊട്ടിത്തെറിക്കുമെന്ന ആധിയാണ് പാണ്ഡു പുത്രൻ സഹദേവനെ അതിൽനിന്നു പിന്തിരിപ്പിക്കുന്നതെന്ന് ലോകം കരുതട്ടെ. പക്ഷേ, ഭർത്താവിന്റെ ചിതയിൽ ആത്മാഹുതി നടത്തിയ മാദ്രി യുടെ പുത്രനു മരണത്തെ ഭയമില്ല. ആര്യാവർത്തത്തിലെ ഹസ്തിനപുരി സാമ്രാജ്യത്തിന്റെ അന്തഃപുര രഹസ്യങ്ങൾ പുറത്താരെങ്കിലു മറിഞ്ഞാലുള്ള നാണക്കേടോർത്തിട്ടാണ് പലതും ഉള്ളിലൊതുക്കിയത്. പരസ്പരം ചതിക്കപ്പെട്ടവർ സത്യമറിയുമ്പോഴുള്ള അവരുടെ വേദനയോർത്താണ് മൗനിയായത്. കൗരവരും പാണ്ഡവരും തമ്മിലല്ല ഗാന്ധാര ഭൂപതിയും കൗരവരും തമ്മിൽ, യാദവകുലവും പാണ്ഡവരും തമ്മിൽ അങ്ങനെ ആരൊക്കെ തമ്മിലായിരുന്നു യഥാർത്ഥ യുദ്ധം നടക്കേണ്ടിയിരുന്നത്.

ആഞ്ഞുവീശിയ വരണ്ടകാറ്റിൽ യുദ്ധഭൂമിയിലെ രക്തത്തിന്റെ രൂക്ഷഗന്ധം അവിടമെമ്പാടും പടർന്നു. നദിക്കരയിലെ ഇരുട്ടിലപ്പോഴും സുഗന്ധം നശിച്ച വെളുത്ത കാട്ടുപൂക്കൾ മാത്രം പാതി വിടർന്നുനിന്നു. ഈ രാത്രിയിൽ തന്റെ പ്രിയപ്പെട്ടവർക്കു സംഭവിക്കാൻ പോകുന്ന ആപത്തിനെക്കുറിച്ച് എല്ലാമറിഞ്ഞിട്ടും ദ്വാരകനാഥനെപ്പോലെ പുഞ്ചിരിയോടെ വിജയമാഘോഷിക്കാൻ തനിക്കാവില്ല. എന്നത്തേയും പോലെ ഈ രാത്രിയിലും ഏകാകിയായിരിക്കുവാൻ അയാളാഗ്രഹിച്ചു.

കൃഷ്ണനോടൊപ്പം പരസ്പരം പുകഴ്ത്തിയും യുദ്ധവീര്യങ്ങൾ വർണ്ണിച്ചും രസിച്ചിരിക്കുന്ന സഹോദരന്മാരിൽ നിന്നകന്നുമാറി നദിക്കര യിൽ നിശ്ചലമായ ആകാശം നോക്കിയിരിക്കുമ്പോഴും സഹദേവന്റെ മനസ്സിൽ ഭൂതവും ഭാവിയും ഒരിക്കലും അവസാനിക്കാത്ത ദുഃഖം മാത്രമായവശേഷിച്ചു. താൻ ആയുധത്തിനൊപ്പം പരിഹാസത്തോടെ വിളിച്ചുപറഞ്ഞ ശാപവാക്കുകൾ കേട്ടിട്ടും ശാന്തനായി നേർക്കുനേർ നിന്നുയുദ്ധം ചെയ്ത കൗരവമാതുലൻ ശകുനി തന്നെ അമ്പരപ്പിച്ചു. “ഒരുയോദ്ധാവിനു ചേർന്ന മൃത്യു നല്കിയതിൽ സഹദേവാ നിന്നോടു ഞാൻ കടപ്പെട്ടിരിക്കുന്നു” എന്നുറക്കെ വിളിച്ചു പറഞ്ഞുകൊണ്ട് പ്രാണൻ പിടയുന്ന വേദനയിലും നെഞ്ചിൽ നിന്നൊഴുകിയിറങ്ങിയ രക്തം പടർന്ന മണൽത്തരികൾ കൈകളിൽ കോരിയെടുത്ത് നെഞ്ചോടു ചേർത്തു ആ സുബലപുത്രൻ. അപ്പോൾ മാത്രം ആ മുഖം മുൻപൊരിക്കലുമില്ലാത്ത വിധം ദീപ്തവും വാക്കുകൾ കരുത്തുറ്റതുമായിരുന്നു.

“കുരുകുലജാതരേ കേട്ടുകൊള്ളൂ, കുരുകുല രക്തം പടർന്നിറങ്ങിയ യുദ്ധഭൂമി ദർശിക്കാനായതിൽ ഞാനെത്രമാത്രം സന്തോഷവാനാ ണെന്നോ” കൗരവമാതുലന്റെ അന്തഃരംഗം അങ്ങിനെ മൊഴിഞ്ഞത് മറ്റാരു മറിഞ്ഞില്ലേ. ജീവൻ വെടിയുമ്പോഴും അദ്ദേഹത്തിനു ആഹ്ളാദിക്കാ നേറെയുണ്ട്.

സുയോധനനു പോലുമറിയാത്ത ഗാന്ധാരദേശത്തിന്റെ സഹന ത്തിന്റെയും പകയുടെയും കഥകൾ ഒരുപാടാണ്. കുരുവംശത്തിന്റെ നാശം അടുത്തെത്തിയ ആശ്വാസത്തിൽ ശകുനി യമദേവനു മുൻപിൽ

പോലും പുഞ്ചിരിയോടെ ശിരസ്സുയർത്തി നിന്നു. തന്റെ പിതാവിനെയും സഹോദരങ്ങളെയും മരണത്തിലേക്ക് തള്ളിവിട്ട കുരുവംശത്തെ ഉന്മൂലനാശനം ചെയ്യാൻ സാധിച്ചതിന്റെ സംതൃപ്തിയായിരുന്നു ആ മുഖത്തപ്പോൾ. യഥാർത്ഥത്തിൽ ഈ യുദ്ധം ഗാന്ധാരഭൂപതിയുടെ വിജയമായിരുന്നു. ഇന്ന് സുയോധനന്റെ അന്ത്യത്തോടെ യുദ്ധമവസാനിക്കുമ്പോൾ സ്വർഗ്ഗവാസികളായ സുബലരാജനും ബന്ധുമിത്രാദികളും മഹാദേവന്റെ അനുഗ്രഹത്താൽ നേരിട്ട് ഭൂമിയിലെത്തി അതു ദർശിച്ച് സംതൃപ്തരായതറിഞ്ഞപ്പോഴേ അതെനിക്ക് തീർച്ചയായി.

യുദ്ധഭൂമിയിൽ ശരീരം വെടിഞ്ഞ ആത്മാക്കളോരോന്നായി ഭൂമിയിൽ നിന്നൊഴിഞ്ഞു പോയിക്കഴിഞ്ഞിരുന്നു. ഹസ്തിനപുരി സാമ്രാജ്യത്തിന്റെ പതനം സുനിശ്ചിതമായിക്കഴിഞ്ഞിട്ടും. യുദ്ധാവസാനംവരെ ഭൂമിയിൽ വസിക്കുവാൻ ശകുനിയുടെ ആത്മാവിന് മഹാദേവന്റെ പ്രത്യേകാനുമതി ലഭിച്ചിരിക്കുന്നു. ത്രികാലജ്ഞാനിയായ ഈ സഹദേവനു മുൻപിൽ എല്ലാം വ്യക്തം. പണ്ടുമുതൽക്കേ ഗാന്ധാരദേശവാസികൾ കറകളഞ്ഞ ശിവഭക്തരാണ്. തന്റെ പ്രിയഭക്തന്റെ ആഗ്രഹം മഹാദേവൻ സാധിച്ചു കൊടുത്തതിൽ അത്ഭുതപ്പെടാനൊന്നുമില്ല.

“സഹദേവാ, എല്ലാ സത്യവും അറിയുന്നവനല്ലേ നീ. എല്ലാത്തിനും കാരണക്കാരൻ ഞാനോ കൗരവരോ നിങ്ങൾ പാണ്ഡവരോ അല്ലെന്നിരിക്കിലും നമ്മൾ പരസ്പരം ശത്രുക്കളായി ഇതാ കുരുകുലംതന്നെ മുടിച്ചിരിക്കുന്നു. എല്ലാം നിയതിയുടെ നിശ്ചയങ്ങൾ എന്നാശ്വസിക്കും മുൻപ്, അവശേഷിക്കുന്ന ശ്മശാനഭൂമിയുടെ രാജാവായി യുധിഷ്ഠിരൻ അധികാരമേല്ക്കുന്നതിനു മുൻപ് ഒന്നു മാത്രം ചിന്തിക്കൂ. എല്ലാത്തിനും കാരണക്കാരൻ ആരാണ്. നീ വാശിയോടെ വീശിയെറിഞ്ഞ കുന്തം നെഞ്ചിൽ തുളച്ചു കയറിയപ്പോൾ പോലും എനിക്കു വേദനിച്ചില്ല. കാരണം കുരുവംശത്തിന്റെ ഈ നാശം ഒന്നുമാത്രം മതി എനിക്ക് സകല വേദനകളും മറക്കാൻ. യുദ്ധവെറിയാൽ പരസ്പരം കൊന്നൊടുക്കുന്ന കുരുവംശ യോദ്ധാക്കൾ എത്രമാത്രം ആനന്ദദായകമായ കാഴ്ചയാണെന്റെയീ കണ്ണുകൾക്ക് സമ്മാനിച്ചത്.”

സ്വർഗ്ഗയാത്രയ്ക്കു മുൻപ് ശകുനി മുൻപിലെത്തുമെന്നറിയാമായിരുന്നെങ്കിലും ഇരുട്ടിൽ ഉയർന്നുകേട്ട ആ ഗാന്ധർവ്വശബ്ദം അല്പസമയത്തേക്കെങ്കിലും സഹദേവനെ ഭയപ്പെടുത്തി. സന്ധ്യയുടെ ചുകപ്പ് മാറി ആകാശം കൂടുതൽ ഇരുണ്ടു തുടങ്ങിയിരുന്നു. ശകുനിയുടെ ആത്മാവിനു ഭൂമിയിൽ അനുവദിച്ചിരിക്കുന്ന സമയം അവസാനിക്കാറായെന്നു വ്യക്തം. കൂടാരത്തിലെ നേർത്ത തിരിവെട്ടത്തിൽ സഹദേവൻ ശകുനിയുടെ ദേഹം വെടിഞ്ഞ ആത്മാവിന്റെ സാന്നിദ്ധ്യവും ശബ്ദവും തിരിച്ചറിഞ്ഞു.

ഗാന്ധാരവംശത്തിന്റെ വർഷങ്ങൾ നീണ്ട കാത്തിരിപ്പ് അവസാനിച്ചിരിക്കുന്നു. വിധവകളുടെയും കുഞ്ഞുങ്ങളുടെയും വൃദ്ധജനങ്ങളുടെയും കണ്ണുനീരല്ലാതെ മറ്റൊന്നുമിനി ഹസ്തിനപുരിയിൽ അവശേഷിക്കുന്നില്ല. പാപമുക്തനായി സ്വർഗ്ഗ ലോകയാത്രയ്ക്കു മുൻപ് അവശേഷിക്കുന്ന

നാഴികകൾ ത്രികാലജ്ഞാനിയായ സ്വന്തം ഘാതകനോടൊപ്പം കഴിഞ്ഞ കാലത്തിന്റെ ഓർമ്മകൾ പങ്കുവയ്ക്കാനായി ചെലവഴിക്കുകയെന്നത് ഗാന്ധാരരാജന്റെ ഹിതം.

“സഹദേവാ, നിനക്കറിയാത്തതായി ഒന്നുമവശേഷിക്കുന്നില്ല. ഈ ഭൂഖണ്ഡത്തിലെ ഏറ്റവും സുന്ദരിയായ ഗാന്ധാര രാജകുമാരിയെ അന്ധനായ കുരുവംശ രാജകുമാരന്റെ വധുവായി ഹസ്തിനപുരിയിലെത്തിച്ച ഭൂതകാലത്തെക്കുറിച്ച് എല്ലാമറിയുന്നവനാണു നീ. രഹസ്യങ്ങളുടെ സൂക്ഷിപ്പുകാരൻ. ഈ അമാവാസിരാത്രിയുടെ ഇരുട്ടിൽ ഭൂമിയിലെ അവസാന നിമിഷങ്ങളിൽ നിന്നോടെനിക്ക് പലതും പറയാനുണ്ട്. കാരണം ഈ ധരണിയിലിപ്പോൾ എന്നെക്കുറിച്ചോർത്തു വേദനിക്കുന്നത് നീയും ഗാന്ധാരിയും മാത്രം. അവൾക്കു മുൻപിൽമാത്രം ഞാനിപ്പോഴും നിസ്സഹായനാണ്. സുയോധനനെ രക്ഷിക്കാനാവാതെ പോയത് ഈ മാതുലന്റെ ദൗർഭാഗ്യം. ഓരോരുത്തർക്കും അർഹതപ്പെട്ട ശിക്ഷ കാലം നടപ്പാക്കുമെന്നു നീയുമോർക്കുക.”

ഗന്ധർവ്വന്റേതെന്നപോലെ മധുരമായ ശബ്ദത്തിലായിരുന്നു ശകുനി സംസാരിച്ചത്.

“സഹദേവാ, പാണ്ഡുപുത്രനെങ്കിലും നീയെനിക്ക് പ്രിയപ്പെട്ടവൻ തന്നെ. ഗാന്ധാരദേശത്തിന്റെ അധിപനായ ഞാൻ എല്ലാമുപേക്ഷിച്ച് ഇവിടെ ഹസ്തിനപുരിയിലെത്തിയത് പാണ്ഡവരുടെ ശത്രുവായിട്ടല്ല. എന്റെ ലക്ഷ്യം കുരുകുലനാശം മാത്രമായിരുന്നു. നിങ്ങളുടെ പിതാമഹൻ ഭീഷ്മർ അദ്ദേഹമല്ലേ യഥാർത്ഥ കുരുവംശജൻ. നിങ്ങളെല്ലാം വ്യാസപുത്രന്മാരുടെ തലമുറക്കാർ, കുരുകുലത്തിന്റെ വെറും ചാവേർ പട.” ശകുനി പരിഹാസത്തോടെ ഉറക്കെ ചിരിച്ചു.

“ഭീഷ്മർ സ്വന്തം ജീവിതമർപ്പിച്ച് താലോലിച്ചിരുന്ന സകല അധർമ്മങ്ങളുടെയും വിളഭൂമിയായ ഹസ്തിനപുരിയിതാ ശ്മശാനഭൂമിയായി മാറിയിരിക്കുന്നു.”

ശകുനിക്കു മുൻപിൽ സഹദേവൻ തീർത്തും നിശ്ശബ്ദനായി. പാണ്ഡവ ശിബിരങ്ങളിൽ സംഭവിക്കാൻപോകുന്ന വിപത്തിനെക്കുറിച്ചോർത്ത് അസ്വസ്ഥനായ അയാൾക്കപ്പോൾ ചില ഭൂതകാലചിന്തകളുമായി ശകുനിയുടെ ആത്മാവിനൊപ്പം കഴിയുന്നതുപോലും ആശ്വാസമായി തോന്നി. അവരൊരുമിച്ച് കൂടാരത്തിനകത്തേക്ക് നടന്നു. കൂടാരവാതില്ക്കലങ്ങിങ്ങായി തെളിഞ്ഞ നെയ്ത്തിരിവെട്ടത്തിൽ അകലെ നദിക്കരയിൽ അർജ്ജുനനോടൊപ്പം കളിപറഞ്ഞിരിക്കുന്ന ദ്വാരകാനാഥനെ കാണാം. എല്ലാമറിഞ്ഞിട്ടും ഒന്നുമറിയാത്തവനെപ്പോലെ യാദവനായകൻ അടുത്ത കരുക്കൾ നീക്കുകയാണെന്നു വേണമെങ്കിൽ സംശയിക്കാം. ഈ രാത്രി പുലരുമ്പോൾ തങ്ങൾ കഷ്ടപ്പെട്ട് നേടിയെടുത്ത വിജയം പരാജയമായി മാറുമെന്ന് സഹോദരങ്ങൾ അറിയുന്നില്ലല്ലോ. ഞാനാകട്ടെ എല്ലാമറിഞ്ഞിട്ടും അറിയാത്തവനെപ്പോലെ നിശ്ശബ്ദനാകുന്നു.

ശകുനി ശാന്തവും ദൃഢവുമായ ശബ്ദത്തിൽ അപ്പോഴും സംസാരം തുടർന്നു,

"സുബലമഹാരാജന്റെ പ്രിയപുത്രിയും എന്റെ പ്രിയ സഹോദരിയുമായ ഗാന്ധാരിയെ കുരുവംശത്തിലെ നിങ്ങൾക്കറിയില്ലല്ലോ. നേരും നെറിയുമുള്ള ഗാന്ധാരദേശത്തിന്റെ അവകാശികളായ ഞങ്ങളെ കുടില തന്ത്രങ്ങൾ മെനയുന്ന സൂത്രശാലികളാണെന്നല്ലേ പറഞ്ഞുപരത്തിയത്. എത്ര തെളിഞ്ഞമനസ്സുള്ള സമാധാനപ്രിയരായ സാധാരണ മനുഷ്യരെയും പ്രജകൾക്കുമുൻപിൽ ശത്രുക്കളാക്കുന്നവരാണല്ലോ നിങ്ങൾ കുരുവംശജർ. ഗന്ധർവ്വന്മാരുടെ വാസസ്ഥലമായിരുന്ന ഗാന്ധാര ദേശത്തോട് നിങ്ങൾ ഹസ്തിനപുരിയിലെ രാജാക്കന്മാർക്ക് എന്നും അസൂയയായിരുന്നു."

അത്രയും പറഞ്ഞ് ശകുനി കൂടാരത്തിലെ വെളിച്ചത്തിൽ സഹദേവനോട് കൂടുതൽ അടുത്തു.

ഓർമ്മകളിൽ ആ ദിവസങ്ങളോരോന്നായി ഒരു ചിത്രം പോലെ തെളിയുന്നുണ്ട്. അർദ്ധസഹോദരനായ ചിത്രാംഗദന്റെ മരണശേഷം എല്ലാം മറന്ന് വിചിത്രവീര്യനെക്കുറിച്ചും കുരുവംശപരമ്പരയുടെ അഭിവൃദ്ധിയെക്കുറിച്ചും മാത്രം ചിന്തിച്ച് ജീവിച്ചിരുന്ന പിതാമഹൻ അറിഞ്ഞുമറിയാതെയും ചെയ്തുകൂട്ടിയ അപരാധങ്ങൾ ഏറെയാണ്. എല്ലാം കുരുവംശത്തിന്റെ നന്മയെക്കരുതിയായിരുന്നുവെന്നത് പരമാർത്ഥം. എന്നിട്ടും സംഭവിച്ചതെന്താണ്? സഹോദരപത്നിമാർക്ക് കുരുകുലപാരമ്പര്യം അവകാശപ്പെടാൻ യാതൊരർഹതയുമില്ലാത്ത മഹർഷിയിൽ പിറന്ന പുത്രന്മാരെ കുരുകുലത്തിന്റെ അനന്തരാവകാശികളായി അംഗീകരിക്കേണ്ടിവന്നു. കുരുകുലത്തിന്റെ ആ യാഥാർത്ഥ്യത്തെ മറികടക്കാനാവാതെ ഭീഷ്മപിതാമഹൻ എന്നും വേദനിച്ചിരുന്നു. സ്വന്തം സ്വത്വത്തെ തേടിയുള്ള മനസ്സിന്റെ യാത്രകൾ അവസാനിക്കുമ്പോൾ തന്നെയും ചില സത്യങ്ങൾ വേദനിപ്പിച്ചിട്ടുണ്ട്. പാണ്ഡുപുത്രനെന്ന വിളിപ്പേരുപോലും അപ്പോഴൊരു ഭാരമാണ്. മാദ്രീപുത്രൻ എന്ന വിളി കേൾക്കുവാനാണ് മുതിർന്നപ്പോഴാഗ്രഹിച്ചിരുന്നത്. പക്ഷേ, സഹോദരന്മാർ വിലക്കി. മാദ്രിപുത്രനു കുരുകുലത്തിൽ യാതൊരവകാശവും ശേഷിക്കുന്നില്ല. പണ്ട് കുഞ്ഞായിരുന്ന ഞങ്ങൾ അഞ്ചുപേരെയും കൂട്ടി ഹസ്തിനപുരിയിലേക്കു തിരിക്കുമ്പോൾ കുന്തിമാതാവ് സ്വന്തം അഭിമാനത്തിനു ക്ഷതമേല്ക്കാത്തവിധം പറഞ്ഞു സമർത്ഥിച്ചെടുത്ത പാണ്ഡുപുത്രന്മാർ എന്ന വിളിപേരു നല്കുന്ന അവകാശവും അധികാരവും നഷ്ടപ്പെടുത്താൻ സഹോദരന്മാർ അനുവദിക്കുമായിരുന്നില്ല. എല്ലാം നിശ്ചയിക്കപ്പെട്ടതാണ് അതിനെ മാറ്റിയെടുക്കാൻ നമുക്കവകാശമില്ലെന്ന് ജ്യേഷ്ഠൻ ധർമ്മപുത്രർ ഞങ്ങൾ അനുജന്മാരെ പറഞ്ഞു പഠിപ്പിച്ചിരുന്നു. ആചാരപ്രകാരം സ്വന്തം ഭാര്യക്ക് അന്യനിൽ പിറക്കുന്നവൻ ഭർത്താവിനു പുത്രൻ തന്നെയെന്ന് ഗുരുവും ഒരിക്കൽ പറയുകയുണ്ടായി.

സഹദേവനിലെ അസ്വസ്ഥതകളെ തിരിച്ചറിഞ്ഞപോലെ, ശകുനി

അത്യധികം ഉത്സാഹത്തോടെ സംസാരം തുടർന്നു. അപ്പോഴും ആ ശബ്ദം ഗന്ധർവ്വന്മാരുടേതുപോലെ ശാന്തവും മധുരവുമായിരുന്നു

"സഹദേവാ, എന്നെപ്പോലെയല്ല നീ. ഭൂതകാലത്തെ സംഭവങ്ങൾ വ്യക്തമായി നിനക്ക് ഓർമ്മയിൽ തെളിയുന്നില്ലേ. അന്ന് ഗാന്ധാരദേശത്തേക്ക് കുരുകുലരാജകുമാരന്മാരോടൊപ്പം യാത്രതിരിക്കുമ്പോൾ യഥാർത്ഥത്തിൽ എന്തായിരുന്നു കുരുകുലപിതാമഹൻ മനസ്സിൽ കണക്കുകൂട്ടിയത്. ഗാന്ധാര രാജകുമാരിയെ രാജവധുവാക്കുവാനോ അതോ ഗന്ധർവ്വകുലത്തോടുള്ള പക വീട്ടുക മാത്രമായിരുന്നോ ലക്ഷ്യം." ചോദ്യത്തിനൊപ്പം ഇരുട്ടിൽ ശകുനിയുടെ തിളങ്ങുന്ന കണ്ണുകളും ചുകന്ന രത്നക്കല്ലുകൾ പതിച്ച മാലയും തെളിഞ്ഞു.

പാണ്ഡുവിന്റെയും ധൃതരാഷ്ട്രരുടെയും വിവാഹത്തെക്കുറിച്ചുള്ള ചിന്തകൾ പിതാമഹനിൽ ഉണർന്നു തുടങ്ങിയ ദിനങ്ങളെക്കുറിച്ച് സഹദേവനറിയാത്തതായി ഒന്നുമില്ല. അന്ധനായ ധൃതരാഷ്ട്രർക്ക് വധുവിനെ കണ്ടെത്തുക എളുപ്പമായിരുന്നില്ല. രാജമാതാവ് സത്യവതി പറഞ്ഞപ്രകാരം അതേക്കുറിച്ച് ആ ദിവസങ്ങളിൽ അദ്ദേഹം ഏറെ ചിന്താകുലനായിരുന്നു. സുന്ദരിയും സുശീലയുമായ രാജകുമാരിമാർ ധാരാളമുണ്ടാകാം യശ്ശസ്വികളായ രാജവംശത്തിൽ പിറന്നവർ. പക്ഷേ, അതിൽ കുരുകുലത്തിനു യോജ്യരായവരെ തെരഞ്ഞെടുക്കേണ്ടിയിരിക്കുന്നു. അവരിൽ ആരൊക്കെ അന്ധനായ രാജകുമാരനു വധുവാകാൻ തയ്യാറാകുമെന്നതായിരുന്നു പ്രധാനം. കൊട്ടാരത്തിലെത്തിയ ചില ബ്രാഹ്മണശ്രേഷ്ഠർ അതു തുറന്നു പറയുകയും ചെയ്തു. ഹസ്തിനപുരിയുടെ യുവരാജനു വധുവായിരിക്കാൻ അയൽ രാജ്യങ്ങളിലെ കന്യകൾ തയ്യാറല്ലത്രേ. ഈയിടെ അവർ സന്ദർശിച്ച ഗാന്ധാരദേശത്തിന്റെ സമ്പദ്സമൃദ്ധിയെയും ആകർഷണീയമായ ഭൂപ്രകൃതിയെയുംകുറിച്ച് സംസാരിച്ചിരിക്കെ ബ്രാഹ്മണമുഖ്യൻ മറ്റൊരു പ്രധാനകാര്യം അറിയിക്കുകയുണ്ടായി ഗന്ധർവ്വദേശത്തെ സുബലരാജന്റെ പുത്രിക്ക് മഹാദേവന്റെ അനുഗ്രഹത്താൽ നൂറു ശക്തരായ പുത്രന്മാർ പിറക്കുമെന്ന് വസിഷ്ഠമഹർഷി അറിയിച്ചിരിക്കുന്നു. രാജപുത്രി ഗാന്ധാരിയെക്കുറിച്ച് ആദരവും വാത്സല്യവും നിറഞ്ഞുനിന്നിരുന്നു അവരുടെ വാക്കുകളിൽ.

അല്ലലില്ലാതെ ജീവിക്കുന്ന സുബലരാജാവും ദേശവാസികളും ഇന്നും ഗന്ധർവ്വലോകത്തെന്നപോലെ സംതൃപ്തരാണെങ്കിലും ശുഷ്കമായ സൈനികബലം രാജനെ ഉല്ക്കണ്ഠപ്പെടുത്തുന്നുണ്ട്. അങ്ങിനെയെങ്കിൽ ഹസ്തിനപുരിയുമായൊരു ബന്ധം സ്ഥാപിക്കുന്നതിനായി പുത്രിയെ അന്ധനെങ്കിലും ശക്തനായ കുരുവംശരാജകുമാരനു നല്കുന്നതിൽ സുബലനും താല്പര്യക്കുറവുണ്ടാകില്ലെന്നായിരുന്നു പിതാമഹന്റെ കണക്കുകൂട്ടൽ. അറിഞ്ഞിടത്തോളം ഗാന്ധാര രാജകുമാരി സുന്ദരിയും ബുദ്ധിമതിയുമാണ്. കുലമഹിമയും അന്തസ്സുമുള്ള മറ്റൊരു രാജകുടുംബവും അത്ര പെട്ടെന്ന് ധൃതരാഷ്ട്രർക്ക് കന്യകയെ വിവാഹം

ചെയ്തു നല്കാൻ തയ്യാറാകില്ലെന്നിരിക്കെ ശിവപൂജയുമായി കഴിഞ്ഞു കൂടുന്ന നിഷ്കളങ്കരായ ഗാന്ധാരരാജകുടുംബം കുരുവംശത്തിന്റെ ആവശ്യം നിരസിക്കാനിടയില്ലെന്ന് രാജമാതാവ് സത്യവതിയും അഭിപ്രായപ്പെട്ടു.

പക്ഷേ, സുബലന്റെ പുത്രന്മാർ ബുദ്ധിയും ശക്തിയുമുള്ളവരാണ്. സഹോദരിയെ ഒരു അന്ധനു പരിണയം ചെയ്തു നല്കാൻ ഒരുപക്ഷേ, സമ്മതിച്ചില്ലെന്നു വരാം. ഇന്ന് ശിവഭക്തിയാൽ ക്രോധവും മോഹവു മൊക്കെ അടക്കി സ്വസ്ഥതയോടെ ജീവിക്കുന്നവരെങ്കിലും പണ്ട് ഗന്ധർവ്വ നായ ചിത്രാംഗദന്റെ ക്രോധംമൂലം ഹസ്തിനപുരിക്ക് സംഭവിച്ച നഷ്ടങ്ങൾ ചെറുതല്ല. അതായിരുന്നു പിതാമഹനെ അലട്ടിയ പ്രശ്നം. ഗാന്ധാര ദേശത്തിന്റെ പ്രശസ്തി നാൾക്കുനാൾ വർദ്ധിച്ചുവരുന്നുവെന്നത് എന്നും അദ്ദേഹത്തെ അലട്ടിയിരുന്നു

ഗന്ധർവ്വന്മാരുടെ വാസസ്ഥലമായ ഗാന്ധാരം പണ്ട് അർദ്ധ സഹോദരൻ ചിത്രാംഗദൻ ആക്രമിച്ചു കീഴടക്കുകയുണ്ടായി. പക്ഷേ, ബ്രാഹ്മണശ്രേഷ്ഠന്മാർ പറഞ്ഞതനുസരിച്ച് ഗന്ധർവ്വശാപം ഭയന്ന് ഗാന്ധാരദേശത്തെ പ്രജകളെ സ്വതന്ത്രരായി വിട്ടയച്ച് തിരികെപ്പോരുക യാണുണ്ടായത്. മഹാദേവന്റെ ഹിതമനുസരിച്ച് ഗന്ധർവ്വ സാന്നിദ്ധ്യമുള്ള അവിടം ഭരിക്കേണ്ടത് ഗാന്ധാരദേശവാസിയായ സുബല രാജാവും അദ്ദേഹത്തിന്റെ പരമ്പരയും ആണെന്നതിനാൽ മറ്റാർക്കുമതിൽ മാറ്റം വരുത്താൻ സാധിക്കുമായിരുന്നില്ല. ഒരിക്കൽ ശന്തനു മഹാരാജൻ ഗാന്ധാരദേശം ആക്രമിച്ചു കീഴടക്കിയെങ്കിലും അദ്ദേഹവും മഹാദേവന്റെ അപ്രീതി ഭയന്ന് അവിടെനിന്നും പിന്മാറുകയായിരുന്നു. യാതൊരു പ്രകോപനവുമില്ലാതെ നടത്തിയ അത്തരം ആക്രമണങ്ങളെല്ലാം തന്നെ ഗാന്ധാരവാസികളെ ഭയപ്പെടുത്തി ഹസ്തിനപുരിയുടെ വിധേയരാക്കി നിർത്താനുദ്ദേശിച്ചായിരുന്നു. രാജ്യത്തെ ആക്രമിക്കാൻ ധൈര്യം കാണിച്ച ഹസ്തിനപുരി രാജൻ ചിത്രംഗദനെക്കുറിച്ച് ഗാന്ധാരവാസികളിൽനിന്നും കേട്ടറിഞ്ഞ ചിത്രാംഗദനെന്ന ഗന്ധർവ്വൻ ഒരുദിവസം ചിത്രാംഗദ കുമാരനെതേടി ഹസ്തിനപുരിയിലെത്തി.

അന്ന് ഹസ്തിനപുരിയിൽ ചിത്രാംഗദന്റെ കിരീടധാരണചടങ്ങുകൾ ക്കുശേഷം ഭീഷ്മർ വൈഷ്ണോദേവിയെ തൊഴാനായി ഹിമാലയ സാനു ക്കളിലേക്ക് യാത്രയായ സമയമായിരുന്നു. ഒരു പ്രഭാതത്തിൽ കൊട്ടാര വാസികളെ അത്ഭുതപ്പെടുത്തിക്കൊണ്ട് ഗന്ധർവ്വൻ കൊട്ടാരവാതില് ക്കലെത്തി. ഹസ്തിനപുരിവാസികൾക്ക് ഒരിക്കലും മറക്കാനാവാത്ത അനുഭവമായിരുന്നു അത്. ദേവന്മാരെപ്പോലെ സുന്ദരനായ അവന്റെ പ്രകാശമാനമായ ശരീരം ദർശിച്ച് സ്വർഗ്ഗജാതരായ ദേവനെന്നു കരുതിയ വർ ആദരവോടെ കൈകൂപ്പി. വിടർന്ന കണ്ണുകൾ രത്നക്കല്ലുകൾപോലെ തിളങ്ങി നിന്നു. തുടുത്ത ചുണ്ടുകളിൽ മധുരമായ കിളിനാദം പുറപ്പെടുവിച്ചുകൊണ്ടായിരുന്നു വരവ്. വീരയോദ്ധാവിനെപ്പോലെ ആകർഷണീയമായ ഒരു പൗരുഷം അവനിൽ നിറഞ്ഞുനിന്നു. തോളറ്റം

ചുരുണ്ടുകിടന്ന ഇരുണ്ട നീലനിറത്തിലുള്ള തലമുടി കാറ്റിൽ ഇളകിയാടി. കാഴ്ചക്കാർക്ക് അവന്റെ രൂപവും ശബ്ദവും അത്ഭുതവും ഒപ്പം ഭയവുമുണ്ടാക്കി. ഹസ്തിനപുരിയുടെ കോട്ടവാതില്ക്കൽ അവനെത്തിയപ്പോൾ സുഗന്ധപൂരിതമായ ഇളം കാറ്റ് അവിടമാകമാനം ഒഴുകിപ്പരന്നു. അല്പസമയത്തേക്ക് നിശ്ശബ്ദരായിപ്പോയെങ്കിലും കാവല്ക്കാർ വിനയത്തോടെ അതിലേറെ ആകാംക്ഷയോടെ തേജസ്വിയായ ആ യുവാവ് ആരെന്നന്വേഷിച്ചു. മധുവിന്റെ മത്ത് പിടിച്ചതുപോലെ തോന്നിപ്പിച്ച ശരീരത്തിൽനിന്നുതിർന്ന ഭാഷണമാകട്ടെ ആരുടേയും കർണ്ണം കോരിത്തരിപ്പിക്കുമാറ് മധുരതരമായിരുന്നു. താനാരെന്നു പറയുന്നതിനു പകരം ചിത്രാംഗദനെന്ന രാജകുമാരനെവിടെ എന്ന മറുചോദ്യമായിരുന്നു കാവല്ക്കാരോട് ചോദിച്ചത്. ഇന്നു സൂര്യനസ്തമിക്കുമ്പോൾ ഒരു ചിത്രാംഗദൻ ജീവിച്ചിരുന്നാൽ മതിയെന്നലറിവിളിച്ചുകൊണ്ട് യുവരാജനെ ഗന്ധർവ്വൻ പോരിനു വിളിച്ചു. രാജകുമാരനാകട്ടെ തേജസ്വിയായ ബാലനെപ്പോലെ തോന്നിച്ച ഗന്ധർവ്വനെ അത്യധികം കൗതുകത്തോടെയാണ് സ്വീകരിച്ചത്. ജീവിതത്തിലാദ്യമായി ഗന്ധർവ്വനെ നേരിൽ കാണുന്നതിന്റെ അത്ഭുതമായിരുന്നു ആ മുഖത്ത്. ധൈര്യസമേതം ആ വെല്ലുവിളി സ്വീകരിച്ചുകൊണ്ട് യുവരാജൻ പോരിനിറങ്ങുവാൻ പിന്നെ താമസമുണ്ടായില്ല.

ഗന്ധർവ്വൻ മനോഹരമായ ശബ്ദത്തിൽ ഉറക്കെ ചിരിച്ചു. പ്രജകൾ ഭയത്തോടെയും ജിജ്ഞാസയോടെയും ഹസ്തിനപുരിയുടെ രാജവീഥികളിൽ തിങ്ങി നിറഞ്ഞു. ദേവസംഗീതം കേട്ടപോലെ പക്ഷികൾ പലതും താഴ്ന്നുപറന്നിറങ്ങി മരങ്ങളിൽ സ്ഥാനം പിടിച്ചു. രാജകുമാരനെ നേരിൽ കണ്ടപാടെ ഗന്ധർവ്വൻ അലറിവിളിച്ചു. ആ സുന്ദരമുഖം ദേഷ്യത്താൽ ചുകന്നു തുടുത്തിരുന്നു.

“യുഗങ്ങളായി എന്റെ നാമമാണു ചിത്രാംഗദൻ. ജീവൻ വേണമെങ്കിൽ മറ്റൊരു നാമം തെരഞ്ഞെടുക്കുക അല്ലെങ്കിൽ ഇനിയിവിടെ ഒരു ചിത്രാംഗദൻ മതി. ഗാന്ധാരദേശത്തെ ആക്രമിക്കാൻ തയ്യാറായ നിന്നെ ഞാൻ വെറുതെ വിടില്ല.” മധുര ശബ്ദത്തിൽ അത്രയും പറഞ്ഞ് ഗന്ധർവ്വൻ കുമാരനു നേരെ പാഞ്ഞടുത്തു. ഇരുവരും സരസ്വതി നദീതീരത്ത് യുദ്ധമാരംഭിച്ചു. ഒടുവിൽ ഗന്ധർവ്വശാപം ഫലിച്ചു. കുരുകുലത്തിന്റെ യുവരാജാവ് ഗന്ധർവ്വനാൽ വധിക്കപ്പെട്ടു.

ഗന്ധർവ്വന്മാരുടെ മനുഷ്യരൂപമാണ് ഗാന്ധാരദേശവാസികൾ എന്നാണു വിശ്വാസം. ഗന്ധർവ്വശാപം ഭയന്ന് പിന്നീടാരും ഗാന്ധാരദേശത്തെ ആക്രമിക്കുവാൻ മുതിർന്നിട്ടുമില്ല. ഗന്ധർവ്വകുലത്തിൽ പിറന്ന സുബലരാജന്റെ മകളെ ഹസ്തിനപുരിയുടെ മരുമകളാക്കാൻ സാധിച്ചാൽ സൈനികബലത്തിൽ ദുർബ്ബലനായ സുബലരാജനെയും രാജ്യത്തെയും ഹസ്തിനപുരിയുടെ അധീനതയിലാക്കാൻ എളുപ്പമാകുമെന്ന് ഭീഷ്മപിതാമഹൻ കരുതിയിരുന്നു.

അകലെ ഇരുട്ടിൽ വിജനമായ നദിക്കരയിൽ അർജ്ജുനനോടൊപ്പം

ഇപ്പോഴും മാധവനുണ്ട്. എത്ര നിഗൂഢതകൾ ഒളിപ്പിച്ചു വച്ച പുഞ്ചിരിയാണപ്പോഴും ആ മുഖത്ത്. ചുറ്റുപാടും ശബ്ദങ്ങളെല്ലാമൊടുങ്ങി തികഞ്ഞ നിശ്ശബ്ദത പരന്നു. ശിബിരത്തിനകത്ത് ജാലകത്തിലൂടെ പുറത്തെ ഇരുട്ടിലേക്കു നോക്കിയിരിക്കയായിരുന്നു സഹദേവൻ. ബന്ധനങ്ങളിൽ നിന്നും മനസ്സിനെ മുക്തമാക്കുവാനാഗ്രഹിക്കുന്നുണ്ട് പാണ്ഡുപുത്രനിപ്പോൾ. മഹാജ്ഞാനിയും ബുദ്ധിമാനുമായ പാണ്ഡവന്റെ അപ്പോഴത്തെ അവസ്ഥ ശകുനിയുടെ ഹൃദയം ഉലച്ചു. വിനയാന്വിതനായ ആ മഹാജ്ഞാനിയുടെ കൈകളാൽ മരണം വരിക്കാൻ സാധിച്ചതിൽ ശകുനി ആശ്വസിച്ചു. ഇത്രയും നാൾ ഒളിച്ചുവച്ച പകയുടെയും പകപോക്കലിന്റെയും സത്യങ്ങൾ മറ്റാർക്കുമറിയില്ല. ശകുനി ഒരു പരിഹാസച്ചിരിയോടെ സംസാരം തുടർന്നു

"ഞങ്ങൾ ഗാന്ധാരവാസികളുടെ ലക്ഷ്യമിപ്പോൾ സാധിതമായിക്കഴിഞ്ഞിരിക്കുന്നു. ലോകവിജയി ഗംഗാപുത്രൻ ശരശയ്യയിൽ കിടക്കുന്ന കാഴ്ചയാണെന്നെ കൂടുതൽ സന്തോഷിപ്പിച്ചത്."

ഗാന്ധാരവാസികളുടെ ലക്ഷ്യം കുരുവംശത്തിന്റെ പതനമായിരുന്നെങ്കിലും ശകുനിയുടെ ശത്രുത കുരുകുലപിതാമഹനായ ഭീഷ്മരോട് മാത്രമായിരുന്നു. ഒരിക്കൽ ഹസ്തിനപുരിയിൽവച്ച് ശകുനിയുടെ ഗൃഹനില ഗണിക്കാൻ ഗാന്ധാരി മാതാവ് ആവശ്യപ്പെടുകയുണ്ടായി. അന്ന് മനസ്സിലാക്കിയ സത്യങ്ങൾ പിതാമഹനെയെങ്കിലും അറിയിക്കണമെന്ന് പലപ്പോഴും കരുതിയിട്ടുണ്ട്. പക്ഷേ, ശുഭവും അശുഭവുമായ സ്വന്തം കർമ്മങ്ങളുടെ ഫലം അവനവൻ അനുഭവിച്ചുതീർക്കേണ്ടതുണ്ട്. അതിനെ തടുക്കാൻ അശക്തരായവർ എന്തിനു അതേക്കുറിച്ചറിയണമെന്ന ചിന്തയാൽ ആത്മനിയന്ത്രണം പാലിക്കുകയായിരുന്നു.

സഹദേവൻ ഭൂതകാലചിന്തകളുമായി എകാഗ്രതയോടെ കണ്ണുകളടച്ച് ശകുനിക്കൊപ്പം ഇരുട്ടിൽ പരസ്പരം കാണാനാവാത്തവിധം ഉപവിഷ്ടനായി. ഇത്രയുംനാൾ പരസ്പരം അപമാനിച്ചും പോരിനു വിളിച്ചും ശത്രുക്കളായി നിന്ന് പൊരുതിയിരുന്ന ഇരുവരും നഷ്ടപ്പെട്ട ബന്ധുക്കളെയും മിത്രങ്ങളെയുംകുറിച്ചാണപ്പോൾ ചിന്തിച്ചത്. ശത്രുവിനെ ജയിക്കാനായി ഉപേക്ഷിക്കേണ്ടിവന്ന തന്റെ രാജ്യത്തെയും പ്രിയപ്പെട്ടവരെയും കുറിച്ചോർത്ത് സൗബാലന്റെ മിഴികൾ സജലങ്ങളായി. ഉലൂകനും വിക്രാസുരും വളർന്നത് തന്നിലെ അച്ഛന്റെ സ്നേഹമറിയാതെയാണ്. തന്റെ ധർമ്മപത്നി ആർഷി വിധവയെപ്പോലെ ഇക്കാലമത്രയും പരാതികളില്ലാതെ ഗാന്ധാരത്തിൽ മാതാവിനെ ശുശ്രൂഷിച്ചു കഴിഞ്ഞു. ഗാന്ധാരിയും ദുര്യോധനനും എത്ര നിർബ്ബന്ധിച്ചിട്ടും ഹസ്തിനപുരിയിൽ താമസമാക്കാൻ അവൾ തയ്യാറായില്ല.

സിന്ധുനദിയുടെ ഇരുവശങ്ങളിലുമായി വ്യാപിച്ചു കിടക്കുന്ന മനോഹരമായ പ്രദേശത്തിന്റെ അധിപനായിരുന്ന പിതാവിന് കാരാഗൃഹത്തിൽ മരണം വിധിച്ച ഹസ്തിനപുരി രാജനോടുള്ള പകയാണ് തനിക്കീ കുടിലതന്ത്രജ്ഞനെന്ന പേരു സമ്മാനിച്ചത്. തക്ഷശിലയിലെ

വേദപഠനകാലത്താണ് ഗാന്ധാരദേശത്തിന്റെ ഐശ്വര്യത്തിലും സമ്പത്തിലും അസൂയാലുക്കളായ അയൽരാജ്യങ്ങളെക്കുറിച്ചും അതിൽ പ്രഗത്ഭരായ കുരുവംശത്തെയും അവരും ഗാന്ധാരവുമായി ഉണ്ടായിരുന്ന ശത്രുതയെയും കുറിച്ചുമൊക്കെ കേൾക്കുന്നത്.

അന്ന് സുബലരാജൻ കന്യകയെ നല്കാൻ തയ്യാറായില്ലെങ്കിൽ സഹോദരന്മാർക്കുവേണ്ടി കാശീ രാജകുമാരിമാരെ കൊണ്ടു വന്നതു പോലെ ഗാന്ധാരിയേയും ഹസ്തിനപുരിയിലെത്തിക്കുകയെന്നതായിരുന്നു ഗംഗാദത്തന്റെ ഉറച്ച തീരുമാനമെന്നറിയുന്നത് പിന്നീടാണ്. ഗാന്ധാരരാജ്യത്തെ ആക്രമിച്ചു കീഴ്പ്പെടുത്തുകയെന്നത് ഹസ്തിനപുര സൈന്യത്തെ സബന്ധിച്ചിടത്തോളം വളരെ നിസ്സാരം. അതിനാൽ അന്ധനെങ്കിലും സൈനികബലവും സാമ്പത്തിക ഭദ്രതയുമുള്ള ഹസ്തിനപുരി രാജകുമാരന്റെ വിവാഹാഭ്യർത്ഥന തിരസ്കരിക്കാൻ ഗാന്ധാര രാജാവു ധൈര്യം കാട്ടില്ലെന്ന് അദ്ദേഹത്തിനറിയാമായിരുന്നു.

കീർത്തികേട്ട കുരുവംശ രാജകുമാരന്മാർ പിതാമഹനായ ഭീഷ്മരോടൊപ്പം ഗാന്ധാരദേശം സന്ദർശിക്കുവാനെത്തുന്നുവെന്ന വാർത്ത അന്ന് പിതാവിനെ ചിന്താകുലനാക്കിയത് ഭീഷ്മരുടെ അടങ്ങാത്ത പകയും തന്ത്രങ്ങളും അറിയാവുന്നതുകൊണ്ടാണ്. ശന്തനുവിനും ചിത്രാംഗദനുംശേഷം പരസ്പരം ആക്രമണങ്ങളൊന്നുമുണ്ടായിട്ടില്ലെങ്കിലും, മൂന്നുലോകത്തിലെയും വീരന്മാരോടേറ്റുമുട്ടാൻ തക്ക ധീരനായ തന്റെ പ്രിയപ്പെട്ട അർദ്ധസഹോദരൻ ചിത്രാംഗദന്റെ മരണം ഭീഷ്മർക്ക് മറക്കാനാകുന്നതല്ലെന്ന് പിതാവിനറിയാമായിരുന്നു. ശക്തിശാലിയായ ഗംഗാപുത്രനു ഇതേവരെ അതിനു പകരം ചോദിക്കാനായിട്ടില്ല. എങ്കിലും അതിഥികളായെത്തുന്ന കുരുകുലപിതാമഹനെയും കുമാരന്മാരെയും ഉചിതപൂർവ്വം സൽക്കരിക്കുന്നതിനുള്ള ഒരുക്കങ്ങൾ ഉടൻ ആരംഭിച്ചു. ശത്രുതമറന്ന് വളരെ സ്നേഹപൂർവ്വം അവരെ സ്വീകരിക്കണമെന്ന് അദ്ദേഹം പ്രജകൾക്ക് പ്രത്യേക നിർദ്ദേശം നല്കുകയുമുണ്ടായി. ഗാഢമായ ശിവഭക്തിയാൽ ശത്രുതവെടിഞ്ഞ് എല്ലാവരോടും സ്നേഹത്തോടെ പെരുമാറുന്ന ഗാന്ധാരവാസികൾക്ക് അതിനു തെല്ലും വിഷമമുണ്ടായില്ലെന്നുമാത്രമല്ല പ്രബലരായ കുരുവംശവുമായി ഒരു സൗഹൃദം സ്ഥാപിക്കാൻ അവസരമുണ്ടായതിൽ അവർ ഏറെ സന്തോഷിക്കുകയും ചെയതു.

രാജ്യാതിർത്തിയിൽ വച്ചുതന്നെ കുരുവംശാധിപന്മാരെ സ്വീകരിക്കുവാനായി പിതാവ് അചലനെയും വൃക്ഷകനേയും അവിടേക്കയച്ചു. അതിർത്തിയിലെ ദീർഘ യാത്രകഴിഞ്ഞെത്തുന്ന കൗരവർക്ക് താല്ക്കാലിക വിശ്രമത്തിനായി സിന്ധുനദിക്കരയിലെ മഹാദേവക്ഷേത്രത്തിനു സമീപത്തായി പ്രത്യേക കൂടാരവും മറ്റും സജ്ജമാക്കി. നല്ല രീതിയിൽ സംരക്ഷിക്കപ്പെടേണ്ട വലിയ നഗരമായിരുന്നിട്ടും കോട്ടമതിൽക്കെട്ടുകളില്ലാത്ത പുഷ്കലാവർത്തി അവിടെയെത്തിയ കൗരവകുമാരന്മാർക്ക് അത്ഭുതമായിരുന്നു. സമ്പന്ന ഭൂമിയെ പൂജിച്ചു വണങ്ങി എല്ലാം

മഹദേവനിലർപ്പിച്ച് തികച്ചും ലളിത ജീവിതം നയിക്കുന്ന ഗാന്ധാര രാജവംശം അവരെ അതിശയിപ്പിച്ചു. സഹോദരന്റെ വാക്കുകളിലൂടെയും ഗാന്ധാരകുടുംബത്തിന്റെ സ്നേഹപൂർവ്വമുള്ള പെരുമാറ്റത്തിലൂടെയും ധൃതരാഷ്ട്രരും തന്റെ അകക്കണ്ണുകൊണ്ട് ആ ഭൂമിയെ തൊട്ടറിഞ്ഞു. ഗന്ധർവ്വലോകമെന്നപോലെ സുന്ദരമായിരുന്നു ആ ഭൂമി. രാജകൊട്ടാരത്തിൽ സുബലരാജനും പത്നിയും മകൾ ഗാന്ധാരിയും അവരെ യഥാവിധം സ്വീകരിച്ചു. ഗാന്ധാരദേശം പ്രതീക്ഷിച്ചതിലും സമ്പന്നമാണെന്നു ആദ്യ ദിവസം തന്നെ ഭീഷ്മർക്കു മനസ്സിലായി. സ്വർണ്ണവെളിച്ചം നിറഞ്ഞ പകലുകൾ. നക്ഷത്ര തിളക്കമാർന്ന രാത്രികൾ എങ്ങുമെപ്പോഴും സുഗന്ധപൂരിതമായ ഇളം കാറ്റ്. വലുതല്ലെങ്കിലും മനോഹരമായ സുബലരാജന്റെ കൊട്ടാരം എല്ലാം ഒരു ഗന്ധർവ്വലോകം പോലെ മനോഹരം. മുനിശ്രേഷ്ഠന്മാർ പറഞ്ഞതിനേക്കാൾ സുന്ദരിയും സുശീലയുമാണ് ഗാന്ധാരിയെന്ന് ആദ്യ ദർശനത്തിൽ തന്നെ പിതാമഹന് ബോദ്ധ്യമായി.

വിളറി വെളുത്ത മുഖത്ത് പുഞ്ചിരിവിടർത്തി പാണ്ഡു സുബലരാജനെയും പത്നിയെയും വണങ്ങി. അപ്സരസ്സിനെപ്പോലെ സുന്ദരിയും വിനയാന്വിതയുമായ ഗാന്ധാരരാജകുമാരിയെ ദർശിച്ചമാത്രയിൽ മനസ്സിലുണ്ടായ ചാഞ്ചല്യം ഒളിപ്പിക്കാൻ ശ്രമിച്ചുകൊണ്ട് പാണ്ഡു സഹോദരൻ ധൃതരാഷ്ട്രരെ പരിചയപ്പെടുത്തി. വിളറി വെളുത്തതെങ്കിലും പൗരുഷത്തിനു ഒട്ടും കുറവില്ലാത്ത കൗരവരാജകുമാരനെ ഗാന്ധാരിയും ശ്രദ്ധിച്ചിരുന്നു. അന്ധനെങ്കിലും സുന്ദരനും ശക്തനുമായ രാജകുമാരനെ സുബലനും കുടുംബവും സഹതാപത്തോടെ സ്വീകരിച്ചു. ശക്തനാണവൻ, പതിനായിരം ആനകളുടെ കരുത്തുള്ളവൻ. പക്ഷേ, അന്ധനായതിനാൽ മാത്രം രാജപദവി നഷ്ടമായവൻ. സുബലനും പത്നിയും ധൃതരാഷ്ട്രകുമാരന് യാതൊരു കുറവും വരാതിരിക്കാനായി എപ്പോഴും ഒപ്പമുണ്ടാകണമെന്ന് പുത്രന്മാരെ നിർദ്ദേശിച്ചു. സുബലകുമാരന്മാരുടെ പാണ്ഡിത്യവീര്യം പാണ്ഡുവിനെ അമ്പരപ്പിച്ചിരുന്നു. രാജനീതിയെക്കുറിച്ചുള്ള അവരുടെ അറിവും ധർമ്മനിഷ്ടയുമൊക്കെ കുരുകുലരാജകുമാരനെ അസൂയാലുവാക്കി. ശിവഭക്തരായ അവരെല്ലാം തന്നെ തികഞ്ഞ അറിവുള്ളവരാണെന്ന് ഭീഷ്മപിതാമഹനു നേരത്തേ അറിയാമായിരുന്നു സുബലരാജൻ മഹാഭാഗ്യവാൻ എന്നദ്ദേഹം മനസ്സിൽ കരുതി. ഗാന്ധാര രാജകുമാരിയുടെ ബുദ്ധിശക്തിയും അറിവും മനസ്സിലാക്കുന്നതിനായി അദ്ദേഹം സംഭഷണമദ്ധ്യേ അവളോട് പലതരം ചോദ്യങ്ങൾ ചോദിക്കുകയുണ്ടായി. സുന്ദരിയും ബുദ്ധിമതിയുമായ അവളെ മറ്റേതെങ്കിലും അയൽരാജാക്കന്മാർ വധുവാക്കിയാൽ ഗാന്ധാര രാജകുമാരിക്ക് പിറക്കുന്ന നൂറു പുത്രന്മാരാൽ അവരുടെ സൈനികശക്തി വർദ്ധിക്കും. അങ്ങനെ സംഭവിച്ചുകൂട. പതിനായിരം ആനകളുടേതിനു തുല്യമായ കരുത്തുള്ളവനാണു വ്യാസപുത്രൻ ധൃതരാഷ്ട്രർ. അവനിൽ ഗാന്ധാരിക്കു പിറക്കുന്ന നൂറു പുത്രന്മാർ കുരുകുലത്തിന്റെ യശസ്സുയർത്തും. അതായിരുന്നു

കുരുവംശത്തിന്റെ യശസ്വിയായ പിതാമഹന്റെ ചിന്തകൾ.

സഹദേവനു ഭൂതകാലത്തിന്റെ ഓർമ്മകൾ പലതുമിപ്പോൾ വേദനയാണ്. അയാളുടെ വിളറിവെളുത്ത മുഖത്തുനോക്കി കടുത്ത വ്യഥയോടെ ശകുനി സംസാരിച്ചുതുടങ്ങി. "അറിയുമോ സഹദേവാ അവൾ എത്ര സന്തോഷവതിയായിരുന്നു. നിന്റെ കുന്തം എന്റെ ജീവനെടുക്കുമ്പോൾ പോലും ഞാൻ വേദനിച്ചില്ല. ഞാൻ വേദനിച്ചത് സുന്ദരിയും ബുദ്ധിമതിയുമായ സ്വന്തം മോഹങ്ങളും സ്വപ്നങ്ങളും താലോലിച്ചിരുന്ന യൗവനയുക്തയായ സോദരിയെ ഒരു കുരുടനു വിവാഹം ചെയ്തു കൊടുക്കേണ്ടി വന്നപ്പോഴാണ്. നവവധു ഗാന്ധാര രാജകുമാരി ഭർത്താവിനുവേണ്ടി സ്വയം അന്ധയാകാൻ തീരുമാനിച്ചു വെന്ന് പ്രജകൾക്കിടയിൽ പറഞ്ഞു വിശ്വസിപ്പിച്ചില്ലേ കുരുകുലപിതാമഹൻ. തന്നെ പടുകുഴിയിൽ തള്ളിയിട്ട ബന്ധുക്കളോടും മാതാപിതാക്കളോടും അതിലേറെ തന്നെ മോഹിപ്പിച്ചു വഞ്ചിച്ച ഈ ലോകത്തോടു തന്നെയുള്ള നിഷേധമാണവൾ കാട്ടിയത്. വർണ്ണങ്ങളുടെ ഉത്സവം നടന്നിരുന്ന താഴ്വരയിൽ പൂക്കളും ഫലങ്ങളും നിറഞ്ഞ ഉദ്യാനങ്ങളിൽ പച്ചപ്പ് നിറഞ്ഞ കൃഷിഭൂമികളിൽ ഉല്ലസിച്ചു നടന്നിരുന്ന അവൾ എല്ലാത്തിനും നേരെ മിഴികൾ മൂടിക്കെട്ടിയതറിഞ്ഞ് ഗാന്ധാരവാസികൾ നിലവിളിച്ചു. അവർ പിതാവിനെ പഴിച്ചു. അവൾക്ക് അന്ധകാരത്തെ ഭയമായിരുന്നു. എന്നിട്ടും വർണ്ണക്കാഴ്ചകളില്ലാതെ അന്ധകാരത്തിൽ ഒരു ജന്മം മുഴുവൻ ജീവിച്ചു തീർക്കാൻ മകൾ തീരുമാനിച്ചിരിക്കുന്നുവെന്നറിഞ്ഞപ്പോൾ തളർന്നുപോയതാണു മാതാവ്.

രാജവധുവായി ഹസ്തിനപുരിയിലേക്ക് യാത്രതിരിക്കുമ്പോഴേ ഈ ലോകത്തിലെ കാഴ്ചയെയും സ്നേഹത്തെയും ഒരുപോലെ നിഷേധിക്കാനവൾ തീരുമാനിച്ചതാണ്. അപ്പോഴൊക്കെയും കുരുകുടുംബം ഗാന്ധാരിയെ സ്നേഹപൂർവ്വം, ആദരപൂർവ്വം സംരക്ഷിക്കുമെന്ന് ഞങ്ങൾ പ്രതീക്ഷിച്ചിരുന്നു. പക്ഷേ, സംഭവിച്ചതെന്തായിരുന്നു. ഹസ്തിനപുരിയിൽ തോഴിമാർ പോലും ഗാന്ധാരിയെ ഗൗനിച്ചില്ല. ഒരിക്കൽ അവളെ മോഹിപ്പിച്ച പാണ്ഡുപോലും നിശ്ശബ്ദനായി ഭാര്യക്കൊപ്പം ചേർന്ന് അവളെ നിന്ദിച്ചും ആക്ഷേപിച്ചും അടിച്ചമർത്തി. ഭോഗലാലസന്മാരായ കുരുവംശരാജാക്കന്മാർക്ക് സ്ത്രീകളെ ബഹുമാനിക്കാനറിയില്ലല്ലോ. ഭീഷ്മപ്രതിജ്ഞനായ പിതാമഹൻപോലും അങ്ങനെയല്ലേ ചെയ്തു പോന്നിട്ടുള്ളത്. ഭർത്താവായ ധൃതരാഷ്ട്രരാകട്ടെ ഭീഷ്മരോട് ചേർന്ന് അന്ധനായ തനിക്ക് കന്യകയെ ദാനം നല്കിയ ഗാന്ധാരരാജ്യത്തെതന്നെ ആക്രമിച്ചു കീഴ്പ്പെടുത്തി. അതുവഴി സ്വന്തം പട്ടമഹിഷിയായ ഗാന്ധാരിയെ അപമാനിക്കുകയുമുണ്ടായി. സുശീലയും നിഷ്കളങ്കയുമായ അവൾ അപമാനവും അവഗണനയും സഹിച്ച് കുലവധുവിനു യോജിച്ചവിധം പതിവ്രതയായി ജീവിച്ചു.

ഗാന്ധാര രാജകുമാരിയായ അവൾക്കുമുണ്ടായിരുന്നില്ലേ സ്വപ്നങ്ങൾ. ലോകത്തിലെ ഏറ്റവും ദൗർഭാഗ്യവതിയായ സ്ത്രീയാണവൾ.

വിവാഹത്തിനു മുൻപ് ഗാന്ധാരിയെ വേൾക്കാൻ ആഗ്രഹിക്കുന്നതും മോഹിക്കുന്നതും പാണ്ഡുവാണെന്നറിഞ്ഞിട്ടും സുബലരാജാവിനോടുള്ള അഹിതമൊന്നുകൊണ്ടുമാത്രം അതു നടത്തിക്കൊടുക്കേണ്ടതിനു പകരം അവളെ അന്ധനായ കുമാരനുവേണ്ടി തെരഞ്ഞെടുക്കുകയാണ് പിതാമഹൻ ചെയ്തത്. അധർമ്മികളായ കുരുവംശഭരണാധികാരികളുടെ അക്രമം ഭയന്ന് സ്വന്തം രാജ്യത്തെയും കുടുംബത്തെയും രക്ഷിക്കുവാനായി അന്ധനായ കുമാരനു കന്യാദാനം നടത്താൻ തയ്യാറായ എന്റെ പിതാവ് ചെയ്ത തെറ്റെന്തായിരുന്നു?

ഞങ്ങൾ ഗാന്ധാരവാസികളുടെ ജീവിതം എന്നും നേരും നെറിയുമുള്ളതായിരുന്നു. ഭീഷ്മപിതാമഹൻ യുവരാജാവിനുവേണ്ടി കന്യകയെ ആവശ്യപ്പെട്ടപ്പോൾ അത് പാണ്ഡുവാണെന്ന് കരുതി എല്ലാവരും ആനന്ദിച്ചു. ഗാന്ധാരി, അവളാഗ്രഹിച്ചതും അതായിരുന്നല്ലോ. പക്ഷേ, അത് അന്ധനായ ധൃതരാഷ്ട്ര കുമാരനുവേണ്ടിയായിരുന്നെന്ന് പിതാവുപോലും മനസ്സിലാക്കിയത് പിന്നീടാണ്.. ഹസ്തിനപുരിയുടെ അധിപനായ ഭീഷ്മരുടെ ആവശ്യം അവഗണിച്ചാൽ രാജ്യം ഹസ്തിനപുരിയുടെ അധീനതയിലാകുമെന്നുറപ്പ്. രാജ്യാവകാശമില്ലെന്നു പറഞ്ഞാലും എന്നും ഹസ്തിനപുരിയുടെ ഭരണകാര്യങ്ങളുടെ ചുക്കാൻ പിടിച്ചിരുന്നത് പിതാമഹനായിരുന്നല്ലോ. മാറ്റമുണ്ടായത് സുയോധനൻ രാജാവായപ്പോഴാണ് അതിൽ ഗംഗാപുത്രന് എന്നോടായിരുന്നല്ലോ നീരസം.

സ്യമന്തപഞ്ചക തടാകക്കരയിൽ അവശനായ ദുര്യോധനനു മുൻപിൽ സഹിക്കാനാവാത്ത വേദനയോടെ അശ്വത്ഥാമാവും കൃപനുമപ്പോൾ പാണ്ഡവനാശത്തിനു തയ്യാറായിക്കഴിഞ്ഞിരുന്നു. ധർമ്മസങ്കടത്താൽ കണ്ണുകളടച്ച് ധ്യാനനിരതനായിരിക്കുന്ന സഹദേവനു മുൻപിൽ ശകുനിയുടെ സംസാരം സുയോധനനെക്കുറിച്ചായി. ഗാന്ധാരി ആഗ്രഹിക്കാതെ പിറന്ന പുത്രനാണു ദുര്യോധനൻ പോലുമെന്ന് നിനക്കും അറിയാവുന്നതല്ലേ. ഒരിക്കൽ ദുര്യോധനന്റെ ജാതകം നോക്കി ഗ്രഹനില വിശകലനം ചെയ്യുമ്പോൾ നീയതു വിളിച്ചുപറയുമോയെന്ന് ഞാൻ ഭയന്നിരുന്നു. ഗർഭിണിയാണെന്നറിഞ്ഞ നിമിഷം അടിവയറ്റിലിടിച്ച് ആ കുരുവംശ ശിശുവിനെ പിറക്കുന്നതിനുമുൻപേ ഇല്ലാതാക്കാൻ തുനിഞ്ഞതാണവൾ. നിസ്സഹായയായ കുലവധുവിനു തന്റെ അനിഷ്ടമറിയിക്കാൻ മറ്റെന്തു ചെയ്യാൻ സാധിക്കും. നാണക്കേടു ഭയന്ന് മാതാവ് സത്യവതി പറഞ്ഞതനുസരിച്ച് കുന്തിയും മാദ്രിയും ചമച്ചുണ്ടാക്കിയ കഥ ഗാന്ധാരഭൂമിയിൽ ഞങ്ങളും കേട്ടു. പ്രസവം വൈകിയതിൽ മനംനൊന്താണത്രെ ധൃതരാഷ്ട്ര പത്നി വയറ്റിലിടിച്ചത്. അവിടെയുമെത്തി കള്ളക്കഥകളുമായി ഹസ്തിനപുരിയുടെ മഹാരഥന്മാർ. നൂറു ശക്തരായപുത്രന്മാർ എന്ന വരം നൂറുപുത്രന്മാർക്ക് തുല്യനായ ഒരു പുത്രൻ എന്നാണെന്നു മനസ്സിലാക്കുവാനുള്ള വിവേകം പോലുമില്ലാത്തവർ ഗാന്ധാരരാജകുമാരി ജാതകദോഷമുള്ളവളെന്ന് അധിക്ഷേപിച്ചു. സ്വന്തം

സൈന്യത്തെ അയച്ച് ഗാന്ധാരദേശത്തെ ആക്രമിച്ചു. ഞങ്ങൾ ബന്ധുജനങ്ങളെ യാതൊരു ദയയുംകൂടാതെ ബന്ദികളാക്കി കാരാഗൃഹത്തിലടച്ചു. ഒരിക്കലും അവസാനിക്കാത്ത ശിക്ഷയായി ഹസ്തിനപുരി സാമ്രാജ്യത്തിന്റെ ഭൃത്യഗൃഹങ്ങളിൽ പിറന്നു വീണ നൂറു പിഞ്ചു പൈതങ്ങളെ തേടി പിടിച്ച് പോറ്റി വളർത്താൻ അവളെ ഏല്പിക്കാൻ രാജമാതാവും കൂട്ടുനിന്നില്ലേ. അവിഹിത ജന്മങ്ങൾക്ക് കുരുകുലത്തിൽ ക്ഷാമമില്ലല്ലോ. ഭർത്താവിന്റെ അവിഹിത സന്തതികളെ ഒരു വലിയ കളവിന്റെ മറവിൽനിന്ന് പോറ്റി വളർത്തേണ്ടി വന്ന അവളെയോർത്ത് സഹതപിക്കാൻ മാത്രം ആരുമുണ്ടായില്ല. ലക്ഷ്യപ്രാപ്തിക്കുവേണ്ടി കുരുകുലത്തിന്റെ ചാവേറുകളായി അവരെ വളർത്താൻ പിതാമഹനായിരുന്നല്ലോ ഏറെ താല്പര്യം. ആവശ്യം ശക്തരായ പുത്രന്മാരായിരുന്നില്ല. പോരാളികളെയായിരുന്നു. സത്യം പുറത്തറിയാതിരിക്കാൻ ഗാന്ധാരിയുടെ പ്രസവശുശ്രൂഷ നടത്തിയ തോഴിയെ നിഷ്കരുണം കൊലപ്പെടുത്തിയത് രാജമാതാവിന്റെ അറിവോടുകൂടിയായിരുന്നുവത്രേ. മമതാധർമ്മത്താൽ അവൾ വളർത്തിയ ആ നൂറു പുത്രന്മാരിതാ ഇന്ന് കുരുകുലനാശത്തിനു കാരണമായിരിക്കുന്നു. രഹസ്യങ്ങൾ അലഞ്ഞുതിരിയുന്ന ഹസ്തിനപുരിയുടെ നാശം അന്നേ കുറിക്കപ്പെട്ടു കഴിഞ്ഞതാണ്. ഒരിക്കൽ രാജസദസ്സിൽ വച്ച് എല്ലാം വിളിച്ചു പറഞ്ഞ് അപമാനിക്കണമെന്നു കരുതിയതാണ്. പക്ഷേ, ഗാന്ധാരി വിലക്കി. പിന്നീടങ്ങോട്ട് മനസ്സു കല്ലാക്കി കണക്കു കൂട്ടിയ സർവ്വ നാശം സംഭവിക്കുംവരെ രഹസ്യങ്ങൾ അവൾപോലും അറിഞ്ഞില്ല.

ഗാന്ധാരിക്കു നൂറു സല്പുത്രന്മാർ ജനിക്കുമെന്ന് കളവു പറഞ്ഞാണു കുരുകുലവധുവായതെന്ന ആരോപണം മഹാദേവനു മുൻപിൽ സ്വന്തം ആത്മാവിനെത്തന്നെയർപ്പിച്ച് ഭഗവത്പ്രസാദം മാത്രം പ്രതീക്ഷിച്ച് ലളിതജീവിതം നയിക്കുന്നവരായ ഞങ്ങൾ ഗാന്ധാരവാസികൾ എങ്ങിനെ സഹിക്കും."

ശകുനിയുടെ ചോദ്യങ്ങൾക്കുമുൻപിൽ എല്ലാസത്യവുമറിയുന്ന സഹദേവൻ മനഃപൂർവ്വം മറുപടിപറയാതെ ധ്യാനനിരതനായി. മനസ്സ് ചിന്തകളിൽ ഏകാഗ്രമായി സഞ്ചരിച്ചു. സമൃദ്ധമായ ഗാന്ധാരദേശം പിടിച്ചടക്കാനാഗ്രഹിച്ചിരുന്ന പിതാമഹൻ അന്ന് ധൃതരാഷ്ട്രരുടെ തീരുമാനം അധർമ്മമാണെന്നറിഞ്ഞിട്ടും കൂട്ടു നില്ക്കാൻ തയ്യാറായതല്ലേ. സ്വന്തം പത്നിയുടെ ബന്ധുജനങ്ങളെ ബന്ദികളാക്കി പട്ടിണിക്കിട്ടു കൊല്ലാൻ തീരുമാനിക്കുമ്പോൾ പുത്രനെ എതിർക്കേണ്ടതിനുപകരം അനുകൂലിക്കുകയാണദ്ദേഹം ചെയ്തത്. എല്ലാം സത്യം.

അന്ന് യുദ്ധത്തിൽ കുരുവംശസൈന്യത്തോടേറ്റുമുട്ടി മരിച്ചുവീണ ഗാന്ധാരവാസികളെല്ലാം തന്നെ കുരുകുലത്തിന്റെ നാശം സ്വപ്നം കണ്ടാണ് മരിച്ചു വീണത്. അവർ ഏറെ ആഗ്രഹിച്ച കുരുകുലത്തിന്റെ നാശമിപ്പോഴിതാ കൺമുൻപിൽ.

“സഹദേവാ, ജ്ഞാനിയായ നിനക്ക് അറിയാത്തതല്ലല്ലോ ആ ഭൂതകാലം. അന്ന് ഞങ്ങൾ സുബലരാജനും പുത്രന്മാരും ഒന്നു തീരുമാനിച്ചിരുന്നു, ഭീഷ്മരുടെ ജീവിതം ദുഷ്കരമാക്കുക. താനാഗ്രഹിക്കുംവരെ മരണം കടന്നുവരാത്ത മഹാപുരുഷൻ എന്നെങ്കിലും മനഃശാന്തി അറിഞ്ഞിട്ടുണ്ടോ. ഇരുട്ടുനിറഞ്ഞ കാരാഗൃഹത്തിൽ ഞങ്ങളെ പട്ടിണിക്കിട്ടു കൊല്ലുകയെന്ന നീചമായ ശിക്ഷയായിരുന്നു ഭീഷ്മർ വിധിച്ചതെങ്കിൽ അതിനേക്കാൾ ദാരുണമായിരുന്നില്ലേ ഭീഷ്മരുടെ അന്ത്യം. അന്ന് കാരാഗൃഹത്തിൽ വച്ച് ഭീഷ്മരുടെ ലക്ഷ്യമെന്തെന്നു മനസ്സിലാക്കിയ പിതാവ് ഉടൻതന്നെ തീരുമാനമെടുത്തു. എല്ലാവർക്കുമുള്ള ആഹാരമായി ദിവസവും ലഭിച്ചിരുന്ന ഒരു പിടി അവൽ കഴിച്ച് കൂട്ടത്തിലൊരാളെങ്കിലും ജീവിച്ചിരിക്കുക. മഹത്തായ കുരുവംശത്തെ തകർക്കാൻ ജീവിച്ചിരിക്കേണ്ടത് ഇളയ പുത്രനായ ഞാനായിരിക്കണമെന്നതായിരുന്നു പിതാവിന്റെയും സഹോദരന്മാരുടേയും തീരുമാനം. സഹോദരന്മാരും പിതാവും പട്ടിണികിടന്ന് നല്കിയ ആഹാരം ഭക്ഷിച്ചു അവരിലോരോരുത്തരായി മരണത്തിനുകീഴടങ്ങുന്നത് കണ്ടു നില്ക്കുക. ആ ദിവസങ്ങൾ നല്കിയ വേദനയിലും മനോധൈര്യം കൈവിടാതെ ജീവിച്ചിരിക്കുക. അതായിരുന്നു ഞാനനുഭവിച്ചുതീർത്ത ശിക്ഷ. ആദ്യം ജ്യേഷ്ഠൻ അചലൻ തളർന്നു വീണു. അതിനുശേഷം ഉക്ഷാകവൻ, ഏറ്റവും ഒടുവിൽ പിതാവ്. ഒരോ വേർപാടും അടങ്ങാത്ത ഹൃദയവേദനയെന്നപോലെത്തന്നെ എന്റെ മനസ്സിൽ കുരുവംശത്തോടുള്ള പ്രതികാരാഗ്നി ആളിക്കത്തിച്ചുകൊണ്ടിരുന്നു.

കാരാഗൃഹത്തിൽ മരണം വരിക്കുമ്പോഴും സുബലരാജനു വിശ്വാസമുണ്ടായിരുന്നു, ബുദ്ധിശക്തിയിൽ എവിടെയും ഒന്നാമനായ തന്റെ ഇളയപുത്രൻ എന്നെങ്കിലും ഹസ്തിനപുരി ഭരണാധികാരികളുടെ എല്ലാ ക്രൂരതകൾക്കും പകരം ചോദിക്കുമെന്ന്. “സ്വന്തം ബന്ധുക്കളോരോരുത്തരായി കൺമുൻപിൽ വിശപ്പുസഹിക്കാനാവാതെ മരിച്ചുവീഴുമ്പോൾ അവർക്കു മുൻപിൽ സ്വന്തം വിശപ്പകറ്റി പ്രതികാരേച്ഛയോടെ ജീവിച്ച ആ ദിനങ്ങളെക്കുറിച്ചു പറയുമ്പോൾ ശകുനി കഠിന വേദനയാൽ അലറിക്കരഞ്ഞു.

പിതാവിന്റെയും സഹോദരന്മാരുടെയും മരണവാർത്തയറിഞ്ഞ ഗാന്ധാരി തീവ്രദുഃഖത്താൽ കുരുകുലമുപേക്ഷിച്ച് ഗാന്ധാരദേശത്തേക്കു തിരിച്ചുവന്നതോടെ അവളുടെ അഭാവത്തിൽ ഹസ്തിനപുരി വീണ്ടും ഗന്ധർവ്വശാപത്തിനിരയായേക്കുമെന്ന് ഭയന്ന ഭീഷ്മർ എന്നെ മോചിപ്പിക്കുകയായിരുന്നു. സകല നെറികേടുകളുടേയും ഈറ്റില്ലമായ ഹസ്തിനപുരികൊട്ടാരത്തിലേക്കൊരു തിരിച്ചുവരവിന് ഗാന്ധാരി അപ്പോഴും തയ്യാറായിരുന്നില്ല. പിതാവിന്റെയും സഹോദരന്മാരുടെയും മരണത്തിനുത്തരവാദികളായവരെ തകർക്കാൻ ഹസ്തിനപുരിയുമായുള്ള ബന്ധം തകരാതെ സൂക്ഷിക്കേണ്ടത് എന്റെ ആവശ്യമായിരുന്നു. എല്ലാമുപേക്ഷിച്ച് വീണ്ടും സഹോദരിയെയും കൂട്ടി ഹസ്തിനപുരിയിലെത്തുമ്പോൾ മന

സ്സിൽ മറ്റൊന്നും അവശേഷിച്ചിരുന്നില്ല. ആശ്രിതനെപ്പോലെ എല്ലാം മറന്ന് സഹോദരിയുടെ ഭർത്തൃഗൃഹത്തിലെത്തിയ എന്നെ ശത്രുത അവസാനിപ്പിച്ച് കുരുവംശരാജധാനിയിൽ സ്ഥാനം നല്കി രഹസ്യ സൂക്ഷിപ്പുകാരനായി വാഴിച്ചത് ധൃതരാഷ്ട്രരാണ്. ഞാനത് സ്വീകരിക്കുകയായിരുന്നു ഗാന്ധാരദേശത്തെ ഒന്നുമില്ലായ്മയിലേക്ക് തള്ളിവിട്ട കുരുകുലനാശത്തിനപ്പുറം മറ്റൊരു ലക്ഷ്യവുമില്ലാത്ത എനിക്ക് അതെല്ലാം സ്വീകാര്യമായിരുന്നു.

ശകുനി ദീർഘമായി നിശ്വസിച്ചു. മഹാദേവഭക്തനായ ആ സാത്വികന്റെ ചിന്തകളിൽ അലിഞ്ഞു കിടന്ന പ്രതികാരാഗ്നിയുടെ കരുത്ത് സഹദേവനെപ്പോലും ഞെട്ടിച്ചു. ചന്ദ്രപ്രകാശമില്ലാത്ത ആ രാത്രി മുൻപൊരിക്കലുമില്ലാത്തവിധം ഭയനാകമായി സഹദേവനു തോന്നി. യുദ്ധക്കളത്തിൽ തോല്പിച്ച ശകുനിയുടെ വാക്കുകളോരോന്നും മുറിവിൽ എരിവുപുരട്ടുമ്പോഴെന്നതുപോലെ മനസ്സിൽ നീറ്റലുണ്ടാക്കി. അന്ന് വാരണാവതത്ത് ഞങ്ങൾ പാണ്ഡവരെ വധിക്കാൻ പദ്ധതിയിട്ട ദുര്യോധനനെ തടുക്കാനാവാതെ വന്നപ്പോൾ വിദുരർ വഴി ആ വിവരമറിയിക്കാൻ കാരണക്കാരനായത് കൗരവമാതുലനാണെന്നറിഞ്ഞത് പിന്നീടാണ്. എന്നിട്ടും അത് മറ്റാരെയുമറിയിക്കാതെ സ്വന്തം ശപഥം നിറവേറ്റാൻ പുറപ്പെട്ടവനാണ് ഞാൻ. അന്ന് രഹസ്യമറിയിച്ച രക്ഷാഭടന്മാർക്ക് പണം നല്കിയത് ദുര്യോധനപക്ഷത്തുള്ളവരിൽ ഒരാൾ എന്നു മാത്രമേ പറഞ്ഞുള്ളൂ. അന്ന് അമ്മയും ഞങ്ങൾ അഞ്ചുമക്കളും വെന്തു വെണ്ണീറായെങ്കിൽ കുരുക്ഷേത്രയുദ്ധം എന്ന മഹാവിപത്ത് സംഭവിക്കുമായിരുന്നില്ല. ഇത്ര ദയനീയമായ ഒരു അന്ത്യം ഹസ്തിനപുരിയുടെ ഭരണാധികാരികൾക്ക് സംഭവിക്കുമായിരുന്നില്ല. അതുതന്നെയായിരുന്നു ഗാന്ധാരഭൂപതിയുടെ കുടിലതന്ത്രവും.

ശകുനി മധുരമായ ശബ്ദത്തിൽ ആർത്തു ചിരിച്ചു.

ഒരിക്കൽ എന്റെ സഹോദരിയെ കഴിവുകെട്ടവളെന്നപമാനിച്ച ദാസിത്തള്ളയെയും പുത്രന്മാരെയും അവിടെയെത്തിച്ച് അഗ്നിക്കിരയാക്കിയതും ഈ സഹോദരന്റെ പ്രതികാരം. കുരുകുലത്തിന്റെ രാജവധുവായി ഹസ്തിനപുരിയിലെത്തിയ ഗാന്ധാര രാജകുമാരിയെ പരിഹാസത്തോടെ അധിക്ഷേപിക്കുകയാണ് തോഴികൾപോലും ചെയ്തത്. അന്ധനായ രാജാവിനു മകളെ നല്കിയ സുബലരാജൻ ഹസ്തിനപുരിയുടെ അടിമയാണെന്നവർ കരുതി. സുശീലയും സൗമ്യയുമായ അവൾ എല്ലാം സഹിച്ചു.

ഇന്ന് ഞങ്ങൾ ഗാന്ധാരവാസികൾ വിജയമാഘോഷിക്കുമ്പോഴും അവൾ ദുഃഖിതയാണ്. അജയ്യനായ സുയോധനന്റെ തോല്വിയിന്ന് അവളെ തളർത്തിയിരിക്കുന്നു. ഈ യുദ്ധത്തിൽ സുയോധനന്റെ വിജയം ഞാനും ആഗ്രഹിച്ചിരുന്നതാണ്. ധർമ്മയുദ്ധത്തിൽ അവനെ തോല്പിക്കാൻ നിങ്ങൾ പാണ്ഡവർക്ക് അസാദ്ധ്യമാണെന്നതായിരുന്നു എന്റെ ആശ്വാസം. പക്ഷേ, അവിടെ നിങ്ങൾ കുരുവംശത്തിന്റെ നെറികെട്ട

നീതി നടപ്പിലാക്കി. അധർമ്മത്തിലൂടെയല്ലേ ഭീമനും അതു സാധിച്ചെടുത്തത്. ഭീഷ്മരുടെ പതനത്തോടെ യുദ്ധമവസാനിപ്പിക്കാൻ ഞാൻ ദുര്യോധനനെ ഉപദേശിച്ചതാണ്. പക്ഷേ, ആ യാദവൻ കൃഷ്ണൻ അന്ന് സന്ധിസംഭാഷണമെന്നു പറഞ്ഞെത്തി യുദ്ധത്തിനായി പ്രകോപിപ്പിച്ചതല്ലേ, വീരയോദ്ധാവായ സുയോധനൻ അതെങ്ങനെ മറക്കും. യുദ്ധത്തിൽ വീരമൃത്യു സ്വീകരിക്കുകയെന്ന ക്ഷത്രിയധർമ്മം അവൻ പാലിച്ചിരിക്കുന്നു. എല്ലാത്തിനും കാരണക്കാരനായ കൃഷ്ണനെയും സ്വന്തം പുത്രനോടൊപ്പം നിന്ന് പാണ്ഡവർക്കെതിരെ യുദ്ധം ചെയ്ത യാദവ സൈന്യത്തെപ്പോലും എല്ലാമറിയുന്ന ഗാന്ധാരിയിപ്പോൾ വെറുക്കുന്നു.

സുയോധനനെയോർത്ത് വിലപിക്കുമ്പോഴും അത് നൂറു പുത്രന്മാരെയുമോർത്താണെന്ന് ചുറ്റുമുള്ളവർക്കു തോന്നത്തക്ക വിധമായിരിക്കണമെന്ന് ഗാന്ധാരിക്ക് പതിയുടെ കർശന നിർദ്ദേശമുണ്ടത്രേ. കുലസ്ത്രീയുടെ ധർമ്മമെന്നു കരുതി അവളതനുസരിക്കും. ലോകത്തിലെ ഏറ്റവും ദൗർഭാഗ്യവതിയായ സ്ത്രീയാണവൾ. അവളുടെ ന്യായമായ ദുഃഖം സ്വന്തം പതിപോലും മനസ്സിലാക്കിയില്ല. ഗാന്ധാരത്തിൽ അല്ലലറിയാതെ സന്തോഷവതിയായി കഴിഞ്ഞിരുന്ന അവൾക്കു വന്നു ചേർന്ന ശോകാർദ്രമായ ഈ ജീവിതം ഇനിയും അവസാനിക്കാറായില്ലേ.. സഹദേവാ. എല്ലാമറിയുന്നവനല്ലെ നീ, എന്റെ സോദരിയുടെ ഭാവി എന്താണെന്നെങ്കിലും പറഞ്ഞുതരൂ. ഇനിയുമെത്രനാൾ അവളീ ഹസ്തിനപുരം കൊട്ടാരത്തിലെ അന്ധതയിൽ ജീവിച്ചുതീർക്കണം.

സഹദേവനു മറുപടിയുണ്ടായില്ല.

വികാരരഹിതനായി പ്രിയപ്പെട്ടവരുടെ ഭൂതവും ഭാവിയും ഗണിച്ചെടുക്കുക എത്ര കഠിനമാണ്. അറിവ് പലപ്പോഴും വേദനയാകുന്നു. ഭൂതകാലത്തെ ഓർമ്മകളും ഭാവിയെക്കുറിച്ചുള്ള അറിവും ഒരേ സമയം എത്ര കടുത്ത ശിക്ഷയും അനുഗ്രഹവുമാണു മനുഷ്യന്.

ഭീമനാൽ തച്ചുടയ്ക്കപ്പെട്ട് മരണം കാത്തു കിടക്കുന്ന സുയോധനനെക്കുറിച്ചാണ് സഹദേവനപ്പോൾ ചിന്തിച്ചത്. യശ്ശസ്വിയായ സുയോധനന്റെ സ്വർഗ്ഗയാത്രയ്ക്കിനി വിനാഴികകൾ മാത്രം. കുരുകുലത്തിന്റെ ഐശ്വര്യത്തിലും സ്വന്തം ബലത്തിലും ഗർവ്വിച്ചിരുന്ന പിതാമഹനും ഭൂമിയിലിനി അധികം നാളുകളില്ല. അശ്വത്ഥാമാവിന്റെ പ്രതികാര താണ്ഡവമിപ്പോൾ ശിബിരങ്ങളിൽ കൂട്ടക്കരച്ചിലുയർത്തിക്കഴിഞ്ഞിരിക്കും. ദുര്യോധനൻ ആശ്വാസത്തോടെ വീരമൃത്യു വരിക്കും. അവശേഷിക്കുന്ന ദുഃഖപങ്കിലമായ ദിനങ്ങൾ അനുഭവിച്ചുതീർക്കാൻ വിധിക്കപ്പെട്ടവർ ഞങ്ങൾ പാണ്ഡവർ.

യാത്രപറഞ്ഞു പിരിയുമ്പോഴും ശകുനിയുടെ ഉള്ളിൽ ഒരിക്കലുമവസാനിക്കാത്ത ദുഃഖമായി ഗാന്ധാരിയുണ്ട്. അകലെ ശിബിരത്തിൽ അഗ്നിനാളങ്ങളുയരുമ്പോൾ ഒന്നുമറിയാത്തവനെപ്പോലെ കൃഷ്ണൻ പറയുന്നതനുസരിച്ച് സഹോദരന്മാരോടൊപ്പാം തിരികെ പോകണം. അനന്തരാവകാശികളില്ലാതെ കുരുകുലം അനാഥമാകാൻ അധികം നാളു

കളില്ല. ഒടുവിൽ ഹസ്തിനപുരി യദുകുലത്തിന്റെ കൈകളിൽ തിരിച്ചെത്തുന്ന സുദിനമെത്തും. പുരുവിന്റെ വംശത്തിൽ പിറന്ന യാദവരുടെയാണീ ഭൂമി. അതെത്തേണ്ട കൈകളിൽ ചെന്നെത്തുക തന്നെ ചെയ്യും. എല്ലാം വിധിനിശ്ചയം.

ശകുനി ഇരുട്ടിൽ മറയുന്നതിനുമുൻപ് ഒന്നുകൂടി പറഞ്ഞു. “കുരുക്ഷേത്രയുദ്ധത്തിന്റെ ഭാവിയെക്കുറിച്ച് ചിന്തിച്ചത് നമ്മൾ മൂന്നുപേർ മാത്രം. കൃഷ്ണനും ഈ ശകുനിയും പിന്നെ സഹദേവാ നീയും. നിനക്കതു വേദനയായിരുന്നെങ്കിൽ ഞാനും കൃഷ്ണനും അതാഗ്രഹിച്ചിരുന്നവരാണ്.”

ഹൃദയവിജ്ഞാനീയം

മുണ്ടോപ്പാടം തെക്കേവിള വീട്ടിൽ ദാമോദരനെ നാട്ടുകാർക്കെല്ലാം അറിയാം. അരീക്കാടങ്ങാടിയിലെ ഒരേയൊരു തുന്നൽക്കാരനാണയാൾ. നിത്യവൃത്തിക്കായി രാപ്പകൽ അദ്ധ്വാനിക്കുന്ന ഒരു സാധു.. രാധാസ് ടെയിലറിങ്ങിന്റെ ഉടമസ്ഥൻ എന്നും പറയാം. കഴിഞ്ഞ പത്ത് വർഷത്തോളമായി അലങ്കാർ ഹോട്ടലിന്റെ തൊട്ടടുത്ത് മഞ്ഞ ബോർഡിൽ നീല നിറത്തിലുള്ള വലിയ അക്ഷരത്തിൽ അങ്ങനെ എഴുതി തൂക്കിയിട്ടിട്ടുണ്ടെങ്കിലും നാട്ടുകാർ അതിനെ ദാമൂന്റെ തുന്നപ്പീട്യ എന്നും ദാമുവിനെ തുന്നക്കാരൻ ദാമു എന്നും മാത്രം വിളിച്ചു.

ദാമുവിന്റെ ഭാര്യ രാധയെക്കൂടാതെ രാധാസ് ടെയിലറിങ്ങിനെ ആ പേര് പറയുന്ന ഒരാളേയുള്ളൂ അത് ദാമൂന്റെ പെണ്ണപ്പൻച്ഛൻ കണാരൻ മേസ്തിരിയാണ്. മകളുടെ പേരിലുള്ള ബോർഡ് കടയുടെ മുകളിൽ തൂക്കിയപ്പോൾ മുതൽ ഇന്നീ നിമിഷം വരെ മേസ്തിരി രാധാസ് ടെയിലറിങ്ങിന്റെ അടുത്തുള്ള ഹോട്ടൽ എന്ന് അലങ്കാർ ഹോട്ടലിനെയും അപ്പുറത്തെ മത്തായി മെഡിക്കൽസിനെ രാധാസിന്റെ അടുത്തുള്ള മരുന്ന് ഷാപ്പെന്നും മാത്രമേ പറഞ്ഞിട്ടുള്ളൂ. എന്നിട്ടും മേസ്തിരി മാസത്തിലൊന്നോ രണ്ടോ തവണ മകളെ കാണാൻ വരുന്ന വഴി അരീക്കാടങ്ങാടിയിലെത്തുമ്പോഴല്ലാതെ നാട്ടുകാർ രാധാസ് എന്ന പേര് ഓർക്കാറില്ലെന്നതാണ് പരമാർത്ഥം.

ഇടയ്ക്കെങ്കിലും ആ പേര് ഉച്ചരിക്കുന്ന വേറൊരാളുള്ളത് നാട്ടിലെ പെണ്ണുങ്ങൾ ചീഞ്ഞമാപ്പിളയെന്നു ഇരട്ടപ്പേരു വിളിക്കുന്ന മീൻകാരൻ അലവിക്കുഞ്ഞാണ്. അയാളുടെ കൊട്ടയിൽ മത്തിയും മുള്ളനും ചിലപ്പോൾ കുറച്ചു അയിലയും ഉണ്ടാകും. എല്ലാം ചീഞ്ഞതാണെന്നാണ് പെണ്ണുങ്ങളുടെ സംസാരം. അയാളുടെ കൂക്കി വിളി കേൾക്കുമ്പോൾ

പെണ്ണുങ്ങളൊക്കെ ഒരുമാതിരി പുച്ഛരസം നിറച്ചു തുടുപ്പിച്ച മുഖവുമായി മീൻകാരൻ മമ്മദിന്റെ വരവും കാത്തു മാറിനില്ക്കും. മമ്മദിന്റെ കൊട്ടയിലാണെങ്കിൽ പലനിറത്തിലും വലുപ്പത്തിലുമുള്ള മീനുകളുടെ സെലക്ഷൻ ഉണ്ടാകും. പക്ഷേ, രാധ സ്ഥിരമായി മീൻ വാങ്ങിക്കുന്നത് അലവിക്കുഞ്ഞിന്റെ അടുത്തുനിന്നാണ്. ഇന്നേവരെ ചീഞ്ഞ മീനൊന്നും അലവിക്കുഞ്ഞു തനിക്കു തന്നിട്ടില്ലാന്നു അവൾ തറപ്പിച്ചു പറയും, എന്നിട്ട് മമ്മദ് മാപ്പിളയുടെ കൊട്ടയിലെ വലിയ മീൻ വാങ്ങുന്ന പെണ്ണുങ്ങളെ നോക്കി ഇവിടുള്ളോർക്ക് ചെറിയ മീനാ ഇഷ്ടംന്ന് പറഞ്ഞു അലവി കൊണ്ടുവരുന്ന മുള്ളനും കുഞ്ഞൻമത്തിയുമൊക്കെ അല്പം ഗമയോടെ തന്നെ വാങ്ങും. അയാളാകുമ്പോ മമ്മദിനെപ്പോലെ ഒച്ചയെടുത്തു സംസാരിക്കില്ല. മാത്രമല്ല "രാധാസ് ടെയിലറിങ്ങിന്റെ മോലാളിച്ചിയമ്മയല്ലേ ങ്ങള്" എന്ന് ഒരു മൂന്നാലുവട്ടം പറഞ്ഞോണ്ടാണ് മാപ്പിള കൊട്ടേന്നു മീൻ പെറുക്കി ചട്ടീലിട്ടു കൊടുക്ക. തന്റെ അച്ഛനല്ലാതെ മറ്റൊരാൾ അങ്ങനെ പറഞ്ഞു കേൾക്കുന്നത് അലവിക്കുഞ്ഞു മാത്രമാണ്. അതിന്റെ സ്നേഹവും പരിഗണനയുമൊക്കെ രാധയ്ക്ക് അലവിക്കുഞ്ഞിനോടുണ്ട്. മമ്മദ് മാപ്പിള വല്ലാത്ത പ്രകൃതമാണ്. ഒരു മാതിരി കുറുക്കൻ ഓരിയിടുന്നതുപോലത്തെ ലക്ഷണംകെട്ട കൂക്കിവിളിയാണ് അയാളുടേതെന്നു രാധയ്ക്കു തോന്നിയിട്ടുണ്ട്. സാധാരണ വീടുകളുടെ മുൻപിലൊന്നും അയാൾ സൈക്കിൾ നിർത്തില്ല. രാഘവൻ കോൺട്രാക്ടറുടെ വീടിനു മുൻപിലേ നിർത്തൂ. അവിടെയെത്തുമ്പോൾ അയാളുടെ ഓരിയിടലും നില്ക്കും. മീൻ ആവശ്യമുള്ള ചുറ്റുവട്ടത്തെ പെണ്ണുങ്ങളൊക്കെ അവിടെ ചെന്ന് വാങ്ങിക്കണം. അതാണ് മമ്മദിന്റെ കച്ചവട നിയമം.

സൈക്കിൾ നിർത്തിയാൽ പിന്നെ മമ്മദ് ശബ്ദമുണ്ടാക്കാതെ ഗേറ്റു കടന്നു അടുക്കളപ്പുറത്ത് ചെന്നു നിന്ന് മീൻ വേണോ എന്ന് ഭവ്യതയോടെ ചോദിക്കും. അതുപോലെ ഒരു ദിവസം അയാൾ മീൻകൊട്ടയുമായി തന്റെ അടുക്കളമുറ്റത്തും ഭവ്യതയോടെ വന്നു നില്ക്കുന്നത് കാണണമെന്ന് രാധയ്ക്കും ആഗ്രഹമുണ്ട്. പണ്ടൊക്കെ ഗൾഫുകാരന്റെ വീടെന്നൊരു ഗമയുണ്ടായിരുന്നു. ഇപ്പൊ തുന്നക്കാരന്റെ വീടാണല്ലോ...

പഴമക്കാർ ചിലർക്ക് രാധാസ് റെയിലറിങ് ഇപ്പോഴും കൃഷ്ണന്റെ സർബത്ത് പീടികയാണ്. കാലം മാറി കൃഷ്ണന്റെ മകൻ ദാമു തുന്നൽപ്പണി തുടങ്ങിയതൊന്നും അവർ ഓർത്തെടുക്കാൻ ശ്രമിക്കാറുമില്ല. ചില പേരുകളും അടയാളങ്ങളും അങ്ങനെയാണ്. നാല്പതു വർഷം മുൻപ് എരഞ്ഞോളി ഗോപാലൻ അരീക്കാട് അങ്ങാടീല് മസാലപ്പീടിക തുടങ്ങുമ്പോൾ തന്റെ കുടുംബപ്പേരു നിലനിർത്താൻ വേണ്ടി അതിന്റെ മുൻപിൽ എരഞ്ഞോളി പലചരക്കു കച്ചവടം എന്നൊരു വലിയ ബോർഡും തൂക്കിയിരുന്നു. അന്നവിടെ പീടികമുറിയേക്കാൾ ഉയരത്തിൽ പടർന്നു പന്തലിച്ചു തണൽ വിരിച്ച് നിന്ന് ഒരു വലിയ മാവുണ്ടായിരുന്നു.. അങ്ങനെ ആളുകൾക്കത് മാവിൻചോട്ടിലെ പീട്യയായി. കൊല്ലം കുറേക്കഴിഞ്ഞു

ഒരു മഴക്കാലത്ത് അതിന്റെ കൊമ്പു വീണു അപകടമുണ്ടായപ്പോൾ മാവ് മുഴുവനായും പഞ്ചായത്തുകാർ മുറിച്ചു മാറ്റിയതാണ്. ഇപ്പോഴൊരു മാവിൻ തൈപോലും ആ പരിസരത്തൊന്നുമില്ലെങ്കിലും ഗോപാലന്റെ മകൻ രാഘവൻ അതിനെ എരഞ്ഞോളി സൂപ്പർ മാർക്കറ്റാക്കിയെങ്കിലും നാട്ടുകാർക്കിപ്പോഴും മാവിൻചോട്ടിലെ മസാല പീടിക തന്നെയാണത്. അതാണ് അരീക്കാട്ടുകാർ നേരും നെറീം ഉള്ളവരാണെന്നതിന്റെ തെളിവ്. വർഷങ്ങൾ കഴിഞ്ഞാലും അവർ പഴയതൊന്നും മറക്കില്ല.

ഇപ്പറഞ്ഞതൊന്നും ദാമുവിനെ ബാധിക്കുന്ന പ്രശ്ങ്ങളേയല്ല. തന്നെ ഏല്പിക്കുന്ന തുണികൾ കൃത്യസമയത്ത് തയ്ച്ചു കൊടുക്കുക, രാധയെയും കുട്ടികളെയും ഒന്നിനും ഒരു കുറവും വരാതെ സംരക്ഷിക്കുക. എന്നതിലപ്പുറം മറ്റൊന്നും ദാമുവിനെ അലട്ടുന്ന പ്രശ്നങ്ങളല്ല.

ദാമുവിന്റെ അച്ഛൻ കൃഷ്ണൻകുട്ടി പണ്ട് സർബ്ബത്ത് കച്ചവടം നടത്തിയത് ആ പീടിക മുറിയിലായിരുന്നു. കൃഷ്ണന്റെ പീട്യേലെ നന്നാറി സർബ്ബത്തിന്റെ രുചി അറിയാത്തവരാരും അന്ന് ആ ചുറ്റുവട്ടത്തുണ്ടായിരുന്നില്ല. അരീക്കാട്ടുകാർ മാത്രല്ല അതുവഴി പോകുന്ന മുഴുവൻ ജനങ്ങളും സർബ്ബത്ത് കുടിക്കാൻ അവിടെ എത്തുമായിരുന്നു. അതിൽ സിനിമാ നടന്മാരും രാഷ്ട്രീയക്കാരും വല്യ കച്ചോടക്കാരും ഉദ്യോഗസ്ഥന്മാരുമൊക്കെ ഉണ്ടാകുമായിരുന്നെന്ന് ദാമുവും കേട്ടിട്ടുണ്ട്. കോഴിക്കോടൻ സർബ്ബത്ത് കുടിക്കാൻ അരീക്കാട് പോകണമെന്ന് എല്ലാവരും പറയുമായിരുന്നത്രെ. ഐസുവെള്ളത്തിന്റെ തണുപ്പും ചെറുനാരങ്ങയുടെ പുളിയും കാച്ചിക്കുറുക്കിയ സർബ്ബത്തിന്റെ മധുരമുള്ള നന്നാറി ചുവയും പാകത്തിന് ചേർത്ത് ചില്ലുഗ്ലാസിലൊഴിച്ച് സ്പൂൺകൊണ്ട് ചില്ലുഗ്ലാസിൽ തട്ടി രണ്ടു തവണ മണിയടിക്കുന്നതുപോലെ ശബ്ദമുണ്ടാക്കും. ഒരു വാദ്യോപകരണം കൈകാര്യം ചെയ്യുന്നതുപോലെ ആസ്വദിച്ചാണ് അച്ഛനത് ചെയ്തിരുന്നതെന്ന് ദാമുവിന്റെ ഓർമ്മയിൽ ഇപ്പോഴുമുണ്ട്.

ഒരു ചുകന്ന പെട്ടിയിൽ കുറച്ചു ഐസ് കട്ടകളും, ഒരു ബക്കറ്റു വെള്ളവും ഒരു തത്തക്കൂടുപോലത്തെ കൊട്ടയിൽ നിറച്ച ചെറുനാരങ്ങകളും വീട്ടിൽ കാച്ചിയുണ്ടാക്കിയ നന്നാറി സർബ്ബത്ത് നിറച്ച കുറച്ച് കുപ്പികളും, പിന്നെ നല്ല വലിപ്പമുള്ള ചില്ലു ഗ്ലാസുകളും. ഇത്രയുമായിരുന്നു ആ കടയിലെ മുതൽക്കൂട്ട്. സ്കൂളില്ലാത്ത ദിവസം ഗ്ലാസ് കഴുകിക്കൊടുക്കുക, ചെറുനാരങ്ങാ മുറിച്ചു കൊടുക്കുക, ബക്കറ്റിലെ വെള്ളം തീരുമ്പോൾ റോഡിനപ്പുറത്തെ പൈപ്പിൽനിന്നും വെള്ളം നിറച്ച് കൊണ്ട് വയ്ക്കുക തുടങ്ങിയ ജോലികളൊക്കെ ദാമുവും ചെയ്തിട്ടുണ്ട്.

മഴക്കാലമാകുമ്പോൾ കച്ചവടം മോശാകും. കുറേശ്ശെ ഉപ്പിലിട്ട നെല്ലിക്കയും മാങ്ങയും, മിഠായികളും, ചില മാസികകളും പലപ്പോഴായി കച്ചവടം ചെയ്തു തുടങ്ങിയതങ്ങനെയാണ്. അത് പിന്നേയും പരിഷ്കരിച്ച് സ്കൂൾ കുട്ടികൾക്ക് വേണ്ട എല്ലാ കുന്ത്രാണ്ടങ്ങളും നിറച്ച ഒരു ചെറിയ സ്റ്റേഷനറിക്കടയായി. അപ്പോഴും നാട്ടുകാർക്കത് സർബ്ബത്ത് പീട്യയായിരുന്നു.

ദാമു പത്തിൽ തോറ്റതോടെ സർബ്ബത്ത് പീട്യേലിരിക്കാൻ യോഗ്യത നേടി എന്ന് സന്തോഷിച്ചതാണ് കൃഷ്ണൻ. പക്ഷേ, ആൺമക്കൾ രണ്ടും പത്താം ക്ലാസ് തോറ്റതല്ലാതെ പീടികയിൽ വന്നിരിക്കാൻ കൂട്ടാക്കിയില്ല. ദാമു മാത്രമല്ല അനിയൻ രഘുരാമനും സർബ്ബത്ത് കച്ചവടം ഒരുതരം വില കുറഞ്ഞ ഏർപ്പാടായിട്ടാണ് തോന്നിയത്.

ആറാം ക്ലാസിൽ സയൻസ് പഠിപ്പിച്ച രുക്മണി ടീച്ചർ ചെറുനാരങ്ങയിലെ ഔഷധഗുണങ്ങളൊക്കെ പറഞ്ഞു തന്നിട്ടുണ്ടെങ്കിലും അതിലെ സിട്രിക് ആസിഡിനെ അയാൾക്ക് പണ്ടേ പേടിയായിരുന്നു. നാരങ്ങാ പിഴിഞ്ഞ് ദ്രവിച്ചളിഞ്ഞ അച്ഛന്റെ വിരലുകൾ കാണുമ്പോഴൊക്കെ സർബ്ബത്ത് കച്ചവടത്തിന് താനില്ലെന്ന് ദാമു ഉറപ്പിച്ചതാണ്.

പത്താം ക്ലാസ് തോല്ക്കുമെന്ന് ഉറപ്പുള്ളതുകൊണ്ടുതന്നെ ദാമുവിന് തന്റെ ഭാവിയെക്കുറിച്ച് വ്യക്തമായ കണക്കുകൂട്ടലുകളുണ്ടായിരുന്നു. പത്താം ക്ലാസ് പരീക്ഷ കഴിഞ്ഞതിന്റെ പിറ്റേന്ന് തന്നെ തന്റെ ജീവിതത്തെക്കുറിച്ചുള്ള ചില സുപ്രധാന തീരുമാനങ്ങളുമായി “അമ്മോന്റെ വീട്ടില് താമസിക്കാൻ പോണെന്നും” പറഞ്ഞു സ്ഥലം വിട്ടതാണ്. പന്നിയങ്കരയിൽ ടെയിലറിങ് ഷോപ്പ് നടത്തുന്ന അമ്മാവൻ കരുണന്റെ കൂടെ നിന്ന് തുന്നപ്പണി പഠിച്ചെടുക്കുക തന്നെയായിരുന്നു ലക്ഷ്യം. തുന്നപ്പണിക്കാർക്ക് ഗൾഫിൽ നല്ല ഡിമാന്റാണെന്ന് സ്കൂളിൽ നടന്ന പത്താം ക്ലാസുകാരുടെ പല ചർച്ചകളിലും ഗൾഫുകാരുടെ പഠിക്കാൻ മടിയന്മാരായ മക്കൾ പറഞ്ഞു കേട്ടിട്ടുള്ളതുകൊണ്ട് വല്ലാത്തൊരു ആവേശത്തോടെയാണ് ദാമു അമ്മാവന്റെ പീടികക്കോലായിൽ ഒരു സഹായിയായി ബട്ടൺസു പിടിപ്പിക്കാൻ കയറിക്കൂടിയത്, അതുകഴിഞ്ഞ് ബട്ടൺ ഹോൾസ് അങ്ങിനെ ഒരു വർഷത്തെ പഠിപ്പ് പീടിക കോലായിൽത്തന്നെ ഒതുങ്ങി. ഇതൊന്നും പോര.. മിഷിനടിക്കാനും കുപ്പായത്തിനു അളവെടുക്കാനും മുറിക്കാനും കൂടി പഠിച്ചാലേ ഗൾഫിലേക്ക് കടക്കാൻ പറ്റൂന്ന് ഗൾഫിൽ പോയ തുന്നക്കാരൻ റഷീദ് ലീവിന് വന്നപ്പോൾ ഉപദേശിച്ചതിന്റെ ഫലമായി ദാമു തുന്നലുപഠിത്തം അല്പം കൂടെ സീരിയസാക്കി. ഒരു നൂറു പേജിന്റെ നോട്ടു ബുക്കിൽ പഠിച്ച പണിയുടെ ഓർത്തിരിക്കേണ്ട പാഠങ്ങൾ എഴുതി വയ്ക്കാനും തുടങ്ങി. അങ്ങനെ തരക്കേടില്ലാതെ ആണുങ്ങളുടെ ഷർട്ടും പെണ്ണുങ്ങളുടെ ബ്ലൗസും കുട്ടികളുടെ കുപ്പായങ്ങളുമൊക്കെ തുന്നാൻ പഠിച്ചിട്ടാണ് ചങ്ങായി അബ്ദുറഹിമാന്റെ ബാപ്പ വഴി ദാമു അക്കരെ കടന്നത്.

രാധ ആഗ്രഹിച്ചതും അതായിരുന്നു. തന്റെ കഴുത്തിൽ താലി കെട്ടുന്നെങ്കിൽ അതൊരു ഗൾഫുകാരനായിരിക്കണം. മൂന്നു തവണ പത്താം ക്ലാസ് എഴുതി തോറ്റിട്ടും പെട്ടെന്നൊരുത്തനെ കെട്ടാൻ നിന്നു കൊടുക്കാതെ ടൈപ്പ് റൈറ്റിങ് പഠിക്കാൻ പോയത് അതുകൊണ്ടാണ്. ആദ്യം വന്ന പതിനാലുപേരും ഗൾഫുകാരല്ല എന്ന ഒറ്റ കാരണത്താൽ രാധ തന്നെ വേണ്ടെന്നു വച്ചതാണ്. പതിനഞ്ചാമതു വന്ന ആലോചന.

ചെറുക്കൻ ഗൾഫിലാണെന്നു കേട്ടപ്പോഴേ ഇത് നടത്തിത്തരണേ ഭഗവതി എന്ന് രാധ പനയ്ക്കൽ കാവിലെ ഭഗവതിയോടു ഉള്ളുരുകി പ്രാർത്ഥിക്കുകയും ചെയ്തു.

"ഗൾഫുകാരനെ കല്യാണം കയിച്ചാല് അയാള് പോവുമ്പം അനക്ക് സങ്കടാവൂലേ..?" കൂട്ടുകാരി യമുനയുടെ ചോദ്യമൊന്നും രാധ കേട്ടതായിപ്പോലുംഭാവിച്ചില്ല.

പണ്ടും അവൾ അത്തരം വിഡ്ഢിചോദ്യങ്ങൾ ചോദിച്ചിട്ടുണ്ട്. അപ്പോഴൊക്കെ ചെയ്യാറുള്ളതുപോലെ ഇതും ഒരു ചെവിയിലൂടെ കേട്ട് മറു ചെവിയിലൂടെ രാധ തള്ളിക്കളഞ്ഞു. ചെറുപ്പം മുതൽ ഓരോന്ന് കാണിച്ചും പറഞ്ഞും തന്നെ ഒരു തികഞ്ഞ കുശുമ്പിയാക്കി വളർത്തിയവളാണവൾ. കഴുത്തിൽ കനമുള്ള മാലയും കാതിൽ ജുമുക്കയുമൊക്കെയിട്ട് ഒരു വരവുണ്ട് വെറുതെ മറ്റുള്ളവരുടെ നെഞ്ചിടിപ്പ് കൂട്ടാൻ. അച്ഛൻ ഗൾഫിലാണെന്നതിന്റെ അഹങ്കാരമാണവൾക്ക്. സ്കൂളിൽ പഠിക്കുമ്പോൾ അവളെപ്പോലെ വേറെയും ചിലരുണ്ടായിരുന്നു. ആറാം ക്ലാസിൽ ഒപ്പം പഠിച്ച മുംതാസ്, പിന്നെ മൂന്നു തവണ തോറ്റിട്ടും ആർഭാടത്തിനു ഒട്ടും കുറവില്ലാത്ത ജാസ്മിൻ, അഷ്റഫ്, ഗണേശൻ അങ്ങിനെ കുറേപ്പേരുണ്ടായിരുന്നു. എല്ലാം ഫോറിൻ മണമുള്ള കുട്ടികൾ. അവരുടെ ബാഗ്, പെൻസിൽ ബോക്സ് എല്ലാത്തിനുമുണ്ടായിരുന്നു പ്രത്യേകതകൾ. ഒരിക്കൽ അഷറഫിന്റെ ബാപ്പ വന്നപ്പോൾ തനിക്കും തന്നു റോസ് നിറത്തിലുള്ള റോസാപ്പൂവിന്റെ മണമുള്ള റബ്ബർ. അച്ഛനോടും പറഞ്ഞു നോക്കിയതാണ് കുറച്ചുകാലം ഗൾഫിൽ പോയി പണിയെടുത്തൂടെന്ന്. അച്ഛൻ ചിരിക്കും. അമ്മയ്ക്കാണെങ്കിൽ ദേഷ്യം വരും. ഗൾഫിൽ പോകാൻ അച്ഛന് ഇഷ്ടക്കേടുണ്ടായിട്ടല്ല. അമ്മ സമ്മതിക്കില്ല. അമ്മയ്ക്ക് എപ്പോഴും അച്ഛനെ കണ്ടുകൊണ്ടിരിക്കണം. അച്ഛനെയും മക്കളെയും ഒപ്പമിരുത്തി നല്ല ആഹാരം വച്ച് വിളമ്പിത്തരണം. മറ്റൊന്നിനോടും അമ്മയ്ക്ക് ആഗ്രഹമില്ല.

അമ്മയും അച്ഛനും കൂടപ്പിറപ്പുകളുമൊക്കെ പറഞ്ഞതാണ് ഗൾഫുകാരനെ വേണ്ടെന്ന്. പക്ഷേ, കല്യാണം കഴിക്കുന്നെങ്കിൽ അതൊരു ഗൾഫുകാരനെയായിരിക്കുമെന്ന് രാധ തീർത്തു പറഞ്ഞതോടെ ആലോചന വന്നതിന്റെ പത്താം നാൾ ഗൾഫുകാരൻ ദാമു രാധയുടെ കഴുത്തിൽ താലി കെട്ടി.

ഗൾഫുകാരനെ ഭർത്താവായി കിട്ടിയതിന് ദൈവങ്ങളെ നന്ദി അറിയിച്ചു. അമ്പലങ്ങൾ കയറിയിറങ്ങിക്കഴിഞ്ഞപ്പോഴേക്കും ദാമുവിന് തിരിച്ചുപോകേണ്ട ദിവസമടുത്തിരുന്നു. തീ പോലെ പൊള്ളുന്ന ഏകാന്തതയിലും കഴുത്തിൽ കിടക്കുന്ന നല്ല കനത്തിലുള്ള താലിമാല നോക്കി രാധ ആശ്വസിച്ചു. ഗൾഫുകാരന്റെ ഭാര്യക്ക് മാത്രേ ഇത്രേം കട്ടിയുള്ള താലിമാല ഉണ്ടാകൂ.

വെള്ളിയാഴ്ചകളിൽ മൂന്നാലു വീടുകൾക്കപ്പുറത്തെ വാസുവേട്ടന്റെ

വീട്ടിൽ ദാമുവിന്റെ ഫോൺവിളിക്കായുള്ള കാത്തിരിപ്പും, ഇടയ്ക്കു ബാങ്കിലേക്കും പോസ്റ്റ് ഓഫീസിലേക്കുമുള്ള യാത്രകളും ഒന്നോ രണ്ടോ വർഷത്തിലൊരിക്കൽ കൈ നിറയെ സമ്മാനങ്ങളുമായെത്തുന്ന ഭർത്താവും ഒപ്പം വരാനിരിക്കുന്ന കൂടുതൽ മെച്ചപ്പെട്ട ജീവിതത്തെക്കുറിച്ചുള്ള സ്വപ്നങ്ങളും മതിയായിരുന്നു അവൾക്ക് സന്തോഷിക്കുവാനും ആശ്വസിക്കുവാനും.

ജീവിതത്തിന്റെ ഓരോ ഘട്ടത്തിലും ദാമുവിന് തന്റെ ഭാവിയെക്കുറിച്ച് വ്യക്തമായ കാഴ്ചപ്പാടുകൾ ഉണ്ടായിരുന്നു.. രഹസ്യമായി മനസ്സിൽ സൂക്ഷിച്ച സുപ്രധാന തീരുമാനങ്ങൾ ഓരോന്നായി കൃത്യസമയത്ത് നടപ്പാക്കുവാനും അയാൾ ശ്രദ്ധിച്ചിരുന്നു. അരീക്കാടങ്ങാടിയിൽ തനിക്കു സ്വന്തമായി ഒരു തുന്നപ്പീട്യ ഉണ്ടാവുക എന്നത് സ്കൂളിൽ പഠിക്കുന്ന കാലം മുതൽ അയാൾ കണ്ട സ്വപ്നമാണ്. അങ്ങനെയാണ് ദാമു ഒരു ചിങ്ങമാസം ഒന്നാം തീയതി സ്വന്തം ഭാര്യയുടെ പേരെഴുതിയ ബോർഡ് തൂക്കി അച്ഛന്റെ മരണശേഷം അനാഥമായ സർബ്ബത്ത് പീടികയെ തുന്നൽ പീടികയാക്കി തന്റെ ഗൾഫുജീവിതം അവസാനിപ്പിച്ചത്.

ഭർത്താവിന് ഗൾഫുകാരൻ എന്ന പേര് എന്നെന്നേക്കുമായി നഷ്ടമാകുന്നതോടെ താൻ തുന്നൽക്കാരന്റെ ഭാര്യയാവുകയാണെന്ന സത്യം വേദനിപ്പിച്ചെങ്കിലും ഭർത്താവ് ഒപ്പമുള്ളതിനേക്കാൾ വലിയ സന്തോഷം വേറെന്താണെന്നു സ്വയം ചോദിച്ചും മറ്റുള്ളവരോട് പറഞ്ഞും രാധ സമാധാനിച്ചു.

ഇനിമുതൽ എല്ലാവരും തന്നെ അറിയുന്നത് രാധാസ് ടെയിലറിങ്ങിന്റെ പേരിലായിരിക്കുമെന്നും അരീക്കാടങ്ങാടിയിലെ ആദ്യത്തെ തുന്നൽ പീടിക തന്റെ പേരിലുള്ളതാണെന്നും ഓർത്ത് അവൾക്ക് അഭിമാനം തോന്നി. പക്ഷേ, ആരും രാധാസ് ടെയിലറിങ്ങിനെ ആ പേര് പറഞ്ഞില്ല. നേരും നെറിയുമുള്ള, പഴയതൊന്നും മറക്കാത്ത അരീക്കാട്ടുകാർ രാധയുടെ കാര്യത്തിൽ മാത്രം പഴയതെല്ലാം മറന്നു. ഗൾഫുകാരൻ ദാമുവിനെ അവർ വളരെ പെട്ടെന്ന് തന്നെ തുന്നക്കാരൻ ദാമുവാക്കി. പുതിയ പരിചയക്കാർ അവളെ നോക്കി "ഇയ്യ് തുന്നക്കാരൻ ദാമുന്റെ ഭാര്യയല്ലേ" എന്ന് ചോദിച്ചു. എല്ലാം ഒരു സ്വപ്നം പോലെ ആരംഭിക്കുകയും അവസാനിക്കുകയും ചെയ്തത് താൻ ഭാഗ്യമില്ലാത്തവളായതുകൊണ്ടാണ്. അത് രാധയ്ക്കറിയാം. അത്തരം ഭാഗ്യക്കേടുകളെക്കുറിച്ചോർത്ത് അവളെന്നും വേദനിച്ചിട്ടുണ്ട്.

മൂത്തചെക്കൻ പത്താം ക്ലാസ് കഴിഞ്ഞ് പോളിയിൽ പോയിത്തുടങ്ങിയപ്പോഴാണ് രാധയ്ക്ക് എന്തോ ഒരേനക്കേട് തോന്നിത്തുടങ്ങിയത്. വല്ലാത്ത ഒരു നെഞ്ചിടിപ്പ് "ഇടയ്ക്കിടെ ഈ ഹാർട്ടടി വല്ലാണ്ടങ്ങ് കൂടുന്നു..." എന്ന സത്യസന്ധമായ പരാതി അതിനു മുൻപ് പലപ്പോഴും പറഞ്ഞിട്ടുണ്ടെങ്കിലും ദാമു അതൊന്നും അത്ര

കാര്യമാക്കിയിരുന്നില്ല. ഈയിടെയാണ് അതല്പം സീരിയസ് ആണെന്ന് ദാമുവിനും തോന്നി തുടങ്ങിയത്.

ഓണവും പെരുന്നാളുമൊക്കെ കഴിഞ്ഞു പീടേ്യല് തിരക്ക് കുറഞ്ഞു തുടങ്ങിയതോടെ വീട്ടുകാര്യങ്ങള് നടത്തിക്കൊണ്ടു പോകാൻ പെടാപ്പാട് പെടുന്ന ഒരു നവംബർ മാസത്തിലാണ് രാധയുടെ ഹാർട്ടടിയുടെ വേഗത ദാമു നേരിൽ കണ്ടറിഞ്ഞത്. അത് രാധയെപ്പോലെ അയാളെയും ഭയപ്പെടുത്തി.

ശാരദയുടെ വീട്ടിൽ പുതിയ ടി വി വാങ്ങിയത് കാണാൻ കുട്ടികൾ വന്നു വിളിച്ചപ്പോൾ സന്തോഷത്തോടെ ഇറങ്ങിപ്പോയ രാധ തിരിച്ചെത്തിയത് വല്ലാത്ത നെഞ്ചിടിപ്പോടെയാണ്. ഇതുവരെയില്ലാത്തവിധം ശക്തമായിട്ടാണ് ഇത്തവണ ഹൃദയം പ്രതികരിച്ചത്. സാധാരണ വീടുകളിൽ രാധ കണ്ടിട്ടുള്ളതിനേക്കാൾ വലിയ ടി വി യായിരുന്നു അത്. പക്ഷേ, ശാരദയോട് അതേക്കുറിച്ച് നല്ല വാക്ക് പറയാൻപോലും നില്ക്കാതെ തിരിച്ചു നടക്കേണ്ടി വന്നു. മുഖമാകെ വിളറി വെളുത്ത് കട്ടിലിൽ ചാരിയുള്ള ഇരിപ്പ് കണ്ടപ്പോൾ ഇനീം വച്ചോണ്ടിരിക്കണ്ടാന്നു പറഞ്ഞു ദാമുവാണ് രമണിക്ലിനിക്കിലെ രത്നാകരൻ ഡോക്ടറിന്റടുത്ത് കൊണ്ടുപോയത്. താനൊരു ഹൃദ്രോഗിയാണെന്നും ഹാർട്ടടിയുടെ വേഗത കൂടുന്ന ഏതെങ്കിലും ഒരു നിമിഷത്തിൽ തന്റെ മരണം സംഭവിച്ചേക്കാമെന്നും രാധ ഭയന്നു.

ക്ലിനിക്കിലെത്തുമ്പോൾ പതിവുപോലെ നല്ല തിരക്കായിരുന്നു. പത്തിരുപത്തിയഞ്ചു വർഷമായി അരീക്കാട് അങ്ങാടിയിലെ ഏറ്റവും തിരക്കുള്ള ഇടമാണ് രമണി ക്ലിനിക്. ഇരുപത്തിയഞ്ചു രൂപ കൊടുത്താൽ ഡോക്ടറെ കാണാം. അത്യാവശ്യ മരുന്നുകളും കിട്ടും. ക്ലിനിക്കെന്നു പറഞ്ഞാൽ അതൊരു രണ്ടു മുറിപ്പീടികയാണ് അങ്ങാടിയിലെ ബഹളത്തിൽനിന്നു കുറച്ചങ്ങോട്ടു മാറി ബസ് സ്റ്റോപ്പിനടുത്ത് മാധവൻ നായർ തന്റെ വീട്ടു വളപ്പിൽ റോഡിനഭിമുഖമായി പണിതിട്ട രണ്ടു മുറികൾ മാത്രമുള്ള കെട്ടിടം. കുറച്ചുകാലം അവിടെ ഒരു കുറിക്കമ്പനി ആയിരുന്നു. അത് പൂട്ടിപോയതിൽപ്പിന്നെയാണ് അഞ്ചെട്ടു കിലോമീറ്ററപ്പുറം താമസിക്കുന്ന രത്നാകരൻ ഡോക്ടർ അരീക്കാടങ്ങാടിയിലെത്തി ക്ലിനിക് തുടങ്ങുന്നത്. ദാമുവിന്റെ തുന്നൽപ്പീടികയുടെ അത്രപോലും വിസ്താരമില്ലാത്ത ഇരുട്ട് മൂടിയ കുടുസ്സു മുറിയിലിരുന്നാണ് ഡോക്ടർ ആ പ്രദേശക്കാരുടെ രോഗങ്ങൾക്ക് വിധി പറയുന്നത്. രാവിലെ എട്ടു മണിമുതൽ ഉച്ചയ്ക്ക് ഒരു മണിവരെ. അതുകഴിഞ്ഞ വൈകിട്ട് മൂന്നു മുതൽ രാത്രി പത്ത് വരെ. എന്നിട്ടും ക്ലിനിക്കിലെ തിരക്കിന് ഒരിക്കലും ഒരു കുറവുമില്ല. ടോക്കൺ കൊടുത്ത് തിരക്ക് നിയന്ത്രിക്കാനും ഡോക്ടറുടെ കുറിപ്പടി നോക്കി മരുന്നെടുത്ത് കൊടുക്കാനുമൊക്കെ ഒരു ചെക്കനുമുണ്ട്. അവൻ ഡോക്ടറുടെകൂടെ കൂടിയിട്ട് അധികം നാളായില്ല. അവന്റെ ഉണങ്ങി വരണ്ട ശരീരവും ചുണ്ടുകൾ വലിച്ച് തുറന്നു കാട്ടിയുള്ള ചിരിയും കണ്ടാലേ

അത് മനസ്സിലാക്കാം. അതിനു മുൻപുണ്ടായിരുന്നവൻ വേറെ ജോലികിട്ടി പോയപ്പോൾ രാധയുടെ ആങ്ങളയായിരുന്നു കുറച്ചുകാലം ഡോക്ടറുടെ സഹായി. ചെക്കൻ മരുന്ന് മാറി കൊടുത്തിട്ട് ഡോക്ടർ ഇറക്കി വിട്ടതാണെന്നു ദാമുവും അതിലും വല്യ ആസ്പത്രീല് പണി കിട്ടിയപ്പോ മതിയാക്കി പോയതാണെന്ന് രാധയും പറയും. രണ്ടായാലും രമണി ക്ലിനിക്കിലെ വർക്ക് എക്സ്പീരിയൻസിന്റെ പുറത്ത് ആങ്ങള ടൗണിലെ ആസ്പത്രീയിൽ കമ്പോണ്ടറായെന്നത് സത്യമാണ്.

അരീക്കാടുകാർക്കാണെങ്കിൽ രത്നാകരൻ ഡോക്ടറെന്നു പറഞ്ഞാൽ സാക്ഷാൽ ദൈവത്തെപോലെയാണ്. ചിലർക്ക് ബുദ്ധപ്രതിമയെപ്പോലെ പാതി അടച്ച കണ്ണുകളും ചെറു ചിരിയുമായി ഇരിക്കുന്ന ഡോക്ടറെ ഒന്ന് കാണുകയേ വേണ്ടൂ രോഗം പെട്ടെന്ന് ഭേദമാകും. ഒരു വിദ്യാർത്ഥിയുടെ എല്ലാ സംശയങ്ങൾക്കു മറുപടി നല്കാൻ കെല്പുള്ള ഒരദ്ധ്യാപകനെപ്പോലെയാണ് ഡോക്ടർ രോഗികൾക്ക് മുൻപിലിരിക്കുക. നാട്ടിലെ കൊച്ചുകുട്ടികൾ മുതൽ വൃദ്ധന്മാർ വരെ എല്ലാവരും എല്ലാ അസുഖങ്ങൾക്കും ആദ്യമെത്തുന്നത് അവിടെയാണ്. പുറത്ത് വലിയ ആസ്പത്രീല് കാണിക്കേണ്ട സൂക്കേടാണെങ്കില് ഡോക്ടറ് അപ്പൊ തന്നെ പറയും. അതാണ് വിശ്വാസം. നാട്ടിലെ ഗർഭിണികൾ പോലും ഡോക്ടറെ കണ്ടു വിവരം പറഞ്ഞിട്ടേ ലേഡി ഡോക്ടറുടെ അടുത്ത് പോകൂ. മക്കൾ മൂന്നെണ്ണത്തിനെ വയറ്റിലായപ്പോഴും ആദ്യം ഡോക്ടറെകണ്ട് വിവരം പറഞ്ഞിട്ടാണ് രാധയും ടൗണിൽ പെണ്ണുങ്ങളുടെ ആസ്പത്രീലെ ഡോക്ടർ സരസ്വതിയുടെ അടുത്ത് പോയത്. കുട്ടികൾ മൂന്നിനും ജലദോഷോം പനീം തൂറ്റലുമൊക്കെയായി എത്ര പ്രാവശ്യം ഡോക്ടറെ കാണാൻ വന്നിട്ടുണ്ടെന്ന് ദാമുവിനു തന്നെ ഓർമ്മയില്ല.

പക്ഷേ, അപ്പോഴൊന്നും തോന്നിയിട്ടില്ലാത്ത വല്ലാത്തൊരു ആധി ഇന്ന് അവർ രണ്ടുപേരെയും ഒരുപോലെ ഭയപ്പെടുത്തിക്കൊണ്ടിരുന്നു. ചെക്കനെ വിട്ട് നേരത്തെ ടോക്കൻ എടുത്തിട്ട് പോകാമെന്നു രാധ പറഞ്ഞതാണ്. അപ്പോഴത്തെ ബഹളത്തിൽ അയാൾ അതിനൊന്നും കാത്ത് നില്ക്കാതെ അവളെയും കൂട്ടി പുറപ്പെടുകയായിരുന്നു. വരാന്തയിലെ ബഞ്ചിൽ കുത്തിയിരുന്നത് രണ്ടു മണിക്കൂറാണ്. ഇടയ്ക്കു പുറത്തിറങ്ങി റോഡിനപ്പുറത്തെ കണാരേട്ടന്റെ പെട്ടിപീടൃന്നു ഒരു സിഗരറ്റ് വാങ്ങി പൊകച്ചതല്ലാതെ വൈകുന്നേരം മുതൽ ഒരിറക്ക് വെള്ളം പോലും കുടിച്ചിട്ടില്ല.

ക്ലിനിക്കിലെത്തുമ്പോൾ രാധയുടെ ഹൃദയം സാധാരണയിലേക്കു മടങ്ങിയിരുന്നെങ്കിലും അവളുടെ മനസ്സ് ശാന്തമായിരുന്നില്ല. മരണക്കിടക്കയിലെന്നപോലെ അവൾ തന്റെ ഭർത്താവിനെയും കുട്ടികളെയും കുറിച്ചോർത്തു. വരാന്തയിലെ ബഞ്ചിൽ കുത്തിയിരുന്ന രണ്ടു മണിക്കൂറും അത്തരം ചിന്തകളാണ് അവളെ ഭരിച്ചത്. അടുത്ത് വന്നിരുന്നു കുശലം പറയാൻ തുടങ്ങിയ മുൻപരിചയമില്ലാത്ത ഒരു രോഗിയുടെ ചോദ്യങ്ങൾക്കുള്ള മറുപടി അവൾക്കുപോലും അറിയില്ലായിരുന്നു.

"എന്താ സൂക്കേട്?"

പേരറിയാത്ത ഏതോ അസുഖത്തെക്കുറിച്ച് പറഞ്ഞറിയിക്കാനാവാത്ത രാധ ഒന്ന് തേങ്ങി.

"ഹാർട്ടിങ്ങനെ വല്ലാതെ അടിക്കുന്നു" അത്രേ അവൾക്കറിയൂ.

അതിൽക്കൂടുതൽ എന്തെങ്കിലും രത്നാകരൻ ഡോക്ടറിപ്പോൾ പറയും അതവൾക്കറിയാം. അതുകേൾക്കാനാണ് അവൾ കാത്തിരിക്കുന്നത്.

ഊഴം വന്നപ്പോൾ അവളാണ് ആദ്യം ഓടിക്കയറിയത്. ഏറെനാളുകൾക്കുശേഷം അടുത്ത ബന്ധുക്കളെ ആരെയെങ്കിലും കാണുന്നതുപോലെയാണ് രാധയപ്പോൾ പെരുമാറിയത്. തന്റെ ഹാർട്ടടിയെക്കുറിച്ച് രത്നാകരൻ ഡോക്ടറോട് പറയാൻ അവൾക്ക് പ്രത്യേകിച്ചൊരു മുഖവുരയുടെയും ആവശ്യമില്ല. "ചിലപ്പോഴൊക്കെ വല്ലാത്ത സ്പീഡിൽ ഹാർട്ടടിക്കുന്നു." രാധ പറഞ്ഞു തുടങ്ങിയതേയുള്ളു ഡോക്ടറുടെ മുഖം സീരിയസായി. കണ്ണുകൾ മുഴുക്കെ തുറന്ന ബുദ്ധനെപ്പോലെയായിരുന്നു അപ്പോഴത്തെ ഡോക്ടറുടെ മുഖം. പുഞ്ചിരി ഒട്ടും മാഞ്ഞിരുന്നില്ല. മുൻപൊരിക്കലും കണ്ടിട്ടില്ലാത്ത വിധം ഗൗരവത്തോടെയാണ് പിന്നീട് ഡോക്ടർ സംസാരിച്ചത്. എപ്പോഴൊക്കെയാണ് ഹാർട്ടടിക്കു സ്പീഡ് കൂടുതലാകുന്നതെന്നും വേദനയുണ്ടോ തലകറക്കമുണ്ടോ എന്നുതുടങ്ങി ഒരുപാട് ചോദ്യങ്ങൾക്കും പരിശോധനകൾക്കും ശേഷം. ദാമുവിനെ നോക്കി ഒന്ന് ചിരിച്ചശേഷം ഡോക്ടർ പറഞ്ഞു "പേടിക്കാനൊന്നുമില്ല."

ഡോക്ടർ പറഞ്ഞത് സത്യമാണോ അതോ തന്നെ ആശ്വസിപ്പിക്കാൻ പറഞ്ഞ നുണയാണോ എന്ന സംശയത്തെ മനഃപൂർവ്വം അവഗണിച്ചുകൊണ്ട് ദാമു ഭാര്യക്കു മുൻപിൽ ചിരിച്ചു.

ഇത്തവണ കുറിച്ചുതന്ന മരുന്ന് ഒരെണ്ണം പുറത്തുനിന്ന് വാങ്ങേണ്ടതായിരുന്നു. അരീക്കാട്ടെ മത്തായി മെഡിക്കൽസിലും ഇല്ലാത്ത മരുന്ന് രാത്രി തന്നെ ടൗണിൽ പോയി വാങ്ങിച്ചു. മരുന്നുകൾ കഴിച്ച് രാധ ആശ്വാസത്തോടെ കിടന്നുറങ്ങി. അവൾക്കു രത്നാകരൻ ഡോക്ടറെ വിശ്വാസമാണ്. തന്റെ അസുഖം പൂർണ്ണമായും മാറുമെന്ന് തന്നെ അവൾ വിശ്വസിച്ചു. രാത്രി അയാൾക്ക് ഉറക്കം വന്നില്ല. ഹാർട്ടിനു അസുഖമെന്നു കേൾക്കുമ്പോഴേ പേടിയാണ്. ഇപ്പോൾ ഓപ്പറേഷൻ ചെയ്തു ഒക്കെ മാറ്റി വെക്കാന്നു പറഞ്ഞാലും പൈസ എവിടുന്നുണ്ടാക്കാനാണ്. ഹാർട്ട് അടിച്ചാലും കൊഴപ്പം അടിച്ചില്ലേലും കൊഴപ്പം തന്നെ. അയാളുടെ മനസ്സ് പലവഴിക്ക് രാധയുടെ അസുഖത്തെക്കുറിച്ചു മാത്രം ചിന്തിച്ചു.

മൂന്നാലു ദിവസങ്ങൾ മരുന്ന് കഴിച്ച് രാധ സന്തോഷത്തോടെ ഉറങ്ങി. പരാതികളും പരിഭവങ്ങളുമില്ലാതെ അസുഖക്കാരിയെ കാണാനെന്നത്തുന്നവരോട് കുശലം പറഞ്ഞിരിക്കുന്ന അവളെ കണ്ടപ്പോൾ ദാമുവിനും ആശ്വാസമായി. ഡോക്ടർ പറഞ്ഞത് ശരിയാണ് പേടിക്കാനൊന്നുമില്ല.

ഒരാഴ്ച കഴിഞ്ഞാണ് കുഞ്ഞിക്കണ്ണേട്ടന്റെ മകളുടെ കല്യാണത്തിനു

പോയത്. വളരെ ശ്രദ്ധയോടെ ഒരുങ്ങിയാണ് രാധയിന്നു കല്യാണ വീട്ടിലേക്കു പുറപ്പെട്ടത്. പതിവില്ലാതെ അവൾക്കു നല്ല ആത്മവിശ്വാസം തോന്നിയിരുന്നു. പക്ഷേ, കല്യാണപ്പെണ്ണിനോടും അമ്മയോടുമൊക്കെ വർത്തമാനം പറഞ്ഞിരുന്നപ്പോഴേ തനിക്കെന്തോ തളർച്ചയുണ്ടാകുന്നതു പോലെ രാധയ്ക്ക് അനുഭവപ്പെട്ടു. അവളുടെ മുഖം വിളറി വെളുത്തതും നെഞ്ചത്ത് കൈ വച്ചതും ദാമുവും ശ്രദ്ധിക്കുന്നുണ്ടായിരുന്നു. വരുന്ന വഴി രണ്ടാമത്തെ പെങ്ങളുടെ വീട്ടിൽ കയറി അല്പസമയം ഇരിക്കാമെന്നു കരുതിയതും അതാണ്. പെങ്ങളോട് കല്യാണ വിശേഷങ്ങളോരോന്നായി പറഞ്ഞു തുടങ്ങിയതെയുള്ളു ഹാർട്ട് അടി അല്പം ഉച്ചത്തിലായോ എന്നൊരു സംശയം ദാമുവിനു തോന്നാതിരുന്നില്ല. ചായ കുടിച്ചുകൊണ്ടിരിക്കുമ്പോഴാണ് പെങ്ങൾ പുതിയ വീടിന്റെ പ്ലാൻ കൊണ്ടുവന്നു കാണിച്ചത്. അതിലെ ഓരോ ഭാഗങ്ങളും അവൾ വിശദമായി വിവരിച്ചുകൊണ്ടിരുന്നു. വളരെ താല്പര്യത്തോടെ അതൊക്കെ കേട്ടിരിക്കുമ്പോഴും രാധയുടെ മനസ്സ് വഴിമാറി പാതി പണിതീർത്ത സ്വന്തം വീടിന്റെ അടുക്കളയിലെ പുക പിടിച്ച ചുമരുകൾക്കരികിൽ ചെന്നു നിന്നു.. എന്തോ പ്രശ്നമുണ്ടെന്നും പുറത്തറിയിക്കാതെ സഹിച്ചിരിക്കയാണെന്നും ദാമു സംശയിച്ചതാണ്. അത് സത്യമായിരുന്നു തന്റെ ഹാർട്ട് ശരീരത്തിലെ മറ്റെല്ലാ അവയവങ്ങളെയും ഇളക്കി മറിച്ചുകൊണ്ട് അതിവേഗത്തിൽ മിടിക്കാൻ തുടങ്ങിയിരിക്കുന്നെന്നു രാധയ്ക്ക് മനസ്സിലായി. ചിലതൊക്കെ കേൾക്കുമ്പോഴും കാണുമ്പോഴും അങ്ങനെയാണ്. ഹാർട്ട് വല്ലാതെ ഇടിക്കും. താൻ മരിക്കാൻ പോവുകയാണെന്നുപോലും രാധയ്ക്ക് തോന്നും.

ആംബുലൻസിൽ കയറ്റിയാണ് മെഡിക്കൽ കോളേജിലെത്തിച്ചത്. ഐ സി യുവിൽ ഡോക്ടർമാർ മാറി മാറി പരിശോധിച്ചു, ടെസ്റ്റുകൾ നടത്തി. ഇ സി ജിയിലെ ഉയർച്ചകളും താഴ്ചകളും നോക്കി പരസ്പരം എന്തൊക്കെയോ പറഞ്ഞു. നേരം വെളുക്കുന്നതുവരെ ഐ സി യുവിന്റെ മുൻപിലിരിക്കുമ്പോൾ ദാമു ചിന്തിച്ചത് കഴിഞ്ഞ പതിനേഴു വർഷത്തെ വിവാഹജീവിതത്തിലെ നല്ല നിമിഷങ്ങളെക്കുറിച്ച് മാത്രമായിരുന്നു. രാധയുടെ ഹൃദയത്തിനെ നോവിക്കുന്ന യാതൊന്നും താനിതുവരെ ചെയ്തിട്ടില്ലെന്നയാൾ ഉറപ്പു വരുത്തി.

ആഴ്ചയിലൊരിക്കൽ പതിവുള്ള കള്ളുകുടി നിർത്താത്തത് അവൾക്കു വിഷമമുണ്ടാക്കുന്നുണ്ടെന്ന് ദാമുവിനറിയാം. പിന്നെ വീട്ടിലെ ചില്ലറ കഷ്ടപ്പാടുകളും.

അളിയനാണ് ഡോക്ടറെ കാണാൻ ഒപ്പം വന്നത്. ആ മുറിക്കു നല്ല തണുപ്പുണ്ടായിരുന്നു. രത്നാകരൻ ഡോക്ടറെപ്പോലത്തെ ചിരിയൊന്നുമില്ല. പകരം അനാവശ്യമായ ഒരു ഗൗരവമുണ്ടായിരുന്നു മുഖത്ത്. “ഹാർട്ടിനു കുഴപ്പമൊന്നുമില്ല. മരുന്നും ആവശ്യമില്ല. വെറുതെ എന്തെങ്കിലും ടെൻഷനോ മറ്റോ ഉണ്ടാകുമ്പോൾ ഇങ്ങനെയൊക്കെ വരുന്നത്

സാധാരണയാണ്. അതൊന്നും കാര്യാക്കേണ്ട. ഇന്ന് തന്നെ ഡിസ്ചാർജ് ചെയ്യാം....”

ഒരു ഭാവമാറ്റവും വരുത്താതെ എല്ലാ വാക്കുകളും ഒരേ ശബ്ദത്തിൽ പറഞ്ഞുതീർത്ത് ഡോക്ടർ നടന്നകന്നു.

അളിയൻ ചിരിക്കാൻ ശ്രമിച്ചെങ്കിലും ദാമുവിന്റെ ചിരിക്കാത്ത മുഖം കണ്ടപ്പോൾ അല്പം സീരിയസ് ആയി.

“ഇനീപ്പം ഇങ്ങളെന്തിനാ പേടിക്കുന്നെ?”

“ന്നാലും ഇനിങ്ങനെ ഉണ്ടാകാതിരിക്കാനുള്ള മരുന്നൊന്നും തരാതെ. സൂക്കേടെങ്ങിന മാറാ.”

“ഹാർട്ടടി ഉണ്ടാകുന്നത് ടെൻഷൻ കൊണ്ടാന്നല്ലേ ഡോക്ടർ പറഞ്ഞത്.”

“അതെപ്പഴാണെന്ന് ഏട്ടന് മനസ്സിലാകാഞ്ഞിട്ടാ, ഇന്നലെ ഇയ്ക്കത് ശരിക്കും മനസ്സിലായി”

പെങ്ങൾ ഒരു പരിഹാസച്ചിരിയോടെയാണ് വാക്കുകൾ അഴിച്ചുവിട്ടത്. അളിയൻ കണ്ണുരുട്ടിയൊന്നു നോക്കിയപ്പോഴേക്കും അവൾ പറഞ്ഞു വന്നത് പാടെ നിർത്തി മറ്റേതോ വിഷയത്തിലേക്കു കടന്നു. എന്തെങ്കിലും വിവരക്കേട് പറഞ്ഞു തുടങ്ങുന്നതിനു മുൻപേ അളിയൻ വിലക്കിയത് നന്നായെന്ന് ദാമുവിനും തോന്നി. ചെറുപ്പം മുതലേ അവളുടെ ശീലമാണത്. ഡോക്ടർമാരെക്കാൾ വിവരം തനിക്കാണെന്ന ഭാവത്തിൽ ആർക്കെന്തു സൂക്കേട് വന്നാലും ഓരോ കണ്ടുപിടുത്തങ്ങൾ അവതരിപ്പിക്കും. ചിലപ്പോൾ മരുന്നും നിർദ്ദേശിച്ചു കളയും. അത്തരം പല നിർദ്ദേശങ്ങളും രാധയുടെ അസുഖ കാര്യത്തിൽ ബന്ധുക്കളുടെയും പരിചയക്കാരുടെയും ഭാഗത്തുനിന്നുമുണ്ടായി.

രാധയുടെ അമ്മാവൻ പറഞ്ഞതനുസരിച്ചാണ് ടൗണിൽ പോയി ഹാർട്ടിന്റെ സ്പെഷലിസ്റ്റ് ഡോക്ടർ മത്തായിയെ കണ്ടത്. രണ്ടു ദിവസം ആശുപത്രിയിൽ കിടത്തി ഡോക്ടർ പറഞ്ഞ എല്ലാ ടെസ്റ്റുകളും നടത്തി. ഇനി ഒന്നും പേടിക്കാനില്ലെന്നും മരുന്നിന്റെ ആവശ്യമില്ലെന്നും മത്തായി ഡോക്ടറും ഉറപ്പിച്ച് പറഞ്ഞപ്പോഴാണ് ദാമുവിന് അല്പമെങ്കിലും ആശ്വാസമായത്.

എപ്പോഴൊക്കെയാണ് തന്റെ ഹൃദയം അനുസരണക്കേടു കാട്ടുന്നതെന്ന് രാധയും ചിന്തിച്ചിട്ടുണ്ട്. തന്റെ ഭാഗ്യക്കേടിനെക്കുറിച്ച് ചിന്തിച്ചു ഹൃദയം നിയന്ത്രണമില്ലാതെ മിടിച്ച ചില സന്ദർഭങ്ങളിൽ അത് പനയ്ക്കൽ കാവിലെ ഭഗവതിയോട് രഹസ്യമായി പറഞ്ഞിട്ടുള്ളതല്ലാതെ ദാമുവിനോട് പോലും പറഞ്ഞിട്ടില്ല. അതുകൊണ്ടുതന്നെ അയാളുടെ മനസ്സ് ഭാര്യയുടെ ഹാർട്ടടിയെക്കുറിച്ച് ഗഹനമായി ചിന്തിച്ചുകൊണ്ടേയിരുന്നു.

വേലിക്കപ്പുറത്തെ കാഴ്ചകൾ പലപ്പോഴും രാധയുടെ ഹൃദയത്തിന്റെ താളം തെറ്റിക്കുന്നതും മനസ്സിനെ ആധി പിടിപ്പിക്കുന്നതുമൊക്കെയാണ്.

അതെന്നും അങ്ങനെയായിരുന്നു. ഗൾഫുകാരനെ ഭർത്താവായി കിട്ടിയപ്പോൾ എല്ലാ ആധിയും അവസാനിച്ചതാണ്. ഗൾഫുകാരുടെ വീടുകൾക്കെല്ലാം ഉയരമുള്ള മതിലുകളുണ്ടാകും. വലിയ വീടുകളും കാറുമൊക്കെ ഉണ്ടാകുമെന്നും അവിടെയുള്ളവർക്കെല്ലാം പെർഫ്യൂമിന്റെ ഗന്ധമുണ്ടാകുമെന്നും രാധ മനസ്സിലാക്കിയത് സ്കൂളിൽ പഠിക്കുമ്പോൾ മുംതാസിന്റെയും യമുനയുടെയുമൊക്കെ വീടുകൾ കണ്ടപ്പോഴാണ്. യമുനയ്ക്ക് മുല്ലപ്പൂവിന്റെ മണമായിരുന്നു. അവളുടെ അമ്മയ്ക്കും അനിയനുമൊക്കെ അതുപോലെ പേരറിയാത്ത ഏതെല്ലാമോ പൂക്കളുടെ സുഗന്ധമായിരുന്നു. ഗൾഫുകാരന്റെ വീടിനും വീട്ടുകാർക്കുമൊക്കെ അങ്ങനെ പല ഗന്ധങ്ങളുണ്ട്. ദാമുവിനും അതേ മണമായിരുന്നു. കല്യാണം കഴിഞ്ഞപ്പോൾ തന്റെ അലമാരയിലെ വസ്ത്രങ്ങൾക്കും പൂക്കളുടെയും പഴങ്ങളുടെയുമൊക്കെ മണമായിരുന്നു.

പുറത്തിറങ്ങുമ്പോൾ രാധയ്ക്കും കുട്ടികൾക്കും ഫോറിൻ മണമാണല്ലോന്നുള്ള ചോദ്യം കേട്ട് അഹങ്കരിച്ചിട്ടുണ്ട്. ഇന്നിപ്പോൾ ഉപയോഗിച്ചുതീർത്ത പെർഫ്യൂമിന്റെ ഒഴിഞ്ഞ കുപ്പികൾ ഭംഗിയായി അടുക്കി വച്ച അലമാരയിൽ അവശേഷിച്ചിരുന്ന സുഗന്ധവും നഷ്ടമായിരിക്കുന്നു.

മൂത്തവന് കളിക്കാൻ എത്ര കളിപ്പാട്ടങ്ങളായിരുന്നു. എല്ലാം ഫോറിൻ തന്നെ. ഒരു ഗൾഫുകാരന്റെ കുഞ്ഞുങ്ങൾക്കുണ്ടാകേണ്ടതെല്ലാം രണ്ടാമത്തവനും ഉണ്ടായിരുന്നു. പക്ഷേ, ഇളയവൾ ജനിച്ചത് തുന്നക്കാരൻ ദാമുവിന്റെ മകളായിട്ടാണ്. അതിനുമുമ്പും അയാൾ ആ ജോലിയാണ് ചെയ്തിരുന്നതെങ്കിലും ഗൾഫുകാരൻ എന്ത് ജോലി ചെയ്യുന്നു എന്നൊന്നും ആരും അന്വേഷിക്കാറില്ല. അന്നൊന്നും ആരും അയാളെ തുന്നക്കാരൻ എന്ന് വിളിച്ചിരുന്നില്ല. ദാമു ഗൾഫുകാരനായിരുന്നു. ദാമുവിന്റെ വീട് ഗൾഫുകാരന്റെ വീടായിരുന്നു. ദാമുവിന്റെ ഭാര്യയും കുട്ടികളും ഗൾഫുകാരന്റെ ഭാര്യയും കുട്ടികളുമായിരുന്നു. എത്ര നാളുകളായി തന്റെ കുട്ടികൾ സുഗന്ധം പരത്തുന്ന കുപ്പായങ്ങളിട്ട് പുറത്തിറങ്ങിയിട്ട്. അവരിപ്പോൾ സാധാരണ കുട്ടികളായിരിക്കുന്നു. അരീക്കാട്ടങ്ങാടിയിലെ ഗോപാലചെട്ടിയാരുടെ തുണിക്കടയിൽനിന്നും വാങ്ങിയ തുണികൾകൊണ്ട് അച്ഛൻ തുന്നിക്കൊടുക്കുന്ന വസ്ത്രങ്ങളാണവർക്കിപ്പോഴുള്ള നല്ല കുപ്പായങ്ങൾ. അതിന് പെർഫ്യൂമിന്റെ കൊതിപ്പിക്കുന്ന മണമില്ല. ആര് കണ്ടാലും ഇത് ചെട്ടിയാരുടെ പീട്യെന്നു വാങ്ങ്യേതാണല്ലേ എന്നൊരു ചോദ്യവുമുണ്ടാകും. ചെട്ടിയാരുടെ പീടികയിലുള്ളതെല്ലാം പഴയ ഫാഷൻ തുണികളായിരിക്കും. പക്ഷേ, ടൗണിലേതിനേക്കാൾ വില കുറവാണെന്നാണ് ദാമു പറയുന്നത്. പൈസ പല തവണകളായി കൊടുത്തു തീർത്താൽ മതിയെന്ന സൗകര്യവും.

കല്യാണവീട്ടിൽ പുത്തൻ കസവുസാരിയുടുത്ത് അണിഞ്ഞൊരുങ്ങിയാണ് ദേവയാനിയും വനജയുമൊക്കെ വന്നത്. ഏറെ നാളുകൾക്കു

ശേഷമാണ് എല്ലാവരെയും കാണുന്നത്. എല്ലാവരുടെ കഴുത്തിലും പുത്തൻ ഫാഷനിലുള്ള ആഭരങ്ങളുണ്ടായിരുന്നു. അവർക്കിടയിൽ പഴയ ഫാഷനിലുള്ള ആഭരണങ്ങളും, പുതുമ മാറിയ കസവുസാരിയുമുടുത്ത് നില്ക്കുമ്പോൾ മനസ്സ് അസ്വസ്ഥമായി. ഹൃദയം ശക്തിയായി മിടിച്ചു. ദാമു ഗൾഫിലായിരുന്നപ്പോൾ ഏതു ആൾക്കൂട്ടത്തിൽ നില്ക്കുമ്പോഴും ദൃഢമായ ആത്മവിശ്വാസം മനസ്സിനെ പൊതിഞ്ഞുസംരക്ഷിച്ചിരുന്നു. അതാണിപ്പോൾ നഷ്ടമായിരിക്കുന്നത്.

യമുന, ദേവയാനി, വനജ, ശാരദ അങ്ങനെ ചുറ്റുപാടുമുള്ള എല്ലാ സ്ത്രീകളും അവരുടെ കുട്ടികളും ഭാഗ്യമുള്ളവരാണ്. താനൊരു ഭാഗ്യം കെട്ടവളും. തന്റെ കുട്ടികൾ ഇനിയും പണിതീർന്നിട്ടില്ലാത്ത, മതിലുകളില്ലാത്ത വീട്ടിൽ താമസിക്കുന്ന തുന്നക്കാരൻ ദാമുവിന്റെ കുട്ടികളാണ്.

മനസ്സിൽ ഇന്നും അവശേഷിക്കുന്ന ഒരു വലിയ സ്വപ്നമാണത്- പണിതീർന്ന ഒതുക്കമുള്ള വീട്ടിൽ താമസിക്കണമെന്ന്. തന്റെ കുട്ടികൾ കളിച്ചു വളരുന്നത് വൃത്തിയുള്ള മതിൽക്കെട്ടിനകത്തായിരിക്കണമെന്ന്. ഒരു വിധത്തിൽ എല്ലാം ശരിയായി വന്നതാണ്. വീടുപണി പൂർത്തിയാക്കുന്നതിനു മുൻപേ ഗൾഫിലെ ജീവിതം മടുത്തെന്നും പറഞ്ഞു ദാമു നാട്ടിൽ തിരിച്ച് വന്നില്ലായിരുന്നെങ്കിൽ എല്ലാം ആഗ്രഹിച്ചതുപോലെ സംഭവിക്കുമായിരുന്നു. തന്റെ കുട്ടികൾ ഫോറിൻ മണമുള്ള കുട്ടികളായിരുന്നേനെ. അവരുടെ ഉടുപ്പുകളും ബാഗും പേനയുമെല്ലാം സുഗന്ധം പരത്തിക്കൊണ്ട് മറ്റുള്ളവരിൽ അസൂയ ജനിപ്പിക്കുമായിരുന്നു. അന്നൊക്കെ നേരിൽ കണ്ടില്ലെങ്കിലും അകലെ സമ്പന്നരുടെ നാട്ടിലിരുന്ന് രാധയുടെയും മക്കളുടെയും ആഗ്രഹങ്ങൾ കേൾക്കാനും അത് നിറവേറ്റുവാനും അയാൾക്ക് സാധിച്ചിരുന്നു. ലീവിന് വരുമ്പോൾ പെട്ടിയിൽ നിറയെ കുട്ടികളെ അത്ഭുതപ്പെടുത്തുന്ന സമ്മാനങ്ങളുണ്ടാകുമായിരുന്നു. അവരെ കണ്ടില്ലെങ്കിലും കൃത്യമായ അളവിൽ അവർക്കുവേണ്ട വസ്ത്രങ്ങളെത്തുമായിരുന്നു. ഇപ്പോഴാകട്ടെ വീട്ടിലേക്കാവശ്യമുള്ള അരിയും പച്ചക്കറിയുമൊക്കെ വാങ്ങിക്കുന്ന കാര്യം പറഞ്ഞാൽ പോലും മുഖം വീർപ്പിക്കും.

താൻ ഭാഗ്യമില്ലാത്തവളാണ്. ആർക്കും ഒപ്പമെത്താൻ തനിക്കിതുവരെ കഴിഞ്ഞിട്ടില്ല. ഈ വിഷമങ്ങളൊക്കെയും പനയ്ക്കൽ കാവിലെ ഭഗവതിയോടല്ലാതെ മറ്റാരോടും രാധ ഇതുവരെ പറഞ്ഞിട്ടില്ല. ഒടുവിൽ എല്ലാം തുറന്നു പറഞ്ഞത് ശാരദയോടാണ്. തന്റെ ഹൃദയം അതിവേഗത്തിൽ മിടിച്ച ഓരോ സന്ദർഭത്തെയുംകുറിച്ച് വിശദമായിത്തന്നെ രാധ പറഞ്ഞു.

"എന്താന്നറിഞ്ഞൂട ചിലതൊക്കെ കാണുമ്പോഴും കേൾക്കുമ്പോഴും വല്ലാത്ത ഹാർട്ടടിയാ..."

തന്റെ വീട്ടിലെ ടി വിയാണ് ഒരിക്കൽ രാധയുടെ നെഞ്ചിടിപ്പ് കൂട്ടിയതെന്നറിഞ്ഞു ശാരദ ചിരിച്ചു.

"ഈ സൂക്കേടിന് മരുന്നില്ലല്ലോ ന്റെ രാധേ.."

താനറിഞ്ഞ സത്യം ശാരദ മൂടി വച്ചില്ല. അത്രയും കാലം പനയ്ക്കൽ കാവിലെ ഭഗവതിക്കു മാത്രം അറിയാമായിരുന്ന രാധയുടെ മിടിക്കുന്ന ഹൃദയത്തിന്റെ രഹസ്യമങ്ങനെ പലരും അറിഞ്ഞു. ഒന്നുമറിയാത്തത് രാധയ്ക്കു മാത്രമാണ്.

അനുസരണ കാട്ടാത്ത ഹൃദയത്തെ അടക്കി ഒതുക്കി നിർത്താൻ ശ്രമിക്കുമ്പോഴൊക്കെ രാധയെത്തേടി പുതിയ കാരണങ്ങൾ ഓരോന്നായി വന്നുകൊണ്ടേയിരുന്നു. അവൾ പലവട്ടം പറഞ്ഞു 'ഹാർട്ടിങ്ങനെ വല്ലാതെ അടിക്കുന്നു'.

അതുകേട്ട് ദാമു വിഷമിച്ചില്ല. വീണ്ടുമൊരിക്കൽക്കൂടി രത്നാകരൻ ഡോക്ടറുടെ അടുത്തേക്കോ ആശുപത്രിയിലേക്കോ അവളെ കൂട്ടിക്കൊണ്ടു പോകാൻ അയാൾ തിടുക്കം കാട്ടിയുമില്ല. ഒരു തിങ്കളാഴ്ച രാവിലെ അലമാരിയിൽ സൂക്ഷിച്ചിരുന്ന തന്റെ പഴയ പാസ്പോർട്ട് കൈയിലെടുത്ത് അയാൾ പതിയെ വീടിനു പുറത്തിറങ്ങി.

മൃതമനുഷ്യനും ചില തത്ത്വചിന്തകളും

പ്രതീക്ഷകൾ നഷ്ടപ്പെട്ട് രോഗശയ്യയിൽ കിടക്കുന്ന മനുഷ്യനെ സംബന്ധിച്ചിടത്തോളം ജീവിതത്തിനും മരണത്തിനും ഇടയിലെ ഏറ്റവും നിരാശാജനകമായ ചിന്തകൾ പേറിയുള്ള ഒരു യാത്രയാണ് ജീവിതം. ഭൂതകാലത്തിലെ അവശേഷിക്കുന്ന ഓർമ്മകൾ മാത്രമാണ് അയാൾക്ക് സ്വപ്നങ്ങൾ. ഇത്രയുംനാൾ അനുഭവിച്ചതും അറിഞ്ഞതുമായ എല്ലാം അവസാനിക്കുന്ന ഒരു നിമിഷത്തിനു വേണ്ടിയുള്ള കാത്തിരിപ്പ്. അവിടെ ഉറക്കത്തിനും ഉണർവ്വിനും യാതൊരു പ്രസക്തിയുമില്ല

* * * * *

വൃദ്ധൻ ഉണരുമ്പോൾ മരുന്ന് മണമുള്ള മുറിയുടെ ജനവാതിലുകളെല്ലാം തുറന്നു കിടന്നിരുന്നു. അയാൾക്ക് കാണാൻ പാകത്തിൽ ജനവാതിലിനപ്പുറം, സ്കർട്ടിന്റെ പോക്കറ്റിൽനിന്നും പടർന്നു കയറിയ രണ്ടു വള്ളികൾ ചെവിയിൽ തിരുകി കയറ്റി അവൾ നില്പുണ്ട്. അത് കാണുമ്പോഴൊക്കെ അയാൾക്ക് വല്ലാത്ത അസ്വസ്ഥതയാണ്. ചെവി കേൾക്കാണ്ടായതിൽപ്പിന്നെ അത്തരത്തിലൊരു സാധനം മകൻ വാങ്ങിച്ചു തന്നിട്ടുണ്ട്. അതു തിരുകിവയ്ക്കുമ്പോൾ കാതുകൾ വല്ലാതെ അലോസരപ്പെട്ടു. അല്ലെങ്കിലും ഉറക്കെ സംസാരിക്കുന്ന ആനി അടുത്തുള്ളതുകൊണ്ട് അയാൾക്കിപ്പോഴതിന്റെ ആവശ്യമില്ല.

ഓക്സിജൻ സിലിണ്ടറുകളുടെ എണ്ണം ദിവസത്തിൽ ഒന്നിൽനിന്നും രണ്ടായി വർദ്ധിപ്പിക്കേണ്ടി വരുമെന്നതിനെക്കുറിച്ച് വൃദ്ധന്റെ മകനുമായി സംസാരിക്കുകയായിരുന്നു അവളപ്പോൾ. ഈയിടെ വൃദ്ധനു ശ്വാസതടസ്സം കൂടുതലാണ്. രാത്രിയിലും പകലും ഒരുപോലെ ഓക്സിജൻ മാസ്ക് ഇടേണ്ടതുണ്ട്. ഇടയ്ക്കു അയാളതു തട്ടി മാറ്റാൻ ശ്രമിക്കുന്ന കാര്യം പറഞ്ഞപ്പോൾ മകൻ മറുപടിയൊന്നും പറയാതെ പെട്ടെന്ന് ഫോൺവച്ചു.

അതൊരു വലിയ വീടായിരുന്നു. ഇക്കാലത്ത് പണക്കാരായ മക്കൾ അച്ഛനമ്മമാർക്കായി മരണത്തിനും ജീവിതത്തിനും ഇടയിലെ അവരുടെ നിസ്സഹായാവസ്ഥയ്ക്ക് യോജിക്കുന്ന വിധത്തിൽ പണിതുണ്ടാക്കുന്ന ഏതൊരു വീടിനെയും പോലെ നല്ല എല്ലുറപ്പുള്ള വീട്. പൂന്തോട്ടത്തിനായി കെട്ടി മാറ്റി വച്ചിരിക്കുന്ന മുറ്റത്തെ മണ്ണ് വരണ്ടുണങ്ങിക്കിടന്നു. പാതിവിടർന്നു ശോഷിച്ച പൂക്കളുമായി ഒറ്റപ്പെട്ടു നില്ക്കുന്ന ചില ചെടികൾ. വൃക്ഷങ്ങൾ ചിലത് ഇലകൾ പൊഴിക്കാനില്ലാതെ കായ്ക്കാനാവാതെ അവകാശങ്ങൾ നിഷേധിക്കപ്പെട്ട് വാർദ്ധക്യത്തിലെന്ന പോലെ പാതി ഉണങ്ങിയും പാതി തളിർത്തും പറമ്പിൽ പലയിടത്തുമായി ഒറ്റപ്പെട്ട് നില്ക്കുന്നു.

മുറ്റത്ത് തുടച്ചു വൃത്തിയായി മൂടിവച്ച ഒരു കാർ ഉടമസ്ഥനില്ലാതെ കിടന്നിരുന്നു. വൃദ്ധനെ ആശുപത്രിയിൽകൊണ്ടുപോകേണ്ടി വരുമ്പോൾ ഉപയോഗിക്കുവാൻ വേണ്ടിയാണത്. മാസത്തിലൊരിക്കൽ താഴെ അങ്ങാടിയിൽ ഓട്ടോറിക്ഷ ഓടിക്കുന്ന അരവിന്ദാക്ഷൻ വന്നു ആ കാറിൽ കയറി വീടിനു മുൻപിലെ റോഡിലൂടെ മൂന്നാലുവട്ടം ഒരു കറക്കമുണ്ട്. അതുകഴിഞ്ഞാൽ തുടച്ചു വൃത്തിയാക്കി പഴയതുപോലെ മൂടി പൊതിഞ്ഞു വയ്ക്കും. കാറിന്റെ ആരോഗ്യനില തൃപ്തികരമെന്ന് വൃദ്ധന്റെ മക്കളെ അറിയിച്ചേക്കാൻ പറഞ്ഞു തന്റെ ശമ്പളം വാങ്ങി അരവിന്ദാക്ഷൻ സ്ഥലംവിടും. വീട്ടിലേക്കാവശ്യമുള്ള സാധനങ്ങൾ എത്തിക്കുക, കറന്റ് ബിൽ, ടെലിഫോൺ ബിൽ, എന്നിവ പിഴ വരുത്താതെ കൃത്യസമയത്ത് അടയ്ക്കുക തുടങ്ങിയ ഉത്താരവാദിത്വങ്ങളൊക്കെ മക്കൾ ഏല്പിച്ചിരിക്കുന്നത് അയാളെയാണ്. വീടിനു ചുറ്റും സി സി ടി വി ക്യാമറകൾ ഘടിപ്പിച്ചിട്ടുണ്ട്. ഭദ്രമായി താഴിട്ടു പൂട്ടിയ ഗേറ്റും ഉയർത്തിക്കെട്ടിയ മതിലും. രാവിലെ പാൽക്കാരനും പത്രക്കാരനും വന്നു പോയിക്കഴിഞ്ഞാൽ ഗേറ്റ് പൂട്ടിയിടുകയാണ് പതിവ്. വല്ലപ്പോഴും വൃദ്ധനെ കാണാനെത്തുന്ന ബന്ധുക്കൾക്ക് വേണ്ടി മാത്രമേ മറ്റു സമയങ്ങളിൽ ആ ഗേറ്റ് തുറക്കാറുള്ളൂ.

ആനി പൗലോസ് ആ വലിയ വീട്ടിലെ ജീവന്റെ കാവല്ക്കാരിയായി നിയമിക്കപ്പെട്ടിട്ട് അധികനാളായിട്ടില്ല. വാതിലുകളെല്ലാം കൊട്ടിയടച്ച് ശബ്ദമുണ്ടാക്കാതെ വീടിനകത്തെവിടെയെങ്കിലും പമ്മിയിരിക്കുന്ന ഒരു ഗീതാലക്ഷ്മിയായിരുന്നു അവൾക്കു മുൻപ് വൃദ്ധന്റെ കാവല്ക്കാരി. അതിനുമുൻപ് ഒരു രാമകൃഷ്ണൻ. കഴിഞ്ഞ പതിനൊന്നു വർഷങ്ങൾ അങ്ങിനെ പലരും മാറിമാറി മൃതമനുഷ്യന് കാവലിരുന്നു. വന്നവരെല്ലാം തന്നെ പലപ്പോഴായി ജോലി മടുത്തു ഇറങ്ങിപ്പോയവർ. ഓരോ തവണയും മകൻ വളരെ ബുദ്ധിമുട്ടിയാണ് അയാൾക്കായി പുതിയ കാവല്ക്കാരെ കണ്ടെത്തുന്നത്.

അടച്ചിട്ട മുറിയിൽ ക്രമീകരിച്ച തണുപ്പിൽ കിടക്കുമ്പോഴൊക്കെ ഭൂതകാലത്തിലെ ഏറെ വേദനിപ്പിക്കുന്ന കാഴ്ചകൾ അയാളുടെ മുൻപിൽ കടന്നുവരും. കണ്ണടച്ചാലും തുറന്നാലും ഒരുപോലെ കഠിന

വേദനമാത്രം സമ്മാനിക്കുന്ന ചില യാഥാർത്ഥ്യങ്ങൾ സ്വപ്നങ്ങൾ പോലെ. അതിലൊന്ന് പറമ്പിലെ ബബ്ലൂസ്മരത്തിന്റെ കൊമ്പിൽ തൂങ്ങിനിന്ന അനുജന്റെ ചലനമറ്റ ശരീരമാണ്. വർഷങ്ങൾക്ക് മുൻപ് അയാളെ ദിവസങ്ങളോളം കരയിപ്പിച്ച ഒരിക്കലും കാണാൻ ആഗ്രഹിക്കാത്ത കാഴ്ചയാണത്.

ഒരു വൈകുന്നേരം റോഡരുകിൽ ഏതോ ലോറി തട്ടിതെറിപ്പിച്ചിട്ട അവൻ മാസങ്ങളോളം ജീവിതത്തിനും മരണത്തിനുമിടയിലെ ബോധമില്ലായ്മയിൽ ഒന്നുമറിയാതെ കിടന്നു. ആശുപത്രിയിൽ അവനു വേണ്ടി കൂടപ്പിറപ്പുകളും കൂട്ടുകാരും ബന്ധുക്കളുമൊക്കെ പ്രാർത്ഥനയോടെ കാത്തിരുന്നു. അവൻ ആരോഗ്യത്തോടെ ജീവിതത്തിലേക്ക് തിരിച്ചുവന്നപ്പോൾ അതായിരുന്നു അത്ഭുതം. ദൈവങ്ങൾക്കു നന്ദി പറഞ്ഞു, വഴിപാടുകൾനടത്തി.

അവനാണ് ഇരുപത്തിനാലാമത്തെ വയസ്സിൽ എല്ലാം അവസാനിപ്പിച്ച് ഒരു മരക്കൊമ്പിൽ തൂങ്ങി നില്ക്കുന്നത്. തന്റെ കണ്ണുകളുടെ നഷ്ടപ്പെട്ടു തുടങ്ങിയ കാഴ്ച തിരിച്ചു കിട്ടില്ലെന്ന സത്യം ആരും അറിയിച്ചിരുന്നില്ലെങ്കിലും അവൻ മനസ്സിലാക്കിയിരുന്നു.

പരാശ്രയത്തോടെ ജീവിതാന്ത്യംവരെ കഴിഞ്ഞു കൂടുന്നതിനേക്കാൾ എത്രയോ നല്ലതെന്ന് അവനു തോന്നിയ വഴിയായിരിക്കാം സ്വന്തം ജീവനെ ഉപേക്ഷിക്കുകയെന്നത്. പക്ഷേ, ചോരവാർന്ന മുഖത്തെ തുറിച്ചുനിന്ന ഉണ്ടക്കണ്ണുകളും പാതി പുറത്തേക്ക് നീണ്ട് കിടന്ന നാക്കും അന്ന് ചുറ്റുമുള്ളവരെ കരയിപ്പിച്ചില്ല.

നാട്ടുകാർ, ബന്ധുക്കൾ, കൂടപ്പിറപ്പുകൾ അങ്ങനെ എല്ലാവരും അവന്റെ ശരീരത്തിലെ തുറിച്ച കണ്ണുകളിൽനോക്കി ഒരുപോലെ ചോദിച്ചു. എന്തിനായിരുന്നു..?

മരണമെന്നത് സമയപരമ്പരയാണെന്നു വിശ്വസിക്കുന്നിടത്തോളം ആത്മഹത്യ ചെയ്യുന്നവൻ മരണശേഷവും വിചാരണ ചെയ്യപ്പെടുമെന്ന സത്യം ആ പാവം മനസ്സിലാക്കിയിരുന്നില്ല. മരണത്തിനു എപ്പോഴും ജീവിച്ചിരിക്കുന്ന മറ്റുള്ളവരെ ബോദ്ധ്യപ്പെടുത്താൻ തക്കതായ ഒരു കാരണം ഉണ്ടായിരിക്കണമെന്നതാണ് തത്ത്വശാസ്ത്രം. അവൻ ജീവിതത്തെ സ്നേഹിച്ചിരുന്നു. സ്വന്തം ജീവനെ സ്നേഹിച്ചിരുന്നു. പക്ഷേ, അതിനെല്ലാമപ്പുറം അന്തസ്സോടെ ജീവിക്കുവാൻ ആഗ്രഹിച്ചിരുന്നു.

അത്തരം ചില ചിന്തകൾ മനസ്സിൽ കടന്നുവരുന്നതോടെ നേർത്ത പരിഹാസച്ചിരിയോടെ അനുജന്റെ മുഖം അയാൾക്ക് മുൻപിൽ തെളിയും.

“ഇപ്പോഴെങ്ങനെയുണ്ട്?”

തോളറ്റം മുറിച്ചിട്ട മുടി മുന്നോട്ടെടുത്തിട്ട് സ്ലീവ്ലെസ് ബനിയൻ നേരെയാക്കികൊണ്ട് ആനി ചോദിച്ചു. അവളങ്ങനെയാണ്. വൃദ്ധന്റെ കോടിയ മുഖത്തെ പേശികളിൽ വികൃതമായ ചിരി വരുന്നതുവരെ എന്തെങ്കിലും ചോദിച്ചുകൊണ്ട് അടുത്ത് വന്നിരിക്കും. ജീവിതം

അവൾക്കൊരു ആഘോഷമാണ്. വരാനിരിക്കുന്ന നല്ല നാളുകളെക്കുറിച്ചുള്ള പ്രതീക്ഷകളും സ്വപ്നങ്ങളും നിറഞ്ഞതാണത്. ആദ്യമൊക്കെ വൃദ്ധന്റെ ബന്ധുക്കളാരെങ്കിലും വരുന്നെന്നറിഞ്ഞാൽ അവർക്ക് മുൻപിൽ പ്രത്യക്ഷപ്പെടുന്നതിനു മുൻപേ ആനി സ്വയം സമൂഹം മാന്യത നല്കിയിട്ടുള്ള വസ്ത്രത്തിലേക്ക് മാറുകയാണ് പതിവ്. അത് കാണുമ്പോൾ അയാൾ തന്റെ വശത്തേക്ക് കോടിയ ചുണ്ടുകളെ വിടർത്തി വികൃതമായി ചിരിക്കും. പിന്നെയവൾ കണ്ണാടിയിൽ നോക്കാറില്ല. സ്വന്തം ശരീരത്തിന്മേലുള്ള സ്വാതന്ത്ര്യം അവിടെ അവസാനിക്കുന്നുവെന്ന തിരിച്ചറിവ് നല്കുന്ന വേദന സ്വന്തം ശരീരത്തിനുമേൽ യാതൊരു സ്വാധീനവുമില്ലാതെ മരണം കാത്തുകിടക്കുന്ന വൃദ്ധനും തനിക്കും ഒരുപോലെയാണെന്ന് അവളപ്പോൾ ചിന്തിക്കും.

ആനി പൗലോസ് സ്വയമെടുത്ത ചില തീരുമാനങ്ങളുണ്ട്. സകല സ്വാതന്ത്ര്യത്തോടെയും ജീവിതാന്ത്യംവരെ അഭിമാനത്തോടെ ജീവിക്കുക എന്നതാണ് അതിൽ പ്രധാനം. നഴ്സിങ് പഠിച്ച് പാസായപ്പോൾ എല്ലാവരും പറഞ്ഞു വിദേശത്തെവിടെയെങ്കിലും ജോലി കിട്ടാൻ എളുപ്പം. കല്യാണ മാർക്കറ്റിൽ അധികം ബുദ്ധിമുട്ടാതെ ചെറുക്കനെ കണ്ടുപിടിക്കാം. അമ്മയും പപ്പയും അത് തന്നെ പ്രതീക്ഷിച്ചു. അയൽപക്കത്തെ റോസിലിചേച്ചി സൗദി അറേബ്യയിലേക്ക് ഒരു വിസ ശരിയാക്കിത്തരാമെന്നേറ്റു.

പക്ഷേ, തന്റെ തീരുമാനങ്ങളുമായി ആനി എത്തിച്ചേർന്നത് സൂര്യകിരണം എന്ന പേരുള്ള വെളിച്ചം കടന്നുചെല്ലാത്ത വീട്ടിനകത്തെ ജീവന്റെ കാവല്ക്കാരി ആയിട്ടാണെന്നുമാത്രം. ആനിയുടെ വരവോടെ വൃദ്ധന്റെ മുറിയുടെ ജനവാതിലുകൾ വർഷങ്ങൾക്കുശേഷം തുറക്കപ്പെട്ടു. ഏറെക്കാലമായി മഴയും വെയിലും തണുപ്പും അറിഞ്ഞിട്ടില്ലാത്ത അയാളുടെ ശരീരത്തെ തുറന്നിട്ട ജാലകത്തിലൂടെ അവൾ പുറംലോകവുമായി കൂട്ടിയിണക്കാൻ ശ്രമിച്ചു.

പുറത്തെ കാഴ്ചകൾ കണ്ടുകിടക്കാൻ അയാൾക്കിഷ്ടമാണ്. ജീവിതത്തിലെ ഏറ്റവും സുഖകരമായ ഓർമ്മകളാണ് അയാൾക്കവിടം. വീട് പുതുക്കിപണിതെങ്കിലും താൻ പിച്ചവെച്ചുനടന്ന മണ്ണിനെ മൂടി ചിത്രപ്പണികളുള്ള കോൺക്രീറ്റ് മുറ്റം വന്നെങ്കിലും അയാൾക്ക് പ്രിയപ്പെട്ട പലതും ആ വീടിനു ചുറ്റും ഇപ്പോഴുമുണ്ട്. പണ്ട് മുള്ളുവേലികൾ കെട്ടിത്തിരിച്ച പറമ്പ് നിറയെ മരങ്ങളായിരുന്നു. ഉമ്മറത്തെ വാതിൽ തുറന്നാൽ കുന്നിൻമുകളിലെ അമ്പലത്തിലെ ഗോപുരം കാണാം. ആ പരിസരത്തെ ഏറ്റവും ഐശ്വര്യമുള്ള വീടാണതെന്നു അമ്മ എപ്പോഴും അഹങ്കരിച്ചിരുന്നു. എന്നും നല്ലതു മാത്രം സംഭവിച്ചിട്ടുള്ള വീട്. മക്കൾ ഏഴുപേരുടെ കല്യാണം, പേരക്കുട്ടികളുടെ ജനനം അങ്ങനെ എല്ലാ സംഭവിച്ചത് വീടിന്റെ ഐശ്വര്യമായിരുന്നെന്ന് അമ്മ വിശ്വസിച്ചിരുന്നു. പ്രഭയെ കല്യാണം കഴിച്ചുകൊണ്ടു വരുമ്പോൾ ഓലമേഞ്ഞ മുകളിലത്തെ

നിലപുതുക്കിപ്പണിതു. അവിടെ വടക്കേയറ്റത്തെ മുറിയിലിരുന്നാൽ ദൂരെ നിരത്തിലൂടെ വാഹനങ്ങൾ പോകുന്നത് കാണാം. വീടിനു മുൻപിലെ ഇടുങ്ങിയ കുണ്ടൻ ഇടവഴിമാറി റോഡായത് ഹരിനാരായണൻ ജനിച്ച കൊല്ലമാണ്. ജീവിതത്തിലെ പലഘട്ടങ്ങളിലായി ഐശ്വര്യമുള്ള വീട് വിട്ടു ഓരോരുത്തരായി പുതിയ ഇടങ്ങൾ തേടിപ്പോയി. പിന്നീടവർ ജീവിതത്തിന്റെ ഭാഗമായ ഈ ലോകം തന്നെ വിട്ടുപോയി.

ശോഷിച്ചുണങ്ങിയ ഒരു വശത്തേക്ക് കോടിയ മുഖത്തെ അല്പം മുൻപാണ് അവൾ കണ്ണാടിയിൽ കാട്ടിക്കൊടുത്തത്. മുഖവും തലയും ഒരുപോലെ ക്ഷൗരംചെയ്ത് ബാർബർ സുബ്രഹ്മണ്യൻ പോയിക്കഴിഞ്ഞ തിൽപ്പിന്നെ ഒരു കൊച്ചുകുഞ്ഞിനെയെന്നപോലെ കിടത്തി അയാളെ കുളിപ്പിക്കുകയായിരുന്നു അവൾ. ആഴ്ചയിൽ രണ്ടോമൂന്നോ തവണ കൃത്യമായി അളന്നെടുത്ത ഇളംചൂടുവെള്ളത്തിൽ മുക്കിപ്പിഴിഞ്ഞ തുണികൊണ്ട് ശരീരം തുടച്ചു വൃത്തിയാക്കും. അതാണ് കുളി.

ദേഹത്തെ വ്രണപ്പാടുകളിൽ നീറ്റല് സഹിക്കാനാവാതെ നിലവിളി ക്കുമ്പോഴൊക്കെ കുളിക്കാൻ മടികാട്ടുന്ന കുഞ്ഞിനോടെന്ന പോലെ ചിരിച്ചുകൊണ്ട് അവൾ പലതും സംസാരിക്കും. ആദ്യമൊക്കെ ഉടുതുണി യില്ലാതെ മറ്റുള്ളവർക്ക് മുൻപിൽ അയാൾക്ക് വല്ലാത്ത ജാള്യത അനുഭവ പ്പെട്ടിരുന്നു. ഇപ്പോഴത് മാറി. തന്റേതല്ലെന്നു മനസ്സു കൊണ്ടുറപ്പിച്ച് ഉപേക്ഷിക്കാൻ തയ്യാറായിരിക്കുന്ന ശരീരത്തിനിപ്പോൾ ഉണങ്ങിയ മൂത്രത്തിന്റെയും മലത്തിന്റെയും ഒപ്പംചേർന്ന മരുന്നുകളുടെയുമൊക്കെ വൃത്തികെട്ട ഗന്ധമാണ്. ശുഷ്കിച്ചുണങ്ങിയ, അറപ്പ് തോന്നിപ്പിക്കുന്ന ശരീരം ഏതോ ക്ഷുദ്രജീവിയുടേതാണെന്ന ചിന്ത ചില നേരങ്ങളിൽ ശക്തമാകും. അപ്പോഴൊക്കെ ആജ്ഞകൾ അനുസരിക്കുന്ന വലതുകൈ യിലെ നഖംകൊണ്ടയാൾ സ്വയം വ്രണങ്ങൾ മാന്തിപ്പറിക്കും. വേദനയുടെ ലഹരിയിൽ അലറിച്ചിരിക്കും. മനസ്സ് കൈ വിട്ടുപോകുന്നതോടെ മറ്റൊരു ലോകത്തിലേക്ക് താൻ എടുത്തെറിയപ്പെടുമെന്ന തിരിച്ചറിവ് ഭയപ്പെടുത്തുമ്പോൾ അത് കരച്ചിലായി മാറും. പ്രാണവായുവിന്റെ അവസാന കണികയും വലിച്ചെടുത്ത് ശൂന്യമാകുന്ന ഓക്സിജൻ സിലിണ്ടർ ആനിയുടെ ശ്രദ്ധയിൽ പെടാതിരുന്നെങ്കിലെന്ന് വൃദ്ധൻ ആത്മാർത്ഥമായി ആഗ്രഹിച്ചു പോകുന്ന ചിലനിമിഷങ്ങളാണത്.

ശരീരത്തിലെ മുറിവുകളിൽ ശ്രദ്ധയോടെ മരുന്ന് പുരട്ടിക്കഴിഞ്ഞാൽ അവൾക്കിഷ്ടമുള്ള വിധത്തിൽ വൃത്തിയുള്ള വസ്ത്രം ധരിപ്പിച്ച് വൃദ്ധന്റെ ശരീരത്തെ പൂർണ്ണമായും ജനവാതിലിനു നേരെതിരിച്ച് കിടത്തും. അത് കഴിഞ്ഞാൽ ആനി മറ്റു ജോലികൾക്കായി മുറിവിട്ടിറങ്ങും. അവൾ തിരിച്ചു വരുന്നതുവരെ വൃദ്ധൻ തന്റെ കണ്ണടയിലൂടെ ചെന്നെത്താവുന്നത്രയും ദൂരത്തെ കാഴ്ചകളിൽ മയങ്ങികിടക്കും. മതിലിനപ്പുറത്ത് വാഹനങ്ങളുടെ ഇരമ്പൽ കേൾക്കാം. പണ്ട് ഇടവഴിയായിരുന്നപ്പോൾ നടന്നുപോകുന്ന മനുഷ്യരുടെ സംസാരം കേൾക്കാമായിരുന്നു. പിന്നെ ഇടയ്ക്കിടെ വേഗത്തിൽ പായുന്ന സൈക്കിളിന്റെ മണിമുഴക്കം. എല്ലാം മാറിയിരി

ക്കുന്നു. മുറ്റത്തെ ശാഖകൾ വെട്ടിയൊതുക്കിയ പേരമരത്തെ നോക്കികിട ക്കുമ്പോൾ വൃദ്ധൻ തന്റെ മൊട്ടത്തലയിലൂടെ വെറുതെ വിരലുകളെ ചലിപ്പിക്കും. അനുസരണയുള്ള വലതുകൈയിലെ വിരലുകളോടയാൾ ക്കിപ്പോൾ കടുത്ത സ്നേഹവും ആരാധനയുമൊക്കെയാണ്. ചെറുപ്പ ത്തിൽ ഹരിക്കിഷ്ടം പേരയ്ക്കാമരത്തിൽ കയറി കളിക്കാനായിരുന്നു. ഒരിക്കൽ അതിന്റെ മുകളിൽനിന്ന് വീണ് കൈയൊടിഞ്ഞിട്ടുമുണ്ട്. എന്നിട്ടും പ്രഭാവതിയുടെ കണ്ണുതെറ്റിയാൽ അശ്വതിയെയുംകൊണ്ട് അതിന്റെ മുകളിൽ കയറും. അവിടെയിരുന്നാൽ അകലെ റോഡിലൂടെ വാഹനങ്ങൾ പോകുന്നതു കാണം. വീട് പുതുക്കി പണിതപ്പോഴാകട്ടെ വീടിന്റെ ഭംഗി നഷ്ടമാകുമെന്ന് പറഞ്ഞ് അവനതിനെ വെട്ടി മാറ്റാൻ തുനിഞ്ഞതാണ്. പക്ഷേ, പ്രഭ സമ്മതിച്ചില്ല. പകരം കൊമ്പുകൾ മുറിച്ചു മാറ്റി. ഇപ്പോൾ തളിർക്കാനും കായ്ക്കാനുമാവാതെ പാഴ്മരമെന്ന പേരുമായി വെറുതെ നില്ക്കുന്നു. അന്നത് മുറിച്ചു മാറ്റുകയായിരുന്നു ഇതിലും ഭേദമെന്നു പിന്നീട് അവൾക്കും തോന്നിയിരുന്നു.

അവളുണ്ടായിരുന്നപ്പോൾ ഈ കിടപ്പ് ഇത്രയേറെ വേദനിപ്പിച്ചി രുന്നില്ല. എപ്പോഴും അടുത്തിരുന്ന് സംസാരിച്ചുകൊണ്ടിരിക്കും. എന്തൊക്കെയോ വയ്യായ്മകളുണ്ടായിരുന്നെങ്കിലും ഒന്നും ആരേം അറിയിക്കാതെ ഓടി നടന്നു പണിയെടുക്കും. വിശാലമായ മുറിയിൽ രണ്ടു കട്ടിലുകളിലായി ഉറങ്ങാൻ കിടക്കുമ്പോൾ ഒരിക്കലും ഉണരാതെ ആദ്യം അകന്നുപോകുന്നത് ആരായിരിക്കും എന്ന ആകുലതയായിരുന്നു രണ്ടുപേർക്കും. അവൾ ഉണരാൻ വൈകിയാൽ വല്ലാത്ത ആധിയാണ്. പലപ്പോഴും ഒന്ന് തട്ടിവിളിച്ചുണർത്തുവാനോ ഉറക്കെ ശബ്ദമുണ്ടാക്കി മറ്റുള്ളവരെ അറിയിക്കുവാനോ കഴിയാതെ തേങ്ങിക്കരഞ്ഞിട്ടുണ്ട്. അത് കാണുമ്പോൾ അവൾ ചിരിക്കും. പിന്നീട് മക്കൾ ഫോൺ ചെയ്യുമ്പോൾ അച്ഛന് പറ്റിയ അമളിയെക്കുറിച്ച് പറഞ്ഞു അവരോടൊപ്പം ചേർന്ന് തന്നെ കളിയാക്കും. ഉറങ്ങുന്നതിനു മുൻപ് കൈയെത്തുന്ന ദൂരത്തിൽ ഒരു വടി കട്ടിലിൽ ഒരിടത്ത് സ്ഥാനം പിടിച്ചത് അങ്ങനെയാണ്. രാവിലെ ഉണർന്നാൽ ആദ്യം അവളെ വടി കൊണ്ട് തട്ടിയുണർത്തും. നാല്പത്തെട്ട് വർഷത്തെ ദാമ്പത്യത്തിൽ മുൻപൊരിക്കലുമില്ലാത്ത വിധം ഒരുമിച്ചു കഴിഞ്ഞ നാളുകളായിരുന്നു അത്. കനത്ത മഴപെയ്ത ഒരു രാവിലെ എത്ര തന്നെ തട്ടിവിളിച്ചിട്ടും തല്ലിനോവിച്ചിട്ടും അവളുണർന്നില്ല. നല്ല ജീവിതമെന്ന പോലെത്തന്നെ നല്ലമരണവും ഒരു ഭാഗ്യമാണ് മനുഷ്യന്.

കുളി കഴിഞ്ഞ് ആനി ഏറെനേരം ഹാളിലെ കണ്ണാടിക്കു മുൻപിൽ തന്നെത്തന്നെ നോക്കിനിന്നു. ഇഷ്ടപ്പെട്ട വസ്ത്രത്തിൽ കണ്ണാടിക്കു മുൻപിൽ നിന്നവൾ സ്വയം പ്രഖ്യാപിക്കും ആനി പൗലോസ് ഇതാ പൂർണ്ണ സ്വതന്ത്രയാണിപ്പോൾ. ബലമുള്ള ചിറകുകളുമായി പറന്നുയർന്ന് ആകാശത്തിന്റെ ഒരു കഷണം വെട്ടിപ്പിടിച്ചു കൈയിലൊതുക്കിയതു പോലത്തെ സന്തോഷമാണവൾക്കപ്പോൾ. മുട്ടറ്റമുള്ള പാവാടയും കൊച്ചുബനിയനും ആനിക്ക് നന്നായി ഇണങ്ങുന്നുണ്ടെന്നു ആദ്യം

പറഞ്ഞത് മഞ്ജിമയാണ്. അവൾക്കിപ്പോൾ അനുവദിക്കപ്പെട്ടിട്ടുള്ള വേഷത്തിനു പരിമിതികളുണ്ട്. പ്രസാദിന് ഇഷ്ടമുള്ള നിറങ്ങളും വസ്ത്രങ്ങളും അവളുടെ ശരീരത്തെ അണിയിക്കുന്നു എന്നതിൽക്കവിഞ്ഞ് മഞ്ജിമയുടെ താല്പര്യങ്ങൾക്കവിടെ യാതൊരു പ്രസക്തിയുമില്ല. സ്വന്തം സത്തയെ മറന്നുകൊണ്ട് ജീവിക്കുന്നതിലെ നിരർത്ഥകതയെക്കുറിച്ച് ചിന്തിക്കാൻ പ്രേരിപ്പിക്കുമ്പോഴാകട്ടെ അവൾ ബാലിശമായ ചില കാരണങ്ങൾ തേടിപ്പിടിച്ചു സ്വയം വിശ്വസിക്കുവാനും മറ്റുള്ളവരെ വിശ്വസിപ്പിക്കുവാനും ശ്രമിച്ചുകൊണ്ടിരുന്നു. അയാൾക്കിഷ്ടമല്ലാത്ത വസ്ത്രം ധരിച്ചതുകൊണ്ടോ സ്വന്തം മനസ്സാക്ഷിയുടെ ഇഷ്ടങ്ങൾക്കനുസരിച്ചു ജീവിക്കണമെന്നാഗ്രഹിച്ചതുകൊണ്ടോ ഒരു പുരുഷൻ താൻ സ്നേഹിക്കുന്ന, സ്വന്തമാക്കിയ സ്ത്രീയെ വെറുക്കുന്നുവെങ്കിൽ ആ സ്നേഹം അവൾക്കെന്തിനാണ്? ജീവിക്കുവാൻ വേണ്ടി അങ്ങനെയൊരു സ്നേഹം അവൾക്ക് ആവശ്യമുണ്ടോ?

മഞ്ജിമ പറയുന്നത് മറ്റൊന്നാണ്. കണ്ടുംകേട്ടും ശീലിച്ചതുമായ നിയമാവലികൾക്കപ്പുറത്ത് ഒരു മാറ്റം ജീവിതത്തിൽ സംഭവിക്കുമെന്നു ഇപ്പോഴവൾ വിശ്വസിക്കുന്നില്ല. ജീവിതത്തിലെ ഏതെങ്കിലുമൊരു ഘട്ടത്തിൽ സ്ത്രീകൾ ഇത്തരം അവസ്ഥകളിലൂടെ കടന്നു പോകേണ്ടാതായുണ്ട്. അമ്മയെപ്പോലെ, മഞ്ജിമയെപ്പോലെ അപൂർണ്ണമായി ജീവിക്കുന്നവർ പറഞ്ഞുകൊണ്ടേയിരിക്കുന്ന തത്ത്വശാസ്ത്രം അതാണ്.

ദിവസത്തിന്റെ പകുതിയിൽ ആനി മൃതമനുഷ്യന്റെ ശരീരത്തെ ടി വിയിലെ കാഴ്ചകൾക്ക് നേരെ കിടത്തും. അപ്പോഴയാൾ വർത്തമാന കാലത്തിലെ ജീവിത യാഥാർത്ഥ്യങ്ങളിലേക്ക് തന്റെ ചിന്തകളെ സന്നിവേശിപ്പിക്കാൻ ശ്രമിക്കും. ജീവിതത്തിലെ അർത്ഥമില്ലായ്മയിലും പുതിയതായി എന്തെങ്കിലും ആസ്വദിക്കുവാനുള്ള ശ്രമമാണയാൾക്കത്. പാതി ഇരുട്ട് നിറഞ്ഞ ഹാളിലെ ടി വിക്ക് മുൻപിലിരിക്കുമ്പോൾ മഞ്ജിമ ശ്രമിച്ചതും അതിനായിരുന്നു. ജീവിതത്തിൽ എന്തെങ്കിലുമൊക്കെ ആസ്വദിക്കുവാനും അതിനുമപ്പുറം സ്വയം ജീവിച്ചിരിക്കുവാനുള്ള കാരണങ്ങൾ കണ്ടെത്തുവാനും. ഓരോരുത്തരും ജീവിക്കുന്നത് അവനവനു വേണ്ടിയാണെന്നിരിക്കെ ജീവിച്ചിരിക്കുവാനുള്ള കാരണങ്ങൾ തേടിപ്പോകുന്നതിലെ നിസ്സഹായത അവളെ വേദനിപ്പിച്ചു. വെളുത്തു വിളറിയ ചുമരുകളുള്ള വീട്ടിൽ വല്ലാത്ത നിരാശ അനുഭവപ്പെടുമ്പോഴൊക്കെ സാങ്കേതികവിദ്യയുടെ ലോകത്ത് തുറന്നിട്ട ജാലകത്തിലൂടെ ലോകത്ത് സംഭവിച്ചുകൊണ്ടിരിക്കുന്നതും അല്ലാത്തതുമായ സകലദുരിതങ്ങളും കണ്ടാണ് അവൾ ജീവിതം ആസ്വദിക്കുന്നത്. പ്രസാദ് അവൾക്കു സ്വാതന്ത്ര്യം അനുവദിച്ചു കൊടുത്തിട്ടുള്ള മേഖലകളിലൊന്നാണത്. അവിടെ കാഴ്ചകൾ തെരഞ്ഞെടുക്കുന്നത് അവൾ മാത്രമാണ്. ആ സ്വാതന്ത്ര്യത്തെ പൂർണ്ണമായും ആസ്വദിച്ചുകൊണ്ട് ഒരേസമയം സത്യവും അസത്യവുമായ കാഴ്ചകൾക്കായി റിമോട്ടിൽ വിരലുകൾ ഓടിക്കളിക്കും. മറ്റുള്ളവർക്ക് അപ്രിയമായ

തൊന്നും പറയാതിരിക്കുക, പ്രവർത്തിക്കാതിരിക്കുക എന്ന ചിന്തകളിൽ സ്വയം മടിച്ചു നിന്നുപോയ സാഹചര്യങ്ങളെ മറ്റു ചിലർ തരണം ചെയ്യുന്നത് കാണുന്നതുപോലും ഒരാവേശമാണ്. അതങ്ങനെ ലഹരിയായി മനസ്സിൽ പരന്നൊഴുകി അവളെ ജീവിപ്പിക്കും. പ്രശ്നങ്ങളുടെ പരിഹാരത്തെക്കുറിച്ചോർത്ത് അവളിപ്പോൾ വേവലാതിപ്പെടാറില്ല. യാഥാർത്ഥ്യങ്ങൾപോലും വെറുംകാഴ്ചകൾ മാത്രമാണവിടെ.. പരമ്പരാഗത ശില്പമാതൃകകൾപോലെ ജീവിതത്തിലെവിടെയും അഭിനയിക്കേണ്ടതിന്റെ ആവശ്യകത ഓർമ്മിപ്പിക്കുന്ന കുറെ മനുഷ്യരൂപങ്ങൾ.

ജീവിതം ഇത്തരത്തിൽ മുൻപോട്ടു പോകില്ലെന്ന് ഉറപ്പിച്ചു പ്രതികരിച്ച നാളുകളുണ്ടായിരുന്നു. സ്വന്തം അവകാശങ്ങൾക്കും ആഗ്രഹങ്ങൾക്കും വേണ്ടി എന്തിനെയും നിഷേധിക്കാൻ കെല്പുള്ളവൾ എന്ന അഹങ്കാരത്തോടെ മനസ്സ് പ്രതികരിച്ചിരുന്നു. പക്ഷേ, ഒരു നല്ല ഭർത്താവിനെ പ്രസാദിൽ സമൂഹം കണ്ടെത്തിയിട്ടുണ്ടെങ്കിൽ അത് നിഷേധിക്കുവാൻ മറ്റുള്ളവർക്ക് വിശ്വാസ യോഗ്യമായ കാരണങ്ങൾ ആവശ്യമാണ്. അതില്ലാത്തിടത്തോളം സമൂഹം അംഗീകരിക്കുന്ന ഒരു സ്ത്രീയായി ജീവിക്കുക അസാദ്ധ്യമായിത്തീരും.

തനിക്കു ചുറ്റും പൊക്കി കെട്ടിയിരിക്കുന്ന അസ്വാതന്ത്ര്യത്തിന്റെ മതിലുകൾ പ്രസാദ് എന്ന ഭർത്താവ് സ്വയം സൃഷ്ടിച്ചതല്ല. അത് അയാൾക്ക് ചുറ്റുമുള്ള സമൂഹത്തിന്റേതന്നെ സൃഷ്ടിയാണ്. സ്വന്തം സുഖത്തിനു വേണ്ടിയാണ് ഓരോരുത്തരും മറ്റുള്ളവരെ താൻ ആഗ്രഹിക്കുന്ന വിധത്തിൽ സ്നേഹിക്കുന്നതും അവരോടു ചേർന്നു ജീവിതം ആസ്വദിക്കുന്നതും. പ്രണയംപോലും വല്ലാത്ത ശൂന്യതയായി അനുഭവപ്പെടുമ്പോഴൊക്കെ മഞ്ജിമ കണ്ടെത്തുന്ന ഉത്തരങ്ങളാണിതെല്ലാം.

ടി വിയിലെ കാഴ്ചകൾ മടുക്കുമ്പോൾ വൃദ്ധൻ വീടിനുപുറത്തെ കാഴ്ചകൾക്കായി റിമോട്ടിൽ വിരലുകളമർത്തും. ഉടനെ സി സി ടി വി ക്യാമറകളിലെ ദൃശ്യങ്ങൾ സ്ക്രീനിൽ തെളിയും. അതയാൾക്കിഷ്ടമാണ്. ഇരുട്ടിലും വെളിച്ചത്തിലും വീടിനു ചുറ്റുമുള്ള കാഴ്ചകൾ കണ്ടുകൊണ്ടിരിക്കുക. രാവും പകലും ഒരുപോലെ പുറംകാഴ്ചകൾ പകർത്തുവാൻ കഴിവുള്ള ഇൻഫ്രാറെഡ് ക്യാമറകളാണ് വീടിനു ചുറ്റുമുള്ളത്. രാത്രിഭക്ഷണം കഴിഞ്ഞു കിടക്കുമ്പോഴാണ് ക്യാമറയിൽ അയാളത് ശ്രദ്ധിച്ചത്, അടുക്കളമുറ്റത്ത് കൂട്ടിയിട്ടിരിക്കുന്ന നാളികേരം പെറുക്കി ചാക്കിൽ കെട്ടിവയ്ക്കുന്ന ഒരു മനുഷ്യൻ. സാമാന്യം പൊക്കവും ആരോഗ്യവുമുള്ള ശരീരം. അയാൾ കെട്ടി വെക്കുന്ന ചാക്കുകൾ ഓരോന്നായി മറ്റൊരുത്തൻ ചുമന്നുകൊണ്ട് പോകുന്നു. സാധാരണ ഒരു കള്ളനുണ്ടായിരിക്കേണ്ട മാനസിക സംഘർഷമൊന്നും അയാളുടെ മുഖത്തില്ല. പകരം ഇരുട്ടിൽ ചുണ്ണാമ്പുകല്ലുകൾ പോലെ തോന്നിച്ച വെളുത്ത പല്ലുകൾ കാട്ടി ചിരിക്കുകയായിരുന്നു അയാൾ.

ഒരു കള്ളനെ കൈയോടെ പിടികൂടാനാകുമെന്ന സന്തോഷത്തിൽ

മൃത മനുഷ്യന്റെ മനസ്സ് ചാടിയെഴുന്നേറ്റു. വലതുകൈയിലെ വിരലുകൾ എത്രയൊക്കെ തട്ടിവിളിച്ചിട്ടും നോവിച്ചിട്ടും അനങ്ങാൻ പോലും തയ്യാറാകാതെ ഒന്നുമറിയാത്ത മട്ടിൽ ഒരേകിടപ്പാണ് അപ്പോഴും ശരീരം. സ്വന്തം ശരീരത്തിൽ കയറിക്കൂടുന്ന ഒരു ഉറുമ്പിനെപോലും തട്ടിമാറ്റാൻ ശക്തിയില്ലാത്ത, ഒന്നിനോടും പ്രതികരിക്കാനാവാത്ത ജഡമാണ് താനെന്ന സത്യം ഒരുനിമിഷം മറന്നുപോയതിൽ അയാൾ സ്വയം കുറ്റപ്പെടുത്തി. കണ്മുൻപിൽ നടക്കുന്ന യാതൊരു അക്രമത്തിനും എതിരെ പ്രതികരിക്കാൻ തനിക്കാവില്ലെന്ന തിരിച്ചറിവിൽ വൃദ്ധൻ കണ്ണുകൾ ഇറുക്കിയടച്ചു. വിരലൊന്നമർത്തിയാൽ ലോകത്തെവിടെയും നടക്കുന്ന കാഴ്ചകൾ തനിക്ക് കണ്മുമ്പിലെന്നപോലെ കാണാം. ബോധത്തോട് ക്രിയാത്മക ബന്ധം ഒട്ടുമില്ലാത്ത വെറും ബാഹ്യമായ കാഴ്ചകൾ.

കണ്മുമ്പിൽ നടക്കുന്നതെന്തും നിർവ്വികാരതയോടെ കണ്ടുനില്ക്കുന്ന ആരോഗ്യമുള്ള ഒരു സമൂഹത്തിനു മുമ്പിൽ തന്റെ തളർന്ന ശരീരത്തെക്കുറിച്ചോർത്ത് വൃദ്ധൻ ആശ്വസിച്ചു. ഒപ്പം പഴയകാലത്തിന്റെ ഓർമ്മകളിൽ സാങ്കേതികതയുടെ സഹായമില്ലാതെ പ്രതികരണശേഷിയുള്ള ഒരു സമൂഹം ഉണ്ടായിരുന്നുവെന്നോർത്ത് അഭിമാനിച്ചു.

ആനി മുറിയിലെത്തുമ്പോൾ ടി വി സ്ക്രീനിലും മൃതമനുഷ്യന്റെ കണ്ണുകളിലും ഒരുപോലെ ഇരുട്ട് മൂടിക്കിടന്നു. ഇതു പോലെ ഒരു രാത്രിയിലാണ് മഞ്ജിമയെ സി സി ടി വിയിൽ കണ്ടത്. മതിലിനപ്പുറത്തെ വീട്ടിൽ രാത്രിയുടെ ഇരുട്ടിൽ ഒരു ഭ്രാന്തിയെപ്പോലെ എന്തൊക്കെയോ പിറുപിറുത്തുകൊണ്ട് ശബ്ദമില്ലാതെ കരയുകയായിരുന്നു അവൾ. പരിചയമുള്ള ഏതോ മുഖം എന്നല്ലാതെ കോളേജിൽ വിപ്ലവനായിക എന്നെല്ലാവരും ആരാധനയോടെ കളിയാക്കിയിരുന്ന മഞ്ജിമ ആനന്ദ് ഒരു രാത്രിയുടെ ഇരുട്ടിൽ തന്റെ നിസ്സഹായത കരഞ്ഞു തീർക്കുമെന്ന് വിശ്വസിക്കാനായില്ല. രാത്രി അവ്യക്തമായി മാത്രം കണ്ട നിസ്സഹായയായ സ്ത്രീയുടെ മുഖം വ്യക്തമായി കണ്ടത് ദിവസങ്ങൾക്ക് ശേഷമാണ്.

ഒരു ഞായറാഴ്ച വൈകുന്നേരം മതിലിനപ്പുറത്തെ വീട്ടിൽ ഭർത്താവിനും കുഞ്ഞിനുമൊപ്പം ചിരിച്ചുകൊണ്ട് മുറ്റത്തു നില്ക്കുകയായിരുന്നു അവൾ. മുഖത്ത് മാഞ്ഞു പോകാത്ത നിസ്സഹായതയുടെയും ഗതികേടിന്റെയുമൊക്കെ ഭാവങ്ങൾ ഒളിപ്പിക്കാൻ ശ്രമിച്ചുകൊണ്ട് അവൾ ആനിയെ നോക്കി പുഞ്ചിരിച്ചു. ആ പരിസരത്തുള്ളതിൽ വച്ച് ഏറ്റവും ഭംഗിയുള്ള വീടായിരുന്നു അവരുടേത്. വെളുത്ത നിറമുള്ള മതിലിനും വീടിനും ഇടയിൽ നിറയെ നിറമുള്ള പൂക്കൾ വിരിഞ്ഞു നിന്നിരുന്നു. ആ വീട് കാണുമ്പോഴൊക്കെ അതിനകത്ത് താമസിക്കുന്നവർ ഭാഗ്യവാന്മാരാണെന്ന് ആനി മനസ്സിൽ കരുതി. അതുപോലൊരു വീട് അവളുടെയും സ്വപ്നമാണ്. താമസക്കാരെക്കുറിച്ച് അരവിന്ദാക്ഷൻ പറഞ്ഞിരുന്നു. പ്രസാദ് രാമൻ ടൗണിൽ ഏതോ കമ്പനിയിലെ ഉദ്യോഗസ്ഥനാണ്.

അയാളും ഭാര്യയും കുഞ്ഞുമാണ് അവിടെ താമസം. സാധാരണ ദിവസങ്ങളിൽ പുറത്താരെയും കാണാറില്ല. ആ വീട്ടുമുറ്റത്താണ് ആ രാത്രിയുടെ ഇരുട്ടിൽ കരഞ്ഞു കലങ്ങിയ കണ്ണുകളുമായി അവളെ കണ്ടത്. മനസ്സിൽ നിറയെ ചിത്രശലഭത്തെപ്പോലെ പാറിനടന്നിരുന്ന മഞ്ജിമയാണത്. അവൾ ഉച്ചത്തിൽ സംസാരിക്കുന്ന, എല്ലാവരുടെ പ്രശ്നങ്ങൾക്കും തന്റേടത്തോടെ പരിഹാരം നിർദ്ദേശിക്കുന്ന, ധാരാളം സുഹൃദ് ബന്ധങ്ങളുള്ള പെൺകുട്ടിയായിരുന്നു. അതൊന്നുമല്ല, വൃദ്ധനെപ്പോലെ അവളും സ്വന്തം ശരീരത്തിലെ തടവുപുള്ളിയാണെന്ന് തിരിച്ചറിയുന്നത് പിന്നീടാണ്. ഉറക്കെ ചിന്തിക്കാൻ പോലും ധൈര്യ മില്ലാതെ ചിന്തകളും സ്വപ്നങ്ങളുമൊക്കെ വലിച്ചെറിഞ്ഞ് ആരോഗ്യമുള്ള ശരീരവും. മൃതമനസ്സുമായി ജീവിക്കുന്നവൾ. അവൾക്കു ആവലാതികളില്ല ആരെയും കുറ്റപ്പെടുത്താനുണ്ടായിരുന്നില്ല. പക്ഷേ, എത്ര അകലേക്ക് വലിച്ചെറിഞ്ഞിട്ടും നശിക്കാത്ത ചില സ്വപ്നങ്ങൾ ഒറ്റയ്ക്ക് കിട്ടുമ്പോഴൊക്കെ അവളെ നോവിച്ചുകൊണ്ടേയിരുന്നു

പപ്പയ്ക്ക് ദേഷ്യം വരുമ്പോൾ അമ്മയെ ശവം എന്ന് പറഞ്ഞു ആക്ഷേപിക്കുന്നത് ചെറുപ്പത്തിൽ ഒരുപാട് തവണ കേട്ടിട്ടുണ്ട്. അതു കേൾക്കുമ്പോഴും അമ്മ നിസ്സംഗതയോടെ പപ്പയുടെ മുഖത്തേക്ക് നോക്കിയിരിക്കും. അപ്പോഴൊക്കെ അമ്മയെ വെള്ള പുതപ്പിച്ചു കിടത്തുന്നതോർത്ത് കരഞ്ഞിട്ടുമുണ്ട്. ജീവിതത്തിലെ ഏറ്റവും വലിയ ആപത്ത് മരണമല്ലെന്നും സ്വയം നഷ്ടപ്പെട്ട പാതി മരിച്ചു ജീവിക്കുന്ന എല്ലാ സ്ത്രീകൾക്കും യോജിച്ച പേരാണതെന്നും മനസ്സിലായത് പിന്നീടാണ്.

മൃതമനുഷ്യന്റെ ആജ്ഞകളനുസരിക്കാത്ത ശരീരം എന്നതു പോലെ സ്വയമറിയാതെ സൃഷ്ടിക്കപ്പെട്ടിട്ടുള്ള ചട്ടക്കൂടിനകത്തേക്ക് പരകായപ്രവേശം നടത്തിപ്പോവുകയാണ് മഞ്ജിമയെപ്പോലെ പലരും. ഇപ്പോഴും വെള്ള പൂശിയ മതിലിനപ്പുറത്തെ ലോകത്തിലേക്ക് സർവ്വസ്വാതന്ത്ര്യത്തോടെയും ഇറങ്ങിച്ചെല്ലണമെന്നും പഴയതുപോലെ ജീവിതം ആഘോഷിക്കണമെന്നുമൊക്കെ ആഗ്രഹിക്കുന്ന ഒരു മനസ്സുണ്ടവൾക്ക്. പക്ഷേ, മനസ്സിലെ അടക്കിപ്പറച്ചിലുകൾ മാരകരോ ഗമായി വളർന്നു അവളുമിപ്പോൾ മൃതമനുഷ്യനെപ്പോലെയായിരിക്കുന്നു.

അവൾ പോലുമറിയാതെ അവൾക്കു വേണ്ടി വസ്ത്രങ്ങളും ആഭരണങ്ങളും ചെരിപ്പും അടിവസ്ത്രങ്ങളുമൊക്കെ തെരഞ്ഞെടുത്തു വാങ്ങിച്ചുകൊണ്ടു വരുന്ന ഭർത്താവിനെതിരെ തെരഞ്ഞെടുക്കുവാനുള്ള തന്റെ അവകാശ നിഷേധമാണതെന്നു പറഞ്ഞു തർക്കിക്കാൻ അവൾക്കാവില്ല. ഇതാണെന്റെ ഇഷ്ടം എന്ന് തുറന്നുപറയാനാവാത്ത മനസ്സ്. മരണംവരെ നിന്നെ വേദനിപ്പിക്കുമെന്നു പറഞ്ഞാലും അവൾ ചിരിക്കും. വളരെ ശ്രദ്ധയോടെ ശബ്ദം താഴ്ത്തിയാണവൾ ചിരിക്കുക. പ്രസാദിനിഷ്ടമില്ലാത്തതുകൊണ്ട് അവളിപ്പോൾ ഉറക്കെ ചിരിക്കാറില്ല. കരയാറുമില്ല. സ്വന്തം ശരീരത്തിന്മേലുള്ള അവകാശംപോലും

നഷ്ടപ്പെടുത്തിക്കൊണ്ട് ജീവിതത്തിനും മരണത്തിനും ഇടയിലെ ഏറ്റവും ഒടുവിൽ ചെന്നെത്തുന്ന ഇരുണ്ടവഴികളിൽമാത്രം ഉപേക്ഷിക്കേണ്ട സ്വപ്നങ്ങളെ അവൾ എന്നേ ഉപേക്ഷിച്ചിരിക്കുന്നു.

പുറത്ത് ചെറിയ ചാറ്റൽമഴ. ആനി വന്നതിൽപ്പിന്നെ ആദ്യത്തെ മഴയായിരിക്കണം. ഇങ്ങനെ മഴ നോക്കി കിടന്നിട്ടും തണുത്ത കാറ്റ് തട്ടിയിട്ടും വർഷങ്ങൾ കഴിഞ്ഞിരിക്കുന്നു. കാറ്റിനൊപ്പം ചെറിയ നനവ് ദേഹത്ത് തൊട്ടു തലോടി കടന്നുപോയി. വിശാലമായ മുറിയിലെ വെള്ളം നിറച്ച കിടക്കയിൽ കിടക്കുമ്പോഴും സ്വാതന്ത്ര്യത്തിലേക്കുള്ള എല്ലാ വാതിലുകളും കൊട്ടിയടയ്ക്കപ്പെട്ട് ബന്ധനസ്ഥനാക്കപ്പെട്ട തടവുപുള്ളിയെപ്പോലെ അളന്നു തിട്ടപ്പെടുത്തി കുഴലിനുള്ളിലൂടെയെത്തുന്ന വരണ്ട പ്രാണവായുവും, വെള്ളത്തിൽ മുക്കിപ്പിഴിഞ്ഞെടുത്തതുണിയിൽ ബാക്കി നില്ക്കുന്ന നനവും മാത്രമേ തനിക്ക് അനുവദിക്കപ്പെട്ടിട്ടുള്ളൂവെന്ന് വൃദ്ധൻ ഓർത്തു.

മൃതമനുഷ്യന് കഞ്ഞിയാണ് അനുവദിക്കപ്പെട്ട ഭക്ഷണം. എങ്കിലും തനിക്കിന്ന് വിസ്തരിച്ചൊരു ഉച്ചയൂണാകാമെന്നു കരുതി അടുക്കളയിൽ ധൃതിപ്പെട്ട് ജോലി ചെയ്യുന്നതിനിടയിലാണ് വൃദ്ധൻ വിളിച്ചത്. അവളെക്കൂടാതെ ആ വീട്ടിൽ മുഴങ്ങുന്ന ഒരേയൊരു ശബ്ദം. മൃതമനുഷ്യന്റെ മകളുടെ ശബ്ദമാണത്. അവളെ വിളിക്കുവാനുള്ള കോളിങ് ബെല്ലിന്റെ റിമോട്ട് അയാളുടെ അനുസരണയുള്ള വലതുകൈയിൽ എല്പിച്ചാണ് ആനി മുറി വിട്ടിറങ്ങുക. അതിൽ വിരലമർത്തുകയേ വേണ്ടൂ. ഹാളിലും അടുക്കളയിലുമൊക്കെ ആനീ.. എന്ന് നീട്ടിവിളിച്ചുകൊണ്ടുള്ള അലാറം മുഴങ്ങും. വൃദ്ധന്റെ മകൾ കഴിഞ്ഞ തവണ വന്നപ്പോൾ അച്ഛനായി കൊണ്ടു വന്ന സമ്മാനമാണത്.

വീശിയടിച്ച കാറ്റിൽ മഴ നനച്ചിട്ടു പോയ ശരീരത്തിലെ തണുപ്പ് ആസ്വദിച്ചുകൊണ്ട് കിടക്കുകയായിരുന്നു അയാളപ്പോൾ. പനി വന്നു അസുഖം കൂടുതലാകുമോ വൃദ്ധനു എന്ന് ആശങ്കപ്പെട്ടെങ്കിലും, അവൾക്കോർമ്മ വന്നത് തമിഴ്നാട്ടിലെ വിരുദു നഗറിലും അതിനടുത്തുള്ള ചില തെക്കൻ ജില്ലകളിലും നടക്കുന്ന തലൈക്കൂത്തൽ ആണ്. നഴ്സിങ്ങിനു ഒപ്പം പഠിച്ച തമിഴ്നാട്ടുകാരി രാധാദേവിയാണ് അത്തരമൊരു ആചാരത്തെക്കുറിച്ചു പറഞ്ഞത്. തലൈക്കൂത്തൽ എന്നാൽ തമിഴിൽ എണ്ണതേച്ചുകുളി എന്നാണത്രേ അർത്ഥം. അവിടെയുള്ളവർ അവശരായ മരണം കാത്തുകിടക്കുന്ന വൃദ്ധ മാതാപിതാക്കളെ തലയിലും ദേഹത്തും നല്ലതു പോലെ എണ്ണ തേപ്പിച്ച് തണുത്ത വെള്ളത്തിൽ കുളിപ്പിക്കും പിന്നെ ധാരാളം ഇളനീർ കുടിപ്പിച്ച് ആ നനവിൽത്തന്നെ കിടത്തും. നാലോ അഞ്ചോ ദിവസങ്ങൾ കൊണ്ട് ജ്വരം ബാധിച്ചു മരണമടയും. വർഷങ്ങളോളം ഒരേകിടപ്പിൽ മരണം കാത്തു കഴിയുന്നതിനേക്കാൾ എത്രയോ നല്ല മരണമാണതെന്നാണ് അവരുടെ വിശ്വാസം.

ദുർഗ്ഗന്ധം വമിക്കുന്ന വ്രണങ്ങൾ നിറഞ്ഞ ഉടമസ്ഥനുപോലും ഉപകരിക്കാത്ത ശരീരം വൃത്തിയാക്കുമ്പോഴൊക്കെ ആനി മരണത്തിനു

കടന്നു കയറാനുള്ള വഴികളെക്കുറിച്ച് ചിന്തിച്ചിട്ടുണ്ട്. മുറിയുടെ മൂലയിൽ അടുക്കിവച്ചിരിക്കുന്ന ഓക്സിജൻ സിലിണ്ടറുകൾ ശൂന്യമാകുന്ന ഒരു ദിവസം എല്ലാം അവസാനിക്കും. എങ്കിലും വീട്ടിലെ നിശ്ശബ്ദതയിൽ വൃദ്ധനെമരണം വലിച്ചെടുത്തു കൊണ്ടുപോകുന്ന നിമിഷത്തെക്കുറിച്ച് ചിന്തിക്കുമ്പോഴൊക്കെ അവൾ വേദനിച്ചു.

ഇന്ന് പെയ്ത മഴയും കാറ്റും ഒരുപക്ഷേ, മൃതമനുഷ്യനെ നനച്ചിടാനുള്ള ദൈവഹിതമായിരിക്കുമെന്ന ചിന്തയിൽ ആനി തിരിഞ്ഞു നടന്ന് അടുക്കളയിൽ സാമ്പാറിനുള്ള കഷണങ്ങൾ അരിയുന്നതിൽ മുഴുകി.

മാതുവമ്മയുടെ പൂച്ചകൾ

ഓടത്തിലെ പീടിക ബസ് സ്റ്റോപ്പിൽ ബസിറങ്ങിയാൽ നേരെ മുൻപിൽ ചീരേട്ടന്റെ ചായപ്പീടിക കാണാം. അതിനു നേരെ വലതുവശത്ത് ഉയർച്ചയിൽനിന്നും താഴ്ചയിലേക്ക് നീണ്ടു പോകുന്ന ചെറിയ വഴിയിലൂടെ നടന്നാൽ ആദ്യം കാണുന്ന വീട് മാതുവിന്റെയാണ്. ആ വീട് മാതുവിന്റെ മാത്രംവീടല്ല മാതുവിനെ സ്നേഹിക്കുന്ന, മാതു സ്നേഹിക്കുന്ന പൂച്ചകളുടെയും വീടാണ്.

മാതുവിന്റെ വീടിനു നല്ല വെളുപ്പ് നിറമാണ്. നീലം ചേർത്ത് കുമ്മായം പൂശി വെളുപ്പിച്ച വൃത്തിയുള്ള ചുമരുകൾ. അവിടെ നിറങ്ങളായി കറുപ്പും വെളുപ്പും മാത്രം. പുരപ്പുറത്തെ പഴകിയ ഓടും വരാന്തയിലെ തിണ്ണയുമെല്ലാം കറുപ്പിന്റെ നിറഭേദങ്ങൾ. നിലം കണ്ണാടി പോലെ തിളങ്ങുന്ന കറുപ്പ്. വെളുത്ത മാതുവമ്മയുടെ നീളമുള്ള മുടിയിഴകളിലധികവും വെളുത്തതാണ്. തന്റെ ഇരുപത്തിയഞ്ചാമത്തെ വയസ്സുമുതൽ മാതുവമ്മ വെള്ള സാരിയുടുത്തു. കഴുത്തിലും കാതിലുമൊന്നും ആഭരണങ്ങളില്ലാതെ മുടിയിൽ പൂ ചൂടാതെ മാതു ജീവിക്കാൻ തുടങ്ങിയിട്ട് വർഷം ഒരുപാടായി. അത്തരം കണക്കുകളൊന്നും മാതുവിനു ഓർമ്മയില്ല. ഓർക്കാൻ ഇഷ്ടവുമല്ല.

ആ വീട്ടിലെ പൂച്ചകളധികവും വെളുപ്പു നിറമുള്ളവയാണ്. ചിലതിനു കറുത്ത പുള്ളികളുണ്ട്. ഈയിടെ റോഡരികിൽനിന്ന് അതിസാഹസികമായി മാതുവമ്മ രക്ഷപ്പെടുത്തിയ രണ്ടു പൂച്ചകൾക്ക് മാത്രം ചെമ്മണ്ണിന്റെ നിറമാണ്. തന്റെ മുൻപിലൂടെ കുതിച്ചു പാഞ്ഞ മിനിലോറിക്ക് മുൻപിൽനിന്ന് സ്വന്തം ജീവൻ പോലും മറന്ന് മാതു രക്ഷപ്പെടുത്തിയതാണ് ആ രണ്ടു പൂച്ചക്കുഞ്ഞുങ്ങളെ. രണ്ടു കൈകളിലും

പൂച്ചക്കുഞ്ഞുങ്ങളെ കോരിയെടുത്ത് ആശ്വാസത്തോടെ അതിലേറെ ആനന്ദത്തോടെ റോഡരികിൽ മാറിനിന്ന മാതുവിനെ അന്ന് ഡ്രൈവർ നാരായണൻ വിളിച്ച ചീത്തകേട്ട് നാട്ടുകാർ മുഴുവൻ മുഖം ചുളിച്ച പ്പോഴും മാതുവമ്മ തന്റെ വെളുത്ത പല്ലുകൾ കാട്ടി ചിരിച്ചുകൊണ്ട് ഭയന്ന് നിലവിളിച്ച പൂച്ചക്കുഞ്ഞുങ്ങളെ നെഞ്ചിൽ ചേർത്തുപിടിച്ച് നടന്നകന്നു.

മാതു അങ്ങിനെയാണ്. ആർക്കും വേണ്ടാതെ ചാക്കിൽ കെട്ടി ഉപേക്ഷിക്കപ്പെടുന്ന പൂച്ചക്കുഞ്ഞുങ്ങൾ മുതൽ മാതുഅമ്മയെക്കുറിച്ച് കേട്ടറിഞ്ഞോ അല്ലാതെയോ അവിടെയെത്തുന്ന എല്ലാ അനാഥ പൂച്ചകൾക്കും അഭയം നല്കും. അവർക്കെല്ലാം ആ വീട് സ്വന്തം വീടായി മാറും. തന്റെ വീട് പൂച്ചകളുടേതു കൂടിയായി മാറിയത് എപ്പോഴാണെന്നോ ഇത്രയും പൂച്ചകൾ എവിടെനിന്നു വന്നെന്നോ മാതുഅമ്മയ്ക്ക് പോലും അറിയില്ല. എങ്കിലും അതിഥികളെ സൽക്കരിക്കുന്നതിൽ അവർ ഒരു കുറവും വരുത്തിയില്ല. പൊന്നുവും പാറുവും ചിണ്ടനും മിന്നുവും സൂസി യും മാളുവും, ചിന്നുവും, അപ്പുവും, ചന്തുവുമൊക്കെ പലപ്പോഴായി അവിടെ എത്തിപ്പെട്ടവരാണ്. എല്ലാവരുമിപ്പോഴും മക്കളും കൊച്ചുമക്കളു മായി മാതുവമ്മയ്ക്കൊപ്പമുണ്ട്.

മാതു അതിരാവിലെ ഉണരും. ചീരേട്ടന്റെ ചായപ്പീട്യ ഉണരുന്നതിനു മുൻപേ, പുലർച്ചെ ആദ്യമെത്തുന്ന സ്റ്റേറ്റ് ബസ് ഓടത്തിലെ പീട്യേക്കലെ സ്റ്റോപ്പിൽ എത്തുന്നതിനു മുൻപേ മാതു ഉണരും. കുളിച്ച് വെള്ള സാരിയുടുത്ത് പാതി വെളുത്ത നീണ്ട മുടി തുമ്പു കെട്ടിയിട്ട്, മിൽമ പാലിന്റെ വണ്ടി ചീരേട്ടന്റെ ചായപീട്യേക്കലെത്തുന്നതിനു മുൻപേ മാതു ഓടത്തിലെ പീട്യക്കലെത്തും. നാലഞ്ചു കവർ പാലുമായി തിരിച്ചു വീട്ടിലെത്തുമ്പോഴേക്കും പൂശകന്മാർ ഉറക്കമെണീറ്റ് മുറ്റത്തും പറമ്പിലും വരാന്തയിലും ഓടിക്കളിക്കുന്നുണ്ടാകും. മാതുവമ്മ തിരിച്ചെത്തിയത് കണ്ടാലുടനെ എല്ലാവരും അടുക്കളയിൽ നിരത്തി വച്ചിരിക്കുന്ന കറുപ്പിൽ വെള്ളപ്പുള്ളികളുള്ള പാത്രത്തിൽ വെളുത്തപാൽ നിറയുന്നതും കാത്തിരിക്കും. മാതു താനറിഞ്ഞതും അനുഭവിച്ചതുമായ എല്ലാ വിശേഷങ്ങളും പൂച്ചകളുമായി പങ്കു വയ്ക്കുന്നതപ്പോഴാണ്. മാതുഅമ്മ പറയുന്നതെല്ലാം മനസ്സിലായിട്ടെന്നപോലെ അവർ മ്യാവൂ ശബ്ദത്തിൽ പ്രതികരിക്കും.

അവിടെയെത്തുന്ന പൂച്ചകൾക്കെല്ലാം മാതു കഴുത്തിൽ സ്വർണ്ണനിറ മുള്ള മണികെട്ടും. പക്ഷേ, കഴുത്തിലെ മണി ശബ്ദമുണ്ടാക്കാത്ത തര ത്തിൽ നടക്കാൻ സമർത്ഥരാണ് ചിലർ. അതിൽ മിടുക്കി മിന്നുവാണ്. കൃത്യമായ ചുവടുവയ്പ്പുകളോടെയാണ് അവളുടെ നടത്തം. കഴുത്തിലെ മണി ശബ്ദമുണ്ടാക്കാത്ത വിധം ശ്രദ്ധയോടെയാണ് അവൾ എല്ലായിട ത്തും കറങ്ങുന്നത്. ഉയരങ്ങളിൽ കയറിയിരുന്ന് ചുറ്റുപാടും നോക്കിയി രിക്കാനാണ് അവൾക്കേറെയിഷ്ടം.

അവൾക്കു പിറകെ ചിണ്ടനുമുണ്ടാകും. ആദ്യമൊക്കെ അവനെ കാണുമ്പോൾ അവൾ ആക്രമണകാരിയാകുമായിരുന്നു. തന്റെ ശരീരം വളച്ച്, രോമങ്ങൾ ഉയർത്തി നിർത്തി സ്വയം അവനേക്കാൾ വലുതെന്നു വരുത്തി തീർക്കുന്നമട്ടിൽ ശരീരത്തെ ഉയർത്തി വലുതാക്കി നിർത്താൻ ശ്രമിക്കും. ഒരിക്കൽ കൈകൾ കൊണ്ട് ശക്തിയായി അവന്റെ മുഖത്ത് വീശി അടിക്കുകയും ചെയ്തു. ചിണ്ടൻ സുന്ദരനാണ്. സാധാരണ പൂച്ച കളെക്കാൾ നീളമുള്ള രോമങ്ങളും വലിയ വാലുമാണവന്. ഒരുനട്ടുച്ചയ്ക്ക് വിശപ്പിന്റെ തളർച്ചയിൽ നിലവിളിച്ചു കൊണ്ട് കയറിവന്നതാണവൻ. അവനെപ്പോലെ പലപ്പോഴായി അവിടെയെത്തിപ്പെട്ട എല്ലാ പൂച്ചകളും മാതുഅമ്മയെ സ്വന്തം അമ്മയെപ്പോലെ സ്നേഹിച്ചു.

നാട്ടുകാർക്ക് പ്രത്യേകിച്ച് കുട്ടികൾക്ക് മാതുഅമ്മയുടെ വീടൊരു കൗതുകമാണ്. മുറ്റം നിറയെ ഓടിക്കളിക്കുന്ന പൂച്ചകളെ കാണാൻ കുട്ടികൾ കൂട്ടമായെത്തുന്നത് പതിവാണ്. പൂശകന്മാരോടൊപ്പം സസുഖം വാഴുന്ന മാതുഅമ്മയെ അവർ പൂച്ച മാതുമ്മ എന്ന് വിളിച്ചു. വീട്ടു മുറ്റത്തെ ചെടികളിൽ പൂച്ചക്കുഞ്ഞുങ്ങൾ ഊഞ്ഞാലാടുന്നതും മാതുഅമ്മ എറിഞ്ഞു കൊടുക്കുന്ന കടലാസു പന്തുകൾ തട്ടികളിക്കുന്നതുമൊക്കെ കണ്ടു നില്ക്കാൻ നല്ല രസമാണ്.

പൊന്നുവാണ് ആ വീട്ടിൽ ആദ്യം എത്തിയവൾ. അതിന്റെ അഹ ങ്കാരം അല്പസ്വല്പം അവൾക്കുണ്ട്. അവളുടെ ഗർവ്വ് കാണുമ്പോൾ ഏറെ ദേഷ്യം തോന്നുന്നത് പാറുവിനാണ്. മുകളിലേക്ക് കൂർത്ത് നേരെ നില്ക്കുന്ന തന്റെ ചെവികൾ പിറകിലേക്ക് ചരിച്ച് വെച്ച് ദേഷ്യത്തോടെ പാറു മുറുമുറുക്കും. അതുകാണുമ്പോൾ പൊന്നു ഒരു ചെറിയ മ്യാവൂ ശബ്ദത്തോടെ അവൾക്കരികിലെത്തും. എല്ലാ പിണക്കങ്ങളും മറന്ന് സ്നേഹത്തോടെ പാറുവിന്റെ ശരീരമാകെ നക്കിത്തുടയ്ക്കും. അതവൾ ക്കിഷ്ടമാണെന്ന് പൊന്നുവിനറിയാം. മഴക്കാലമായാൽ പൊന്നു മുഴുവൻ സമയവും അടുക്കളയിലായിരിക്കും. അടുപ്പിന്റെ ചൂട് പറ്റി കണ്ണുകളടച്ച് ധ്യാനിക്കുന്നതു പോലെയുള്ള അവളുടെ ഇരിപ്പ് നോക്കി നില്ക്കാൻ മാതുവമ്മയ്ക്കിഷ്ടമാണ്.

പാർവ്വതിയെ പട്ടാളക്കാരൻ സുരേന്ദ്രൻ മംഗലം കഴിച്ചു കൊണ്ടു പോയതിനുശേഷം മാതുവമ്മയും പൊന്നുവും ഒറ്റയ്ക്കായിരുന്നു. ആയിട ക്കാണ് കർക്കിടകത്തിലെ മഴപെയ്തൊഴിഞ്ഞ ഒരു രാവിലെ ചീരാട്ടന്റെ ചായപ്പീടികയുടെ മുൻപിൽ തണുത്ത് വിറങ്ങലിച്ച് നിലവിളിച്ചു കൊണ്ടി രുന്ന പാറുവിനെ മാതു വീട്ടിലേക്കു കൂട്ടിക്കൊണ്ടു വന്നത്. രക്ഷപ്പെടു മെന്ന് കരുതിയതല്ല. മഴയത്ത് നനഞ്ഞൊട്ടിയ അവളെ ചേലത്തുമ്പു കൊണ്ട് തുടച്ച് അടുപ്പിനരികിൽ കിടത്തുമ്പോൾ മാതുവമ്മ സംശയിച്ചിരു ന്നു. അന്നും പൊന്നു അവളുടെ ശരീരം നക്കി തുടച്ചു വൃത്തിയാക്കി ചൂട് പകർന്നു അവൾക്കു കൂട്ടിരുന്നു.

പിറ്റേന്ന് രാവിലെ മാതുവമ്മ കൊടുത്ത ഇളം ചൂടുപാൽ ആർത്തിയോടെ നക്കിക്കുടിച്ച് വാലും ശരീരവും ഉയർത്തിപ്പിടിച്ചു അവൾ അടുക്കളയിൽ നടന്നത് പൊന്നുവിനിപ്പോഴും ഓർമ്മയുണ്ട്. നീല കണ്ണുകളും വെളുത്ത് നീളമുള്ള രോമങ്ങളുമുള്ള അവളെ കാണാൻ നല്ല ചന്തമുണ്ട്. അന്ന് വൈകുന്നേരമാണ് മാതുവമ്മ അവൾക്കു പാറുവെന്ന് പേരിട്ടത്.

പൊന്നു മാതുഅമ്മയുടെ വീട്ടിൽ ആദ്യമെത്തുമ്പോൾ അവിടെ മാതു ഒറ്റയ്ക്കായിരുന്നില്ല. ഒരു ഞായറാഴ്ച പകൽ കൃഷ്ണദാസനാണ് നാടു കടത്താനായി സഹോദരങ്ങൾക്കൊപ്പം ചാക്കിൽ കെട്ടിവച്ചിരുന്ന അവളെ മാധവൻ പൊലീസിന്റെ വീട്ടിൽ നിന്നെടുത്തുകൊണ്ടു വന്നത്. മാതുവമ്മ യുടെ മകൾ പാർവ്വതിയാണ് അവൾക്ക് പൊന്നുവെന്നു പേരിട്ടതും കഴുത്തിൽ മണി കെട്ടിയതുമൊക്കെ. ഇടയ്ക്കു നഖത്തിൽ നെയിൽ പോളിഷിട്ട് കൊടുക്കുന്നതും നെറ്റിയിൽ പൊട്ടു തൊടുവിക്കുന്നതു മൊക്കെ പാർവ്വതിയായിരുന്നു. അതൊക്കെ മാതുവമ്മയെപ്പോലെ പൊന്നു പൂച്ചയും ഓർക്കുന്നുണ്ടാകും. അതുകൊണ്ടാണല്ലോ വർഷത്തി ലൊരിക്കൽ പാർവ്വതി അമ്മയെ കാണാൻ വരുമ്പോൾ മ്യാവൂ എന്ന് പതിഞ്ഞ ശബ്ദത്തിൽ നിലവിളിച്ചുകൊണ്ട് അവൾ പിറകെ നടക്കുന്നത്.

പാർവ്വതിയാണെങ്കിൽ ഈയിടെ പൊന്നു എന്നൊന്ന് നീട്ടി വിളിക്കാൻപോലും നില്ക്കാതെ "പോ പൂച്ചേ" എന്നാട്ടിക്കൊണ്ടാണ് പ്രതികരിക്കുന്നത്.

'ഓക്ക് ഇന്നെ കൊഞ്ചിക്കാനേട്യാ നേരം'

എന്ന് മാതുവമ്മ അടുത്ത് വിളിച്ച് സ്വകാര്യമായി പറയുമ്പോൾ തന്റെ സങ്കടം ഒരു പതിഞ്ഞ മ്യാവൂ ശബ്ദത്തിലൊതുക്കി അവൾ ഒഴിഞ്ഞു മാറി പോകും.

മാതുഅമ്മയെപ്പോലെ എല്ലാം മറക്കാനും പൊറുക്കാനും അവൾ ക്കറിയാം. അതുകൊണ്ടുതന്നെ പാർവ്വതി പറയുന്നതും ചെയ്യുന്നതു മൊന്നും അവൾ കാര്യമാക്കാറില്ല.

ഇപ്പോൾ പൊന്നുവിനെപ്പോലെ മറ്റുള്ളവർക്കും അതെല്ലാം ശീലമാണ്. പാർവ്വതി വീട്ടിലുള്ളപ്പോൾ പൂച്ചകൾ തങ്ങളുടെ അധികാര പരിധി അടുക്കളമുറ്റത്തും വരാന്തയിലുമൊക്കെയായി ഒതുക്കും. മാതുഅമ്മ അവരെ വീട്ടിനകത്തെങ്ങാനും കയറ്റിയാൽ മതി അമ്മയുടെ പൂച്ച വളർത്തലിന്റെ ദോഷങ്ങളെക്കുറിച്ച് പാർവ്വതി തൊണ്ടകീറി വിളിച്ച് പറയാൻ തുടങ്ങും. പക്ഷേ, അതൊന്നും മാതുവമ്മയും പൂച്ചകളും ശ്രദ്ധിക്കാറില്ല.

"എനക്ക് മിണ്ടീം പറഞ്ഞും ഇരിക്കാൻ ആയിറ്റിങ്ങളേണ്ടാവൂ. ഞ്ഞി എപ്പേങ്കിലും വരുന്നൊളാ.."

അത് പറയുമ്പോൾ മാതുഅമ്മയുടെ തേങ്ങി ഞരങ്ങിയ ശബ്ദ

ത്തിനൊപ്പം ചേർന്ന് പൂച്ചകളും മ്യാവൂ ശബ്ദത്തിൽ അവളോട് പ്രതികരിക്കും.

"ഈറ്റിങ്ങളെ ഈടന്ന് പൊറത്താക്കാതെ അമ്മേനെ കാണാൻ ഇനി വരില്ലാ"ന്നും പറഞ്ഞാണ് അന്നവൾ ഇറങ്ങിപ്പോയത്.

"ഞ്ഞി വരണ്ടാ"ന്നു അപ്പഴത്തെ ദേഷ്യത്തിന് മാതുവും പറഞ്ഞു.

തണുപ്പുകാലമായാൽ പൂച്ചകളെല്ലാം അകത്തെ മുറിയിലാണുറങ്ങുന്നത്. ചിലർ മാതുവിനൊപ്പം പുതപ്പിനുള്ളിലും. പുറത്ത് മഴ വീണു തുടങ്ങീയാൽപ്പിന്നെ അടുക്കളയിൽ ഒതുങ്ങിക്കൂടാനാണു എല്ലാവർക്കും താല്പര്യം. മഴക്കാലമായാൽ ഉച്ചനേരത്ത് അടുക്കളയിൽ നല്ല ഉണക്കമീനിന്റെ മണം നിറയും. ആ സമയത്ത് പലതാളത്തിലും ശബ്ദത്തിലും മ്യാവൂ ശബ്ദമുണ്ടാക്കിക്കൊണ്ട് എല്ലാവരും മാതുവിന്റെ പിറകെ നടക്കും. മാതുഅമ്മ ചിലപ്പോൾ ദേഷ്യപ്പെടും. വടിയെടുത്ത് തല്ലാൻ നോക്കും. അല്ലെങ്കിൽ പിണങ്ങി വാതിലടച്ച് അകത്തിരിക്കും. അല്പസമയം കഴിഞ്ഞ് എല്ലാം മറന്ന് ചിരിച്ചുകൊണ്ട് വാതിൽ തുറന്നു പുറത്ത് വരും എന്നിട്ട് വറുത്ത ഉണക്കമീൻ പൊടിച്ച് ചേർത്ത ചോറ് എല്ലാവർക്കും വിളമ്പും.

ഒറ്റയ്ക്കിരിക്കുമ്പോൾ മാതുഅമ്മ മരിച്ചുപോയ ഭർത്താവിന്റെ ഫോട്ടോയിൽ നോക്കി സംസാരിക്കും. നാട് വിട്ടിറങ്ങിപ്പോയ മകൻ കൃഷ്ണനെക്കുറിച്ച് പറയുമ്പോൾ ദേഷ്യവും സങ്കടവും കൊണ്ട് നെഞ്ചത്തടിക്കും. "എങ്ങനെ വളർത്ത്യേതാ ഓനെ. ഈ തള്ളേനെ ഒറ്റയ്ക്കാക്കിപോകാൻ കുരുത്തം കേട്ടോനു മനസ്സ് വന്നല്ലോ." എന്ന് പറഞ്ഞുകൊണ്ടാവും മിക്കവാറും മാതു കരയുന്നത്.

പിന്നെ പൂച്ചകളോടായി അവർ പലതും സംസാരിക്കും. മാതു കരയുന്നത് പൂച്ചകൾക്കും സങ്കടമാണ്. അവർ മ്യാവൂ ശബ്ദത്തിൽ മാതുഅമ്മയെ വിളിക്കും. സകലതും മനസ്സിലായ മട്ടിൽ വെള്ള സാരിയുടെ ഞൊറികൾക്കിടയിൽ ചേർന്നിരുന്ന് ആശ്വസിപ്പിക്കും.

അപ്പോഴും മാതു കരയും.

ഞാൻ ചത്താ ങ്ങളെ ആരാ മക്കളെ നോക്കുവാ എന്ന് പറഞ്ഞുകൊണ്ടായിരിപ്പിക്കും അപ്പോഴത്തെ കരച്ചിൽ.

മാതുവമ്മ മരിക്കും അത് പൂച്ചകളെപ്പോലെ അകലെയെവിടെയോ ജീവിച്ചിരിക്കുന്ന മകനും അറിയുമായിരിക്കും.

ഞാൻ ചാവുന്നെന്റെ മുന്നേ ഓനൊന്നു വരാൻ തോന്നണേ മുത്തപ്പാന്ന് മാതുവമ്മ പ്രാർത്ഥിക്കാത്ത ദിവസങ്ങളില്ല.

മുത്തപ്പൻ തോന്നിപ്പിച്ചതോ സ്വയം തോന്നിയതോ എന്തോ, ഒരു വൈകുന്നേരം ചീരേട്ടന്റെ ചായപ്പീടികയിലിരുന്നവർ നോക്കി നില്ക്കെ പുഞ്ചിരി ട്രാൻസ്പോർട്ട് ബസിൽനിന്നും കൃഷ്ണദാസൻ കുടുംബസമേതം ഓടത്തിലെ പീടിക സ്റ്റോപ്പിൽ ബസിറങ്ങി.

കൃഷ്ണൻ നാട് വിട്ടു പോയ രാത്രി പൊന്നുവിനിപ്പോഴും ഓർമ്മ യുണ്ട്. നല്ല മഴയത്താണു ഓടത്തിലെ പീട്യെക്കല് കുറിക്കമ്പനി നട ത്തുന്ന ഗോവിന്ദേട്ടൻ കൃഷ്ണനെ വലിച്ചിഴച്ചുകൊണ്ട് കോലായിൽ കയറി വന്നത്.

"മാതു ഇന്റെ മോനൊരു കള്ളനാ. പെരുങ്കള്ളൻ.."

അയാൾ പറഞ്ഞത് സത്യമാണോ എന്ന് മാതുഅമ്മ ചോദിച്ചില്ല.

കൃഷ്ണദാസൻ കരഞ്ഞു. ചെയ്തുപോയ തെറ്റിന് മാപ്പു പറഞ്ഞു.

പിന്നെ അച്ഛന്റെ ഫോട്ടോ നോക്കി ഇനിയീ തെറ്റ് ആവർത്തി ക്കില്ലെന്ന് മാതുവമ്മയോട് സത്യം ചെയ്തു.

"ഇനി ഇമ്മാതിരി എന്തെങ്കിലും കണ്ടാലുണ്ടല്ലോ ഞ്ഞി പിന്നെ പൊലിസുകാറെ കൈയിന്റെ ചൂടറിയും."

മഴയുടെ കനത്ത ശബ്ദത്തിനൊപ്പംചേർന്ന് അത്രയും വിളിച്ചു പറഞ്ഞുകൊണ്ട് ഗോവിന്ദേട്ടൻ ഇറങ്ങി നടന്നു.

അന്ന് മാതുഅമ്മ ഉറങ്ങിയിട്ടുണ്ടാവില്ല. രാത്രി ഏറെ വൈകി കോലായിലെ തണുപ്പിൽ മഴ നോക്കി ഇരിക്കുമ്പോൾ കൃഷ്ണനൊപ്പം പൊന്നുവും ഉണ്ടായിരുന്നു. അവളെ കെട്ടിപ്പിടിച്ച് ഉമ്മവച്ചും കരഞ്ഞും ഇനിയൊരിക്കലും കാണില്ലെന്നു മാത്രം പറഞ്ഞ് നേരം പുലരുന്ന തിനുമുൻപേ അവനിറങ്ങിനടന്നു.

പുലർന്നപ്പോൾ മകനെ കാണാതെ മാതുഅമ്മ കരഞ്ഞു.

"ഓനെന്താ പറ്റിയെ. ഇങ്ങളോനെ തല്ലിയോ ചീത്ത പറഞ്ഞോ..." എടവലക്കാരുടെ ചോദ്യങ്ങൾക്ക് ഉത്തരമായി അന്ന് മുഴുവൻ മാതുഅമ്മ കരഞ്ഞു

ഗോവിന്ദേട്ടൻ പലതവണ വന്നന്വേഷിച്ചു.

"ഞ്ഞി ഓനെ അടിക്കയാറ്റൊ ചെയ്തോ"

ഇല്ലെന്നു മാതുഅമ്മ തലയാട്ടും.

"വിവരല്ല്യാത്തോൻ. ഓൻ നന്നാകുമെന്ന് വിചാരിച്ചോറ് വിഡ്ഢി കൾ.. അല്ലാണ്ടെന്താ. മാതു ഞ്ഞി ബേജാറാവണ്ട. ഓൻ വരും വരാണ്ട് ഏടെ പോകാനാ."

ഗോവിന്ദൻ മാതുവിനെ കാണുമ്പോഴൊക്കെ അത് തന്നെ പറഞ്ഞു.

മകനും മരുമകളും കൊച്ചുമകളുമായി കയറിവന്നപ്പോൾ മാതു പഴയതെല്ലാം ഓർത്ത് ഒരിക്കൽക്കൂടി കരഞ്ഞു. പൂച്ചകൾ കൂട്ടമായി മ്യാവൂ ശബ്ദത്തിൽ സന്തോഷം പങ്കു വച്ചപ്പോൾ അയാൾ ചിരിച്ചു. മുറ്റത്ത് കളിച്ചുകൊണ്ടിരുന്ന പൂച്ചക്കുഞ്ഞുങ്ങളെ അയാൾ തന്റെ മകൾക്കു കാട്ടിക്കൊടുത്തു.

മരുമകൾ പൂച്ചകളെ അറപ്പോടെയും മാതുഅമ്മ മരുമകളെ വാത്സല്യത്തോടെയും ഏറെ നേരം നോക്കി നിന്നു.

"ഇവളെ വീടേട്യാ." എന്ന ഒരൊറ്റ ചോദ്യം മാത്രം മാതുവമ്മയിൽ

നിന്നും പുറത്ത് വന്നു

കൃഷ്ണദാസൻ എല്ലാം പറഞ്ഞു. വയനാട്ടിലെ കാപ്പിത്തോട്ടത്തിൽ പണിക്ക് പോയതും അവിടെവച്ച് ശ്യാമളയെ മംഗലം കയിച്ചതുമെല്ലാം പറയുമ്പോൾ പൊന്നു അയാളുടെ മടിയിൽ കയറിയിരുന്ന് മ്യാവു ശബ്ദമുണ്ടാക്കി അവളുടെ സ്നേഹമറിയിച്ചു. സ്നേഹത്തോടെ അയാളുടെ കൈകളിൽ മുഖമമർത്തി ഉമ്മവച്ചു.

ഇനിയുള്ള കാലം അമ്മയോടൊപ്പം ജീവിച്ചാൽ മതിയെന്ന് മാതു പറഞ്ഞതുകേട്ട് മരുമകൾ ശബ്ദമില്ലാതെ ചിരിച്ചു. കസേരയിൽ ഉറങ്ങിക്കിടന്ന പാറുവിനെ തട്ടി താഴെയിട്ട് ചീത്ത വിളിച്ച ശേഷം അവിടെ കയറിയിരുന്നു. മയക്കത്തിൽ തനിക്കെന്താണ് സംഭവിച്ചതെന്നുപോലും മനസ്സിലാകാതെ പാറു ഉറക്കെ കരഞ്ഞു. അപ്പോഴാണ് മരുമകൾ ആരും കാണാതെ അവളെ ആഞ്ഞു ചവിട്ടിയത്.

പാറു മാതുവമ്മയോട് പരിഭവം പറഞ്ഞു.

“ഇനിക്കെന്ത്ന്നാ പറ്റിന്” മാതുവമ്മയ്ക്ക് ഒന്നും മനസ്സിലായില്ല.

പാറു പല ശബ്ദത്തിലും താളത്തിലും കരഞ്ഞു. അപ്പോഴും അവൾ പറഞ്ഞതൊന്നും അവർക്കു മനസ്സിലായില്ല. അന്നാദ്യമായി അവർക്കിടയിൽ ഭാഷ ഒരു മറ സൃഷ്ടിച്ചു.

വീട്ടുകാര്യങ്ങളോരോന്നായി വളരെ പെട്ടെന്നുതന്നെ മരുമകൾ ഏറ്റെടുത്ത് നടത്തിത്തുടങ്ങി. ആദ്യ ദിവസങ്ങളിൽ അവൾ അമ്മയെ അടുക്കളയിൽ സഹായിച്ചു. വീടും പറമ്പും വൃത്തിയാക്കി. സ്വന്തം കുഞ്ഞിനെപ്പോലും അവഗണിച്ചുകൊണ്ട് അമ്മയ്ക്കു വേണ്ടിയെന്നപോലെ അവൾ ജീവിച്ചു. വീട്ടുജോലികളെല്ലാം മരുമകൾ ഏറ്റെടുത്തതോടെ മാതുഅമ്മ കൂടുതൽ സമയവും പൂച്ചകളെ പേടിയുള്ള കൊച്ചുമകൾക്കൊപ്പമായി. മാതുഅമ്മയില്ലാത്ത അടുക്കളയിൽനിന്നും വളരെ പെട്ടെന്ന് തന്നെ പൂച്ചകൾ പുറത്താക്കപ്പെട്ടു. തണുപ്പുള്ള രാത്രികളിൽ അടുപ്പിനടുത്തെ കിടപ്പു അവസാനിച്ചതോടെ അവർ മാതുവമ്മയുടെ കട്ടിലിലെ കമ്പിളി പുതപ്പിനുള്ളിൽ കയറിക്കൂടാൻ മത്സരിച്ചു. അപ്പോഴാണ് പൂച്ചകളെ പേടിയുള്ള കൊച്ചുമകൾ മുത്തശ്ശിയോടൊപ്പം കിടക്കാൻ വാശിപിടിച്ചത്. അന്നാദ്യമായി മാതുഅമ്മയുടെ സമ്മതത്തോടെ മരുമകൾ പൂച്ചകളെ മുറിക്കു പുറത്താക്കി വാതിലടച്ചു.

ആദ്യമൊക്കെ രാവിലെ മാതുഅമ്മ പാൽക്കവറുകളുമായി തിരിച്ചെത്തുമ്പോഴേ മരുമകൾ ഉണരാറുള്ളൂ. പക്ഷേ, പിന്നീടുള്ള ദിവസങ്ങളിൽ മരുമകൾ പതിവിലും നേരത്തെ ഉണർന്നു. കൃഷ്ണദാസിനെയും വിളിച്ചുണർത്തി ഏറ്റെടുക്കേണ്ട ഉത്തരവാദിത്വങ്ങളെക്കുറിച്ച് ഓർമ്മിപ്പിച്ചു. അമ്മയെ അതിരാവിലെ പീടികയിൽ പറഞ്ഞയക്കുകയെന്ന മഹാപരാധം ചെയ്തുകൂടെന്നു തലേന്ന് രാത്രിതന്നെ അവളയാളെ ബോദ്ധ്യപ്പെടുത്തിയിരുന്നു. അങ്ങനെ പുലർച്ചെയുള്ള ഭാരിച്ച ജോലിയിൽനിന്നും

മനസ്സില്ലാമനസ്സോടെ മാതുഅമ്മ വിരമിച്ചു. പാൽകവറിന്റെ എണ്ണം ആദ്യം രണ്ടായും പിന്നീടത് ഒന്നായും ചുരുങ്ങിയതൊന്നുമറിയാതെ മാതു മരുമകളെക്കുറിച്ചോർത്ത് അഭിമാനിച്ചു. ഇപ്പോൾ മാതുഅമ്മ ഉണരുന്നത് ഓടത്തിലെ പീട്യെക്കലെ എല്ലാവരും ഉണർന്നു കഴിഞ്ഞാണ്. ഇനിയുള്ള ദിവസങ്ങളിൽ താനുണർന്നില്ലെങ്കിലും ഒന്നും സംഭവിക്കില്ലെന്ന് മാതുവമ്മയ്ക്കറിയാം. മാതുഅമ്മ അന്വേഷിക്കുമ്പോൾ പൂച്ചകൾ പാല് കുടിച്ചെന്നു മരുമകൾ പറയും. ഇല്ലെന്നു പൊന്നൂവും പാറുവും മാളുവും ചിണ്ടനും മണിയനുമെല്ലാം ഉറക്കെ കരഞ്ഞു പറയും. പക്ഷേ, മാതുവി നിപ്പോൾ അവർ പറയുന്നതൊന്നും മനസ്സിലാകാതെയായിരിക്കുന്നു. ഞാൻ ചത്താൽ ഇങ്ങളെ ആരാ നോക്കുവാ എന്ന് പറഞ്ഞു പൂച്ചകൾക്ക് മുൻപിൽ ഇപ്പോഴവർ കരയാറില്ല. എല്ലാത്തിനും മകനും മരുമകളുമുണ്ട്.

വീടിന്റെ ഭരണം പൂർണ്ണമായും ഏറ്റെടുത്തതോടെ ശ്യാമള ഭരണപരിഷ്കാരങ്ങളോരോന്നായി നടപ്പിലാക്കി.. മാർജ്ജാരന്മാരെ ഒരുമിച്ച് വീട്ടിൽനിന്നും പുറത്താക്കുന്നത് അത്ര എളുപ്പമല്ലെന്ന് ശ്യാമള യ്ക്കും അറിയാമായിരുന്നു. പാൽ, ബിസ്കറ്റ്, മത്സ്യം ഇതെല്ലാം പുശക ന്മാർക്ക് നിഷേധിക്കപ്പെട്ടതങ്ങിനെയാണ്. അവർ കരഞ്ഞു. അമ്മയുടെ ചേലയിൽ തൊട്ടുരുമ്മി നടന്നു വിലപിച്ചു. മുഖത്തേക്ക് നോക്കി പരിഭവം പറഞ്ഞു. പക്ഷേ, മാതുവമ്മയ്ക്ക് അവർ പറഞ്ഞതൊന്നും മനസ്സിലായ തേയില്ല.

സ്വന്തം നിലനില്പിനായി ഓരോരുത്തരായി വീട് വിട്ടിറങ്ങാൻ തീരു മാനിച്ചപ്പോഴും മാതുവമ്മ മാത്രം ഒന്നുമറിഞ്ഞില്ല. ആദ്യം വീടുവിട്ടിറ ങ്ങിയത് ചിണ്ടനാണ്. അവനു പിറകെ വിശപ്പ് സഹിക്കാനാവാതെ കുഞ്ഞുങ്ങളോരോരുത്തരായി പല വഴിക്ക് പോയി. ദിവസങ്ങളായി ഭക്ഷണം കിട്ടുന്നത് ഉച്ചയ്ക്ക് മാത്രമാണ്. നട്ടുച്ചനേരത്ത് മരുമകൾ മീൻ വൃത്തിയാക്കുന്നത് കണ്ടാണ് ചിണ്ടൻ അടുത്തുചെന്നത്. അന്നവനെ ശ്യാമള കൈയിലിരുന്ന കത്തികൊണ്ട് തല്ലി. നെറ്റി മുറിഞ്ഞു ചോര യൊഴുകി. നിലവിളിച്ചുകൊണ്ട് ഇടവഴിയിലേക്കിറങ്ങി ഓടിയ അവൻ പിന്നീടൊരിക്കലും തിരിച്ചു വന്നില്ല. ചിണ്ടനെ കാണാതായപ്പോൾ മാത്രം മാതു ആവലാതിപ്പെട്ടു. മരുമകൾ മാതുവമ്മയുടെ ചോദ്യങ്ങൾക്കു മുൻപിൽ നിശ്ശബ്ദയായി. ഭരണം നടത്തുന്നവരുടെ മൗനം എല്ലാത്തി നുമുള്ള ഉത്തരമാണെന്നു മാതുവിനപ്പോൾ മനസ്സിലായില്ല. പൂച്ചകൾ പല ശബ്ദത്തിൽ താളത്തിൽ സത്യങ്ങൾ വിളിച്ച് പറഞ്ഞു. പക്ഷേ, മാതു അമ്മയ്ക്കിപ്പോൾ അവർ പറയുന്നതൊന്നും മനസ്സിലാകുന്നില്ല.

പലതും പറയാൻ ശ്രമിച്ച് പരാജയപ്പെട്ടതോടെ മിന്നു തന്റെ പിറന്നു വീണ കുഞ്ഞുങ്ങളെ ഓരോരുത്തരെയായി മുതുകിൽ കടിച്ചുതൂക്കി മതിലു ചാടിക്കടന്ന് റോഡിനപ്പുറത്തെ വായനശാലയുടെ പിറകിലെ ആളൊഴിഞ്ഞ ചായ്പ്പിൽ കൊണ്ടുവച്ചു. ചാക്കിൽകെട്ടി നാട് കടത്താൻ തക്കംനോക്കിയിരുന്ന ശ്യാമളയ്ക്ക് ആശ്വാസമാണ് തോന്നിയത്.

വിറകുപുരയിൽ പ്രസവിച്ചു കിടന്ന മിന്നുവിനെയും കുഞ്ഞുങ്ങളെയും കാണാതെ വിഷമിച്ച മാതുവിനെ പൂച്ചകൾ ഏഴു വീട് മാറി പാർക്കും എന്ന തത്ത്വം പറഞ്ഞ് മരുമകൾ ആശ്വസിപ്പിച്ചു. മാതുവിനതൊരു പുതിയ അറിവായിരുന്നു. മാതുവമ്മ വളർത്തിയ പൂച്ചകളാരും മുൻപൊരിക്കലും ഇതുപോലെ കുഞ്ഞുങ്ങളെയും കൂട്ടി വീടു വിട്ടു പോയിട്ടില്ല.

പൂച്ചകളെപ്പോലെ മാതുവമ്മയും ക്ഷീണിച്ചു. പഴയതുപോലെ നടക്കാനോ പൂശകന്മാരോട് കളിക്കാനോ കഴിയാതെ മുറിയിൽനിന്ന് പുറത്തിറങ്ങാതെ മാതു അമ്മ കിടപ്പായി. വീട് വിട്ടുപോയ പൂച്ചകൾ ഇടയ്ക്കു ജനാലയ്ക്കപ്പുറത്ത് തന്നെ കാണാൻ വിരുന്നു വന്നതൊന്നും മാതുവമ്മ അറിഞ്ഞില്ല. മഴക്കാലത്ത് പതിവുപോലെ വിറകടുപ്പിന്റെ ചൂട് തേടി വന്നവരെ ശ്യാമള പുറത്താക്കി വാതിലടച്ചു. തണുപ്പിൽ തന്റെ കമ്പിളിപ്പുതപ്പിനുള്ളിൽ മാതുഅമ്മ മാത്രം ഒന്നുമറിയാതെ സുഖമായുറങ്ങി. അവശേഷിച്ച പൂച്ചകളോരോരുത്തരായി തണുപ്പിൽ വിറച്ച് വിറങ്ങലിച്ച് ഒടുവിൽ പറമ്പിൽ പലയിടത്തായി കൃഷ്ണദാസൻ കുഴിച്ച കുഴികളിൽ മൂടപ്പെട്ടു. ശ്യാമളയുടെ ഭരണനേട്ടങ്ങളിൽ കൃഷ്ണദാസൻ അവളെ പ്രശംസിച്ചു.

അഹിഭൂമി

അകത്തെ ചൂട് സഹിക്കാനാവാതെയാണ് പുറത്തിറങ്ങിയത്. വേലിപ്പടർപ്പിനോടു ചേർന്ന് ചെടികൾക്കിടയിലെവിടെയെങ്കിലും അല്പസമയമിരുന്നാൽ ആശ്വാസമാകും. ഉച്ചവെയിലിന്റെ ചൂട് ചുറ്റുപാടുമുള്ള ചെടികളെയാകെ കരിച്ച് കളഞ്ഞിരിക്കുന്നു. മണ്ണിനും ഇലകൾക്കുമൊന്നും പഴയതു പോലെ തണുപ്പുമില്ല. പുറത്തിറങ്ങിയാൽ ഓരോ പ്രവൃത്തിയും വളരെ കരുതലോടെയായിരിക്കണം. അധിക സമയം എവിടെയും തങ്ങാൻ പാടില്ല. വിശ്രമിക്കണമെങ്കിൽ ശബ്ദമുണ്ടാക്കാതെ അനക്കമില്ലാതെ, ശരീരഭാഗങ്ങൾ ആരുടേയും കണ്ണിൽപ്പെടാതെ വളരെ ശ്രദ്ധയോടെയായിരിക്കണമത്.

സ്കൂളിൽ പോകുന്ന കുട്ടികൾ കൂട്ടമായി നടന്നുപോകുന്ന വഴിയായതുകൊണ്ട് പകൽ വെളിച്ചത്തിൽ വേലിക്കരികിലിരിക്കുന്നത് അപകടമാണ്. ശരീരമൊന്നിളകിയാൽ മതി. അവർ വളരെ പെട്ടെന്ന് കണ്ടുപിടിക്കും. ആളുകൾ കൂട്ടംചേർന്ന് കല്ലും വടിയുമൊക്കെയായുള്ള ആക്രമണമായിരിക്കും പിന്നീട്. അവർക്കിടയിൽ പെട്ടുപോയാൽ രക്ഷപ്പെടുക അത്ര എളുപ്പമല്ല, എവിടെപ്പോയൊളിച്ചാലും വളരെ പെട്ടെന്ന് തിരഞ്ഞുപിടിച്ചു കൊന്നുകളയും. അതാണവരുടെ രീതി.

പരിസരത്തെങ്ങും പച്ചിലകളും ചെടികളുമില്ലാതായിരിക്കുന്നു. ഇലകളെല്ലാംപൊഴിഞ്ഞു നരച്ചുണങ്ങിയവൃക്ഷങ്ങൾമാത്രം പ്രതീക്ഷ നശിക്കാതെ വരണ്ടുണങ്ങിയ ഭൂമിയിൽ ഇനിയുമവശേഷിക്കുന്നു. എല്ലാംനശിക്കുകയാണ്. ആവശ്യമുള്ളതെല്ലാം തെരഞ്ഞെടുത്തത് അനാവശ്യമായതെന്നു കരുതി ഉപേക്ഷിക്കപ്പെടുകയാണിവിടെ. പുതുമഴ

നനച്ചിട്ട മണ്ണിലൂടെ, നനഞ്ഞ പുല്ലുകൾക്കിടയിലൂടെ ഇഴഞ്ഞു നടന്നിട്ടെത്രയോ നാളുകളായി. മഴയും മണ്ണും ചേർന്ന ഗന്ധം മനസ്സിനെയും ശരീരത്തെയും ഒരുപോലെ മത്തുപിടിപ്പിക്കും. അരുവികളെയും പുഴകളെയുംകുറിച്ച് പറഞ്ഞു കേട്ട അറിവേയുള്ളൂ ഞങ്ങളുടെ തലമുറയ്ക്ക്.. ഞാൻ കണ്ടിട്ടുള്ളത് മഴവെള്ളമാണ്. ആകാശത്തുനിന്നും ഭൂമിയിലേക്കിറങ്ങി സകല ജീവജാലങ്ങളെയും ഒരുപോലെ നനയ്ക്കാനുള്ള കഴിവുണ്ടതിന്. നനഞ്ഞു കുതിർന്ന മണ്ണിൽ ചേർന്ന് ഇഴഞ്ഞു നീങ്ങുമ്പോൾ ശരീരമാകെ തണുക്കും. പിന്നെ കണ്ടിട്ടുള്ളത് കിണറുകളിലെ വെള്ളമാണ്. അത് മനുഷ്യർക്ക് മാത്രമുള്ളതാണെന്നാണ് അവരുടെ വിശ്വാസം. അതുകൊണ്ട് അതിനടുത്തെങ്ങും പോകാറുമില്ല.

മഴപെയ്ത് ഭൂമിതണുത്തു കഴിഞ്ഞാൽ അല്പം ശരീര സൗന്ദര്യമൊക്കെ ശ്രദ്ധിക്കാം.

ഉറയൂരിയിട്ട് പുതിയ തിളക്കവും മിനുസവുമുള്ള തൊലിക്കായി മാളങ്ങളിൽ ആരേയും ഭയപ്പെടാതെ വിശ്രമിക്കാം. കൊടുംചൂടിൽ തൊലിയാകെ വരണ്ടുണങ്ങിയിരിക്കുന്നു. അല്പസമയം ശരീരം തണുപ്പിച്ചില്ലെങ്കിൽ വല്ലാത്ത വിങ്ങലാണ്. സുലൈമാൻ ഹാജിയുടെ വീടിന്റെ ഗേറ്റു കടന്ന് സിമൻറ് തറയിലൂടെ പതുങ്ങിച്ചെന്ന് പൂന്തോട്ടത്തിലെ പുൽപ്പടർപ്പിൽ കയറിക്കൂടിയതങ്ങനെയാണ്. സിമന്റു തറയിലൂടെയുള്ള ഇഴച്ചിൽ ശരീരത്തിനു വേദനയാണ്. പക്ഷേ, അതു കഴിഞ്ഞെത്തുന്ന തണുപ്പ് പടർന്നു കിടക്കുന്ന പുൽപടർപ്പിലേക്കാണെന്ന ചിന്ത മറ്റെല്ലാ വേദനകളെയും അകറ്റും.

ഇരുട്ടുന്നതുവരെ ആരുടേയും കണ്ണിൽപ്പെടാതെ കഴിഞ്ഞു കൂടിയാൽ പുലരുന്നതിനു മുൻപേ ഇരുട്ടിൽ ആരെയും ഭയപ്പെടാതെ തിരിച്ചുപോകാം. പുൽപ്പടർപ്പിൽ നല്ല നനവുണ്ട്. ഏതു കടുത്ത വേനലാണെങ്കിലും അവിടെ നല്ല തണുപ്പുണ്ടാകും. ആ തണുപ്പിൽ കിടന്നു മയങ്ങാൻ ഒരു പ്രത്യേക സുഖമാണ്. അധികമാരും അവിടെ വന്നെന്നെ ശല്യപ്പെടുത്താറുമില്ല. വലിയ വീടും പറമ്പുമൊക്കെയാണെങ്കിലും രണ്ടോ മൂന്നോ മനുഷ്യരുടെ കാലുകൾ മാത്രമേ അവിടെ സാധാരണ കാണാറുള്ളൂ. പറമ്പിലും മുറ്റത്തുമൊന്നും ഓടിക്കളിക്കുന്ന കുഞ്ഞുകാലുകൾ ഇതുവരെ കണ്ടിട്ടില്ല. മുറ്റത്ത് ധാരാളം ചെടികളുണ്ട് അതിലെല്ലാം പലനിറത്തിലും വലിപ്പത്തിലുമുള്ള പലതരം സുഗന്ധം പടർത്തുന്ന പൂക്കളും. അതിനിടയിലായി ഒരുകൊച്ചു കുളവുമുണ്ട്. മുത്തശ്ശിയോടൊപ്പം ആദ്യമായി അതിനരികു പറ്റി കിടന്നപ്പോൾ എന്ത് സുഖമായിരുന്നു. കുളങ്ങൾ ഇങ്ങനെയല്ലെന്നു മുത്തശ്ശി പറഞ്ഞിട്ടുണ്ട്. പക്ഷേ, ഞാൻ കണ്ടിട്ടുള്ളതിൽ വച്ചേറ്റവും വലിയ കുളമാണത്. അതിൽ

ചെറിയ ചെടികളുണ്ട് കൂടാതെ നല്ല ഭംഗിയുള്ള മത്സ്യങ്ങളും. ഞാനവരെ ഒരിക്കൽപ്പോലും ഉപദ്രവിച്ചിട്ടില്ല. പക്ഷേ, അവറ്റകൾക്കെന്നെ കാണുന്നതുപോലും ഭയമാണെന്നു തോന്നുന്നു,

കുളങ്ങളും അരുവികളും പുഴകളും പുൽപ്പടർപ്പുകളും മരങ്ങളും നിറഞ്ഞ കാടുകളെക്കുറിച്ച് മുത്തശ്ശി പറഞ്ഞുകൊണ്ടേയിരിക്കും. ഇതുവരെ കണ്ടിട്ടില്ലാത്ത, അനുഭവിച്ചറിഞ്ഞിട്ടില്ലാത്ത ഇടങ്ങളെക്കുറിച്ച് കേട്ടിരിക്കാൻ ഞങ്ങൾക്കെല്ലാവർക്കും താല്പര്യമാണ്. ഞങ്ങൾക്കിടയിൽ തർക്കങ്ങൾ കുറവായിരുന്നു. ഉണ്ടായിരുന്ന തർക്കങ്ങൾ ഏതൊക്കെ ദിശയിൽ അപകടമില്ലാതെ സഞ്ചരിക്കാമെന്നും, മുത്തശ്ശിമാർ പറഞ്ഞു മാത്രം കേട്ടറിവുള്ള പുഴകളും ചെടികളും മരങ്ങളും തിങ്ങി നിറഞ്ഞയിടത്ത് ചെന്നെത്താമെന്നതിനെക്കുറിച്ചുമൊക്കെയായിരുന്നു.

കൂട്ടത്തിൽ മറ്റാർക്കുമില്ലാത്തത്ര ഘ്രാണശക്തിയും കേൾവി ശക്തിയുമൊക്കെ എനിക്കുണ്ട്. അജ്ഞാതമായ എതോ ശക്തിയാണു എനിക്കീ കഴിവുകൾ നല്കിയിട്ടുള്ളതെന്ന് ഞങ്ങൾക്കിടയിൽ പലരും പറഞ്ഞുകേട്ട അറിവേയുള്ളൂ. ഈ കാരണങ്ങൾ കൊണ്ടാവാം പലരും കൗതുകത്തോടെ എന്നെ നോക്കുന്നതും ഞാൻ പറയുന്നത് കേൾക്കാൻ കാത്തിരിക്കുന്നതും. എനിക്കൊപ്പം പുറത്തിറങ്ങിനടക്കാൻ മത്സരമാണ് പലപ്പോഴും.. പക്ഷേ, ഞാനങ്ങനെ ആരോടും കൂട്ടുകൂടാറില്ല. ഒറ്റയ്ക്ക് പുറത്തിറങ്ങി അലഞ്ഞുതിരിയുന്നത് എനിക്കിപ്പോഴൊരു ഹരമാണ്.

മനുഷ്യരിൽനിന്നു രക്ഷപ്പെടാനുള്ളപലവിദ്യകളും ഞാൻ മനസ്സിലാക്കി വച്ചിട്ടുണ്ട്. മനുഷ്യർ മാത്രമല്ല. കീരിയും പരുന്തുകളും മൂങ്ങയുമൊക്കെ ശത്രുക്കളായുണ്ട്. പക്ഷേ, കൂടുതൽ കരുതൽ വേണ്ടത് മനുഷ്യരെ കാണുമ്പോഴാണെന്നുമാത്രം. മനുഷ്യരുടെ ചലനങ്ങളും സംസാരവുമൊക്കെ വളരെ വേഗത്തിലെനിക്ക് തിരിച്ചറിയാൻ സാധിക്കും. എന്റെ കാഴ്ചശക്തി ഒപ്പമുള്ളവരെ പലപ്പോഴും അത്ഭുതപ്പെടുത്തിയിട്ടുണ്ട്.. ഇതൊക്കെ മാളത്തിൽ ഒളിച്ചിരിക്കാതെ പുറത്തു കറങ്ങി നടക്കാൻ എനിക്ക് ആത്മവിശ്വാസം നല്കുന്ന ചില സുപ്രധാന ഘടകങ്ങളാണ്. എങ്കിലും മനുഷ്യർ കുശാഗ്രബുദ്ധിയുള്ളവരും ആരെയും അപകടപ്പെടുത്താൻ മടിയില്ലാത്തവരുമാണെന്ന് എനിക്കറിയാം. അവരുടെ കണ്മുൻപിൽ ചെന്നുപെട്ടാൽ അടിച്ചു കൊല്ലുക തന്നെചെയ്യും.

പല്ലുകളിൽ കുത്തിനിറച്ച വിഷം കൊണ്ട് നടക്കുന്നതു കൊണ്ടു മാത്രമാണ് അവരെ ഭയപ്പെടുത്തി അകറ്റി നിർത്താൻ സാധിക്കുന്നത്. ഇല്ലെങ്കിൽ ഏതെങ്കിലും വീടുകളിലെ കണ്ണാടിക്കൂടുകളിൽ പ്രദർശന വസ്തുക്കളായി യജമാനസ്നേഹം കാട്ടി ജീവിതം കഴിച്ച് കൂട്ടേണ്ടി വന്നേനെ.

അവസരം കിട്ടിയാൽ ഇന്നും ഹാജിയാരുടെ മുറ്റത്തെ കുളത്തി

ലിറങ്ങിയൊന്നു കളിക്കണം. പുൽപ്പടർപ്പും മുറ്റത്തെചെടികളും നനച്ചു കഴിഞ്ഞു അവൾ പോയിക്കഴിഞ്ഞതേയുള്ളൂ. ഈയിടെയാണു കറുത്തു മെലിഞ്ഞുണങ്ങിയ വെള്ളിക്കൊലുസിട്ട കാലുകൾ ഹാജിയാരുടെ വീട്ടു മുറ്റത്ത് കണ്ടു തുടങ്ങിയത്. രാവെന്നോ പകലെന്നോ വ്യത്യാസമില്ലാതെ ഹാജിയാരുടെ വീട്ടിലും മുറ്റത്തും പറമ്പിലും മാത്രമല്ല കാവിനടുത്തും കശുമാവിൻതോട്ടത്തിലുമെല്ലാം ആ വെള്ളിക്കൊലുസിട്ട കാലുകൾ ഞാൻ പലപ്പോഴും കണ്ടിട്ടുണ്ട്. മണ്ണിൽ പതിഞ്ഞു നില്ക്കുന്ന പാദങ്ങൾ കണ്ടാലറിയാം അവളുടെ ശരീരം ഭാരമില്ലാത്തതാണെന്ന്. അതുകൊണ്ടുതന്നെ അവൾ അടുത്തെത്തിയാലും തിരിച്ചറിയാനാകില്ല. പറമ്പിൽ പണിയെടുക്കുന്ന തടിയൻ ഗോവിന്ദന്റെയും ഹാജിയാരുടെയുമൊക്കെ കാൽപ്പെരുമാറ്റം പെട്ടെന്ന് തിരിച്ചറിയാം.

നനഞ്ഞ മണ്ണിന്റെ ഗന്ധം അവിടെയാകെ നിറഞ്ഞിരുന്നു. ആ മണ്ണിൽ പറ്റിച്ചേർന്നു കണ്ണുകളടച്ചു കിടന്നാൽ പാരിജാത പൂക്കളുടെ സുഗന്ധവും പച്ചിലകളുടെ തണുപ്പും കാടിന്റെ ഇരുട്ടുമൊക്കെ ഒരു സ്വപ്നത്തിലെന്ന പോലെ ആസ്വദിക്കാം. ചുറ്റിലും ഇരുട്ട് പരന്നു കഴിഞ്ഞാൽ ആരെയും ഭയപ്പെടാതെ കുളത്തിലിറങ്ങാം. രാത്രിയായാൽപ്പിന്നെ ഹാജിയാരും ഭാര്യയും പുറത്തിറങ്ങാറില്ല. അവൾ മാത്രം ചില രാത്രികളിൽ പുറത്ത് വന്നെത്തിനോക്കുന്നത് കാണാം. പകൽ സമയങ്ങളിൽ അവളൊരു ഒതുക്കമുള്ള വേലക്കാരിയും ഇരുട്ടിൽ അവളൊരു കാവല്ക്കാരിയുമാണെന്നെനിക്കു തോന്നിയിട്ടുണ്ട്. നട്ടപ്പാതിരായ്ക്ക് കള്ളൻ അശോകന്റെയൊപ്പം കശുമാവിന്തോട്ടത്തിൽ പതുങ്ങിയിരിക്കുമ്പോൾ മാത്രം അവൾക്കൊരു കള്ളിയുടെ മുഖമാണ്. അവളെപ്പോലൊരു സുന്ദരിയെ ചുറ്റുവട്ടത്തൊന്നും ഇതിനുമുൻപ് കണ്ടിട്ടില്ല. ഞങ്ങളുടേതുപോലെ ഇരുണ്ട മിനുസമുള്ള ശരീരവും രാത്രിയുടെ ഇരുട്ടിൽ തിളങ്ങുന്ന കണ്ണുകളുമാണവൾക്ക്. കറുത്തിരുണ്ട തലമുടി എപ്പോഴും ഒതുക്കി കെട്ടിവച്ചിരിക്കും.

വേനല്ക്കാലമായാൽ കാവിലെ മരങ്ങൾക്കിടയിലും അതിനപ്പുറത്തെ കൊച്ചുവീടുകളുടെ ചുറ്റുപാടുമൊന്നും തണുപ്പുണ്ടാകില്ല. അവിടെയൊക്കെ കിണറുകൾ പോലും വറ്റിത്തുടങ്ങി. കരിയിലകൾക്കിടയിലെ ശരീരം പൊള്ളുന്ന ചൂട് സഹിക്കാനാവാതെ കുഞ്ഞുങ്ങൾ ചത്തൊടുങ്ങുന്നു. അവശേഷിക്കുന്നവരാകട്ടെ ശരീരം തണുപ്പിക്കാൻ നിവൃത്തിയില്ലാതെ മനുഷ്യരെ ഭയന്ന് എല്ലാംസഹിച്ചു മാളങ്ങളിൽത്തന്നെ ഒതുങ്ങിക്കൂടുന്നു. ഹാജിയാരുടെ വീട്ടുമുറ്റത്തെപ്പോലെ മറ്റെങ്ങും പൂന്തോട്ടങ്ങളില്ല. അമ്പലപ്പറമ്പിലെ വരണ്ടുണങ്ങിക്കിടക്കുന്ന മണ്ണിൽ മാത്രം ഇപ്പോഴും ചില ചെടികളും മരങ്ങളുമുണ്ട്. രാവിലെയും വൈകുന്നേരവും വിളക്കു വയ്ക്കാനെത്തുന്ന നമ്പൂതിരിയും പിന്നെ കുറച്ചാളുകളും

മാത്രമേ ആ ഭാഗത്തേക്ക് വരൂ. പിന്നെയുള്ളത് ജാനുവമ്മയുടെ വീടാണ്. പണ്ട് അവിടെ നിറയെ മരങ്ങളും ചെടികളുമുണ്ടായിരുന്നു. അതിനപുറത്താണ് കശുമാവിൻതോട്ടം. അവിടെയാണെങ്കിൽ കള്ളൻ അശോകനെപ്പോലെ രാത്രികാലങ്ങളിൽ കറങ്ങിത്തിരിയുന്ന ചില മനുഷ്യരെ കാണാം. വെള്ളിക്കൊലുസിട്ട കാലുകൾ ആദ്യമായി കണ്ടതും അവിടെവച്ചാണ്. സാധാരണ മനുഷ്യർക്ക് ഇരുട്ടിയാൽ പുറത്തിറങ്ങി നടക്കുന്ന പതിവില്ലാത്തതാണ്. എന്നാൽ ഈയിടെയായി കാവിനപ്പുറത്തെ ഞങ്ങളുടെ മാളങ്ങൾക്കരികെയും കള്ളൻ അശോകനും കൂട്ടരുമൊക്കെ കടന്നു വന്നു തുടങ്ങിയിട്ടുണ്ട്. അവർക്കൊപ്പമാണു രാത്രികാലങ്ങളിൽ അവളുടെയും സഞ്ചാരം. സൂക്ഷിക്കണമെന്ന് മുതിർന്നവർ പറയുന്നത് വെറുതെയല്ല. അവരുടെ മുൻപിലെങ്ങാനും പെട്ടാൽ പിന്നെ ജീവിതമില്ല. ചില മനുഷ്യർക്കു നേരെ ഒന്നുറക്കെ ചീറ്റിയാൽ ശബ്ദം കേട്ട് ഭയന്നു മാറി പൊയ്ക്കോളും. അല്ലെങ്കിൽ ആക്രമിക്കപ്പെടുന്നതിനു മുൻപ് പല്ലുകളിലെ വിഷം അവരുടെ ശരീരത്തിൽ കുത്തിയിറക്കി രക്ഷപ്പെടാനാവണം.

ജാനുവമ്മയുടെ വീടിനു നല്ല തണുപ്പാണ്. അതിന്റെ ചുമരുകൾ ദ്രവിച്ചു തുടങ്ങിയതും. മറ്റു വീടുകളുടേതു പോലെ മിനുസപ്പെടുത്തിയ ചുമരുകളും നിലവുമൊന്നുമല്ലാത്തതുകൊണ്ടു തന്നെ അതിന്റെ മേൽക്കൂരയിൽപ്പോലും എളുപ്പത്തിൽ ഇഴഞ്ഞെത്താം. മുറ്റത്തെ കൂട്ടിൽ കോഴികളുണ്ട്. അവറ്റകൾ കണ്ടാൽ കൊക്കിവിളിച്ചു വീട്ടുകാരെ അറിയിക്കും. എങ്കിലും അവിടെനിന്നു രക്ഷപ്പെടാൻ എളുപ്പമാണ്. അമ്പലപ്പറമ്പിനടുത്തായതുകൊണ്ട് ദൈവങ്ങൾക്കൊപ്പം കാവിലെ സർപ്പങ്ങളെ ആരാധിക്കുന്നവരുണ്ട്. പലരും നേരിട്ട് കണ്ടാലും ഉപദ്രവിക്കില്ല. ജാനുവമ്മയുടെ വീട്ടിനകത്ത് അടുക്കിവച്ചിരിക്കുന്ന ചെമ്പുപാത്രങ്ങൾക്കിടയിൽ പതുങ്ങിക്കിടക്കാനാണ് കുടുതൽ സുഖം. ഞങ്ങളുടെ കൂട്ടത്തിൽ മിടുക്കനെന്നു കരുതിയിരുന്നവനാണ് ഒരിക്കൽ അബദ്ധം പറ്റിയത്. ഉറയൂരൽ കഴിഞ്ഞുള്ള വിശ്രമത്തിനായി അവൻ തെരഞ്ഞെടുത്തത് അവിടമായിരുന്നു. ആ വീട്ടിലെ വലിയ ചെമ്പുപാത്രത്തിന്റെ തണുപ്പിൽ അതിനെ ചുറ്റിവരിഞ്ഞ് കഴിഞ്ഞുകൂടിയത് ഞങ്ങൾ പോലുമറിഞ്ഞില്ല.

കാണാതായപ്പോൾ ആരെങ്കിലും തല്ലിക്കൊന്നിട്ടുണ്ടാകുമോ എന്ന ആവലാതിയോടെ പലയിടത്തും അന്വേഷിച്ചതാണ്. ഉറയൂരൽ കഴിഞ്ഞാൽ എല്ലാവർക്കും പതിവുള്ളതാണ് എവിടെയെങ്കിലും ഒരിടത്ത് കുറച്ചു ദിവസങ്ങൾ ആരുടെയും കണ്ണിൽ പെടാതെ കഴിഞ്ഞു കൂടുകയെന്നത്. ആ സമയത്ത് ക്ഷീണിച്ചിരിക്കുന്നതുകൊണ്ട് അപകടസാദ്ധ്യതയും കൂടുതലാണ്. സാധാരണ ആരും മാളങ്ങൾ വിട്ട് പുറത്തുപോകാറില്ല. ഒരു വൈകുന്നേരം ജാനുവമ്മയുടെ വീട്ടിനകത്തു നിന്നും “അയ്യോ പാമ്പ്” എന്ന് നിലവിളിച്ചുകൊണ്ടോടുന്ന രണ്ടു വെളുത്തുമെലിഞ്ഞ

ചെറിയ കാലുകൾ കണ്ടാണു ശ്രദ്ധിച്ചത്. പകൽനേരത്ത് ചുറ്റുവട്ടത്ത് ആളനക്കം അധികമില്ലാത്ത നേരമായതുകൊണ്ടു ഭയപ്പെട്ടതുപോലെ ആളുകൾ ഓടിക്കൂടിയില്ല. പക്ഷേ, ജാനുവമ്മ ഒരു കന്നാസിൽ മണ്ണെണ്ണയെടുത്ത് നിലത്തൊഴിച്ചു. അന്നവൻ ഭയന്നോടി മാളത്തിൽ കയറിയതോർമ്മയുണ്ട്. ഏറെ നാളുകൾക്കുശേഷമാണ് അവിടെനിന്ന് പുറത്തുവന്നത്. പിന്നീടുള്ള ദിവസങ്ങളിൽ ജാനുവമ്മ വളരെ ശ്രദ്ധാലുവായി. കുടമുല്ലയും പാരിജാതവുമൊക്കെ വിരിഞ്ഞു നിന്നിരുന്ന മുറ്റത്തിനരികു പറ്റി തൊട്ടാവാടിയും ശതാവരിയുമൊക്കെ നട്ടുപിടിപ്പിച്ചു. അതോടെ അതുവഴിയുള്ള സഞ്ചാരവും അവസാനിച്ചു. ശല്ക്കങ്ങളെ കീറിമുറിക്കുന്ന മുള്ളുകൾക്കിടയിലൂടെ പോകാൻ ആരും മെനക്കെടാറില്ല.

കാട്ടിൽ ജീവിക്കുമ്പോൾ ഇത്തരം ഭയങ്ങൾക്കൊന്നും സ്ഥാനമില്ലെന്നാണ് മുത്തശ്ശി പറഞ്ഞത്. അരുവികളും നീർച്ചാലുകളും പുഴകളും ചെടികളും മരങ്ങളുമൊക്കെയുള്ള കാട് നേരിട്ട് കാണണമെന്നുണ്ട് കേട്ടിട്ടുണ്ടെന്നല്ലാതെ ഇതേവരെ അങ്ങിനെയൊരിടം ഞങ്ങളാരും കണ്ടിട്ടുപോലുമില്ല.

ഹാജിയുടെ വീട്ടുമുറ്റത്ത് ചെമ്പകമരത്തിന്റെ അരികു ചേർന്ന് ഒന്ന് മയങ്ങിത്തുടങ്ങിയതേയുള്ളൂ. എന്തോ വലിയ ശബ്ദം കേട്ടാണ് ഉണർന്നത്. വേഗത്തിൽ ചുരുണ്ടു കൂടി മറഞ്ഞിരിക്കാൻ കഴിഞ്ഞത് ഭാഗ്യം. അല്ലെങ്കിൽ പിടിക്കപ്പെട്ടേനെ. ഒരു കാർ ഗേറ്റു കടന്നുവന്ന ശബ്ദമാണ്. നടക്കാൻ രണ്ടു കാലുകളുണ്ടെന്ന് പറഞ്ഞിട്ട് യതൊരു ഗുണവുമില്ല. മടിയന്മാരാണ് മനുഷ്യരെന്ന് ചിലപ്പോൾ തോന്നും. പക്ഷേ, അവർ വളരെദൂരം സഞ്ചരിക്കുമെന്നാണ് മുത്തശ്ശി പറഞ്ഞത്. അതിനു വേണ്ടിയാണത്രെ ഈ വാഹനങ്ങൾ. നമുക്കും അതുപോലെ ദൂരങ്ങൾ താണ്ടിപ്പോകണമെന്ന് എത്രയോ തവണ പറഞ്ഞതാണ്. പക്ഷേ, എല്ലാവർക്കും ഭയമാണ്. ഒറ്റയ്ക്ക വേണമെങ്കിൽ എങ്ങനെയെങ്കിലും മനുഷ്യരുടെ കണ്ണ് വെട്ടിച്ചു നാടുവിടാം, പലതും കാണാം. പുതിയ കാഴ്ചകൾ കണ്ടു അലഞ്ഞ് നടക്കാൻ എത്ര രസകരമായിരിക്കും. പ്രകൃതിയുടെ തണുപ്പും പച്ചപ്പുമൊക്കെ കാണാനും അനുഭവിക്കാനും ഭാഗ്യമുണ്ടാകണം. അത്തരത്തിൽ യഥേഷ്ടം സഞ്ചരിക്കാൻ സാഹചര്യമുള്ള കാടുകളെ അനുഭവിച്ചറിഞ്ഞവളാണ് മുത്തശ്ശി.

കഴിഞ്ഞ ഉത്സവകാലത്ത് മനുഷ്യരിൽനിന്ന് രക്ഷപ്പെട്ട് ഞങ്ങൾക്കിടയിലെത്തുമ്പോൾ തീർത്തും അവശയായിരുന്നു. മുത്തശ്ശിയുടെ ശരീരത്തിനു ഞങ്ങളുടേതുപോലെ ഇരുണ്ട നിറമല്ല. മഞ്ഞ കൂടിയ തവിട്ടുനിറമാണ്. കണ്ണുകൾക്കും വ്യത്യാസമുണ്ട്. ഉരുണ്ട വാലും വൃത്താകൃതിയിലുള്ള കൃഷ്ണമണിയും പത്തിയുമൊക്കെ ഒരുപോലെയാണെങ്കിലും ഞങ്ങളെപ്പോലെ പത്തിയിൽ അടയാളമൊന്നുമില്ല.

ശല്ക്കങ്ങൾക്കും ഏറെ വ്യത്യാസമുണ്ട് കൂടാതെ ഇത്രയും നാൾ മനുഷ്യർക്കൊപ്പം കഴിഞ്ഞതിന്റെ അവശതയും. ഇതൊക്കെയാണെങ്കിലും ഉച്ചത്തിൽ ചീറ്റി ആളുകളെ ഭയപ്പെടുത്തുന്ന കാര്യത്തിൽ ഞങ്ങളേക്കാൾ മുൻപിലാണെന്ന് സമ്മതിക്കാതെ വയ്യ. ഭൂമിയിലെ എല്ലാ ഇടങ്ങളിലും ഏതുനേരവുംകടന്നുചെല്ലാൻ സ്വാതന്ത്ര്യമുള്ളവനാണ് മനുഷ്യൻ. അങ്ങനെയാണ് കാട്ടിലായിരുന്നിട്ടും മുത്തശ്ശി മനുഷ്യരുടെ കൈകളിലകപ്പെട്ടത്. മുത്തശ്ശിയെ അവർ കൂട്ടിലടച്ചു. വിഷപ്പല്ലുകൾ നശിപ്പിച്ചു. പാവം എത്രയോ നാളുകൾ ഒരു കൊട്ടയിൽ ചുരുണ്ടുകൂടികഴിയുകയായിരുന്നു. ശരീരത്തെ ഒന്ന് നിവർത്താൻ പോലുമാവാതെ ഭയന്ന് വിറച്ച്, മുൻപൊരിക്കലും കണ്ടിട്ടില്ലാത്ത, അറിഞ്ഞിട്ടില്ലാത്ത പ്രദേശങ്ങളിലൂടെ മണ്ണിന്റെ തണുപ്പറിയാതെ കൊട്ടയിലെ ഇരുട്ടിലിരുന്ന് എത്രയോ നാളുകൾ. വാഹനങ്ങളെ പരിചയമാകുന്നത് അപ്പോഴാണത്രെ.. മനുഷ്യന്റെ സകല വൃത്തികേടുകളെയും മുത്തശ്ശി മനസ്സിലാക്കിയിട്ടുണ്ട്. കണ്ടിട്ടുള്ളതിൽ വച്ചേറ്റവും ഭയപ്പെടേണ്ട ജീവി മനുഷ്യനാണത്രെ. വിഷപ്പല്ലുകൾ നഷ്ടപ്പെട്ട സർപ്പത്തെ അവർക്കു ഭയമില്ല. അവർ തോളിലും മാറത്തും എടുത്തണിയും. അതുകാണാൻ കാഴ്ചക്കാരുമുണ്ടാകും.

മൃഗങ്ങളുടെ വേദന പോലും ചില മനുഷ്യർക്ക് ഹരമാണ്. അതിനുവേണ്ടി ചിലപ്പോൾ വേദനിപ്പിക്കും. രക്ഷപ്പെടാൻ ശ്രമിച്ചാൽ പിടിമുറുക്കും ശല്ക്കങ്ങൾ ഞെരിഞ്ഞമരുന്ന വേദന സഹിക്കാനാവില്ല. അവശരായെന്നു മനസ്സിലാക്കിയാൽ പിന്നെശരീരത്തെ വെറുതെ കുത്തി നോവിക്കും, തട്ടിക്കളിക്കും. അങ്ങനെ പലതും ചെയ്യും. കഴിഞ്ഞ ഉത്സവകാലത്താണ് ആളുകൾക്കു മുൻപിൽ പ്രദർശിപ്പിക്കുന്നതിനിടയിൽ കാവിനടുത്തുവച്ച് ആരുമറിയാതെ മുത്തശ്ശി രക്ഷപ്പെട്ടത്.

വീട്ടുമുറ്റത്ത് വന്നു നിന്ന വാഹനത്തിൽനിന്നും കുട്ടികളും വലിയവരുമായി കുറേപ്പേർ പുറത്തിറങ്ങി. പല വലിപ്പത്തിലുള്ള കാലുകൾ ഹാജിയാരുടെ വീടിനകത്തേക്ക് കയറിപ്പോയി. ചെടിച്ചട്ടിയുടെ മറവിൽ പതുങ്ങി കിടന്നതുകൊണ്ട് ആരും തന്നെ കണ്ടില്ല. ആശ്വാസത്തോടെ നിവർന്ന് കിടന്നപ്പോഴേക്കും അകത്തേക്ക് കയറിപ്പോയ കുട്ടികളെല്ലാം വീടിനു പുറത്തെത്തി. നിലാവെളിച്ചത്തിൽ അവർ കണ്ടുപിടിക്കുമെന്നുറപ്പായപ്പോഴാണു വീടിന്റ പിറകുവശത്തേക്ക് ധൃതിയിൽ ഇഴഞ്ഞു മാറിയത്. പഴയതുപോലെ ഒളിച്ചിരിക്കാൻ പറമ്പിൽമാളങ്ങളൊന്നുമില്ല. മിനുസപ്പെടുത്തി ചിത്രപ്പണികൾതീർത്ത മുറ്റമാണിപ്പോൾ എല്ലായിടത്തും. വിഡ്ഢികൾ, വെള്ളവും തണുപ്പും പച്ചപ്പുമൊന്നും അവർക്ക് ആവശ്യമേയില്ലാതായിരിക്കുന്നു. ചുറ്റുപാടും ചെടികളും മരങ്ങളുമൊന്നുമില്ലാതെ ഇവറ്റകൾ എങ്ങിനെയാണാവോ ജീവിക്കുന്നത്. ഒളിക്കാൻ ഒരിടം കിട്ടിയത് അടുക്കളയോട് ചേർന്ന് വിറകുകൾ അടുക്കി

വച്ചിരിക്കുന്ന പുരയിലാണ്. ആർക്കും പെട്ടെന്ന് കണ്ടുപിടിക്കാൻ സാധിക്കാത്തവിധം എന്റെ ഇരുണ്ട തവിട്ടുനിറമുള്ള ശരീരത്തിനു ചേർന്ന നിറമാണ് അവിടമാകെ. ചുറ്റുപാടും ഉണങ്ങിയ ഓലക്കെട്ടുകളും മടലും മരക്കഷണങ്ങളും മാത്രം. കെട്ടിയടുക്കി വച്ചിരിക്കുന്ന ഓലക്കെട്ടുകൾക്കു മുകളിൽ കയറിയിരുന്നാൽ ചെറിയ ദ്വാരത്തിലൂടെ പുറത്തെ കാഴ്ചകൾ കാണാം. കാഴ്ചകൾകാണാൻ സാധിക്കുന്ന കണ്ണുകളുള്ളതിൽ എനിക്ക് അഭിമാനം തോന്നുന്നുണ്ടിപ്പോൾ. ഒരു അപൂർവ്വ സൗഭാഗ്യമാണത്. ചിലനേരത്ത് ചുറ്റുപാടുമുള്ള മനുഷ്യരെ നോക്കിയിരിക്കാൻ ബഹുരസ മാണ്. സന്ധ്യാസമയത്ത് കാവിൽ വിളക്കു വച്ചുകഴിഞ്ഞാൽ അവർ നടത്തുന്ന പ്രാർത്ഥനകൾ കേൾക്കുമ്പോഴാണ് ഇവർ എത്ര വിഡ്ഢി കളും ഒപ്പം സ്വാർത്ഥരുമാണെന്ന് തിരിച്ചറിയാനാവുക. വൈകുന്നേ രങ്ങളിൽ ആൽത്തറയിലെ പൊത്തിലൊളിച്ചിരുന്നാൽ അമ്പലത്തിലെ ത്തുന്ന മനുഷ്യരുടെ സംസാരം കേൾക്കാം. സർപ്പങ്ങളോടുള്ള ഭക്തി യാൽ അവിടെവച്ച് കണ്ടാലും മനുഷ്യരാരും ഉപദ്രവിക്കില്ലെന്ന ആശ്വാ സമുണ്ട്. സർപ്പബലി, നാഗപ്പാട്ട് അങ്ങനെ പലതരത്തിലായാണ് ആരാധ നകൾ. പണ്ടൊക്കെ പറന്നു നടക്കുന്ന നാഗത്താൻ പാമ്പുകളെ ഇവർ ദൈവങ്ങളായി ആരാധിച്ചിരുന്നത്രെ.

ഇതിനെല്ലാമപ്പുറം ഞങ്ങളെക്കുറിച്ച് പറഞ്ഞുനടക്കുന്ന കഥകളാ ണേറെ കൗതുകം. പാമ്പുകളുടെ പക ഒടുങ്ങില്ല. തലമുറകൾ കഴിഞ്ഞാലും അത് പകപോക്കാനെത്തും, കുലംമുടിക്കും, ദ്രോഹിച്ചാൽ മനഃശാന്തി കിട്ടാതെ അലയേണ്ടി വരും. എല്ലാം മനുഷ്യർ കെട്ടിച്ചമച്ചുണ്ടാക്കിയ, കേൾക്കാൻ കൗതുകമുള്ള കഥകൾ. നല്ല കാഴ്ചശക്തിയോ ശ്രവണശക്തിയോ ഇല്ലാത്ത, മനുഷ്യരെ ഭയന്ന് അകന്നു ജീവിക്കുന്ന സർപ്പങ്ങളെക്കുറിച്ചാണ് ഈ കഥകൾ. പലർക്കും ഓർമ്മശക്തി പോലുമില്ല. പിന്നല്ലേ കുലം മുടിക്കാനും തലമുറകളെ തേടി പക വീട്ടാനുമൊക്കെ പാമ്പുകളെത്തുമെന്നിവർ പറയുന്നത്. പകയുള്ള ഒരേയൊരു ജീവി മനുഷ്യനാണെന്നാണ് എനിക്ക് തോന്നിയിട്ടുള്ളത്. പക തീർക്കാനായി കടിച്ച പാമ്പിനെയും അവന്റെ വംശത്തെതന്നെയും തിരഞ്ഞു പിടിച്ച് കൊല്ലുന്നവരാണ് മനുഷ്യർ. ഈ ഭൂമി അവരുടേത് മാത്രമെന്ന് കരുതി അഹങ്കരിക്കുന്നവർ. എല്ലാം നശിക്കുകയാണ് കുളങ്ങളും അരുവികളും പുഴകളും മാത്രമല്ല ചെടികളും പൂക്കളും, മൃഗങ്ങളും അങ്ങിനെ നന്മയുള്ള എല്ലാം നശിച്ചു കൊണ്ടിരിക്കയാണ്. എല്ലാം നശിപ്പിച്ച് അഹങ്കരിച്ചു നടക്കുന്നവനാണ് പറയുന്നത് ഞങ്ങൾ പകയോടെ അവനെ തേടിവരുമെന്ന്.

അടുപ്പിലെ തീയിൽനിന്ന് ചൂടുയർന്നു. വെന്ത ഇറച്ചിയുടെയും നെയ്യിന്റെയുമൊക്കെ ഗന്ധം അവിടെയാകെ പരന്നു. അവിടെയിരുന്നു

നോക്കുമ്പോൾ അവൾ ധൃതിയിൽ ഓടി നടന്നു ജോലി ചെയ്യുന്നത് കാണാം. പുറത്ത് ഇരുട്ട് കനത്തുതുടങ്ങിയപ്പോഴാണു അല്പം ആശ്വാസത്തോടെ അവൾ വിറകുപുറയിൽ കയറിവന്നത്. കൈയിലുണ്ടായിരുന്ന കറുത്ത സഞ്ചി അടുത്തെങ്ങും ആരുമില്ലെന്നുറപ്പിച്ച് വിറകുകൾക്കിടയിൽ തിരുകി വച്ചശേഷം പെട്ടെന്നു തന്നെ അവളിറങ്ങിപ്പോയി. ശരീരം പരമാവധി ചുരുട്ടിവളച്ച് വിറകുകൾക്കിടയിൽ ഏറെ നേരം പുറത്തിറങ്ങാനാവാതെ കഴിച്ചുകൂട്ടേണ്ടിവന്നു. വിശപ്പും ദാഹവും തളർത്തുന്നതിനുമുമ്പോ മാളത്തിലെത്താനുള്ള വഴികളാലോചിച്ചുകൊണ്ടിരിക്കെയാണ് ഓലക്കെട്ടിനുമുകളിൽനിന്നും തെന്നിവീണത്. ഉടൻവിറകുകൾക്കുള്ളിൽ ഒളിക്കാൻ കഴിഞ്ഞതുകൊണ്ട് ശബ്ദംകേട്ട് എത്തിനോക്കിയ സ്വർണ്ണക്കൊലുസിട്ട തുടുത്ത കാലുകൾ ഒന്നുമറിയാതെ തിരിഞ്ഞു നടന്നു. മുറ്റത്തിറങ്ങിയാൽ ചെറിയ പ്രാണികളേതിനെയെങ്കിലും ഭക്ഷണമാക്കാൻ സാധിച്ചേക്കും. കശുമാവിൻ തോട്ടത്തിലിപ്പോൾ പലതരം പാറ്റകൾ വന്നിട്ടുണ്ട്. എലികളും മണ്ണിരകളും പുഴുക്കളുമൊന്നും അമ്പലപ്പറമ്പിലിപ്പോൾ കാണാറേയില്ല.

പാതിരാത്രിയായിക്കാണും. ചുറ്റും മനുഷ്യരുടെ ശബ്ദമൊന്നും കേൾക്കാതായപ്പോഴാണ് ആശ്വാസമായത്. വീട്ടുകാർ ഉറങ്ങിക്കഴിഞ്ഞിരിക്കണം. വീട്ടിനകത്തും പുറത്തും ആരുമില്ലെന്ന് ഉറപ്പുവരുത്തി പുറത്തിറങ്ങാനായി വിറകുകൾക്കിടയിലെ ചുരുണ്ടുവളഞ്ഞുള്ള കിടപ്പിൽ നിന്നും ശരീരത്തെനിവർത്തി ഇഴഞ്ഞു തുടങ്ങിയപ്പോഴാണ് അടുക്കിവച്ച വിറകുകൾക്കിടയിലൂടെ ഇരുട്ടിൽ മെലിഞ്ഞു നീണ്ട കറുത്ത കൈകൾ എനിക്കുനേരെ നീണ്ടുവരുന്നതു കണ്ടത്.

ഒരു നിമിഷം കണ്ണുകൾക്ക് കാഴ്ച മങ്ങിയതുപോലെ എല്ലാം അവ്യക്തമായിരുന്നു. ദിവസം മുഴുവൻ ചുരുണ്ട് വളഞ്ഞുള്ള കിടപ്പും വിശപ്പുമൊക്കെ ശരീരത്തെ തളർത്തിയിരുന്നു. എത്രയൊക്കെ ഒഴിഞ്ഞുമാറി ഇഴഞ്ഞുപോയാലും മനുഷ്യർ വെറുതെ വിടില്ല. പിടികൂടാൻ ആരോ അടുത്തെത്തിക്കഴിഞ്ഞു. മരണത്തെ മുൻപിൽ കണ്ട നിമിഷം. ഒന്നും ഓർത്തില്ല. മനുഷ്യരെ ഭയക്കണമെന്നും ആക്രമിക്കപ്പെടുന്നതിനുമുൻപ് വിഷം കുത്തിയിറക്കി അവരിൽനിന്നും രക്ഷപ്പെടണമെന്നുമൊക്കെയുള്ള പാഠങ്ങൾ ആ നിമിഷം ഞാനോർത്തെടുത്തു. മുൻപെങ്ങുമില്ലാത്തൊരു ഭയം അത്തരം ചിന്തകളെ എനിക്കുള്ളിൽ ബലപ്പെടുത്തി നിർത്തി. ഉള്ളിലെ വിഷം പൂർണ്ണമായും എന്നിൽ നിന്നൊഴുകിപ്പോകുംവിധം വിറകുകൾക്കിടയിലൂടെ നീണ്ടുവന്ന കൈകളിലൊന്നിൽ സർവ്വശക്തിയുമെടുത്ത് പല്ലുകൾ ആഴത്തിൽ കുത്തിയിറക്കി. ഇനി വരില്ല തല്ലാനും കൊല്ലാനുമൊന്നും. ഉപദ്രവിക്കാൻ വന്നവനിൽ നിന്നെങ്ങനെയെങ്കിലും രക്ഷപ്പെടുക എന്നതിൽക്കവിഞ്ഞ് മറ്റൊന്നും എന്നെയപ്പോൾ അലട്ടിയ

തേയില്ല.. ഇങ്ങോട്ടാക്രമിക്കുന്നതിനു മുൻപ് ശത്രുവിനെ തോല്പിക്കാൻ കഴിഞ്ഞ സന്തോഷത്തോടെ പുറത്തേക്കിഴയുമ്പോഴാണ് അവളുടെ നിലവിളി ഉച്ചത്തിലായത്. അടുത്ത നിമിഷം കറുപ്പും ചുകപ്പും നിറത്തിലുള്ള കുപ്പിവളകളും വെള്ളിക്കൊലുസിട്ട കാലുകളുമൊക്കെ പതിയെ കാഴ്ചയിൽ തെളിഞ്ഞു. കഴിഞ്ഞ കുറേ നാളുകളായി ഞാൻ കൗതുകത്തോടെ നോക്കിക്കണ്ടിരുന്ന വെള്ളിക്കൊലുസുകളിട്ട കാലുകൾ എനിക്കു മുൻപിലൂടെ വെപ്രാളപ്പെട്ട് അകത്തേക്കോടി മറഞ്ഞു. നിലാവുള്ള രാത്രികളിൽ കശുമാവിൻ തോട്ടത്തിൽ കാണുമ്പോഴൊന്നും ആ കാലുകൾക്കിത്ര വേഗതയില്ലായിരുന്നു. ഞങ്ങളുടെതുപോലെ ഇരുണ്ട നിറമാണവൾക്ക്. അവളുടെ കറുത്തിരുണ്ട മിനുസമുള്ള തലമുടിയും, വിടർന്ന കണ്ണുകളുമൊക്കെ എനിക്കേറെ ഇഷ്ടവുമായിരുന്നു.

അകത്തെ മുറിയിൽ വെളിച്ചം തെളിഞ്ഞു. ഏതു നിമിഷവും പിടിക്കപ്പെട്ടേക്കാമെന്ന ചിന്ത ഭയപ്പെടുത്തി. ആരും കാണാതെ ധൃതിയിൽ ഇഴഞ്ഞ് അവിടെനിന്നും പുറത്തുകടക്കുമ്പോൾ പിറകിൽ കൊലുസിന്റെ കിലുക്കം നേർത്തുനേർത്തില്ലാതായിരുന്നു.

എന്തെങ്കിലും ഓർമ്മകളിൽ തെളിയുന്നത് അമ്പലപ്പറമ്പിൽ ആൽത്തറയിലെ മാളത്തിൽ കയറിപ്പറ്റിയശേഷമാണ്. സാധാരണ പല്ലുകളിൽ വിഷം നിറയുമ്പോഴുള്ള അസ്വസ്ഥത തീർക്കുന്നത് ചില വൃക്ഷങ്ങളിലും ചെടികളിലുമൊക്കെ കൊത്തിയിറക്കിയായിരുന്നു. പക്ഷേ, ഇന്നാദ്യമായി ഒരു മനുഷ്യനിൽ ഞാനെന്റെ വിഷം കുത്തിയിറക്കി. അത് അവളാണെന്നറിഞ്ഞ നിമിഷം എന്തോ തെറ്റു പറ്റിയിട്ടെന്നപോലെ ഒരു തളർച്ച മനസ്സിനെയും ശരീരത്തെയും ഒരുപോലെ പിടികൂടിയിരിക്കുന്നു. ഒരിക്കൽ രാത്രിയുടെ ഇരുട്ടിൽ എന്നെ കണ്ടിട്ടും ശബ്ദമുണ്ടാക്കാതെ ഒഴിഞ്ഞുമാറിപ്പോയതു കൊണ്ടുതന്നെ സാധാരണ അവളെ കാണുമ്പോഴൊന്നും ഞാൻ ഭയപ്പെട്ടിരുന്നില്ല. ഒരുപക്ഷേ, ഇന്നവൾ എനിക്കു നേരെ വന്നത് ജീവനോടെ പിടികൂടാനായിരിക്കും. അല്ലെങ്കിൽ അടിച്ചു കൊല്ലാൻ. അല്ലാതെ മനുഷ്യരാരും ഞങ്ങളുടെ മുൻപിൽ വരില്ല. രക്ഷപ്പെട്ടതു ഭാഗ്യം. കൂടെയുള്ളവർ പറയുന്നതും ശരിയാണ്, നമ്മളിൽ എത്രപേരെയാണ് മനുഷ്യർ കൊന്നൊടുക്കുന്നത്. ഉപദ്രവിക്കാൻ വരുന്ന ശത്രുവിൽ വിഷം കുത്തിയിറക്കുന്നതിൽ എന്താണു തെറ്റ്. അതോർത്ത് ദുഃഖിക്കുന്നത് തന്നെപ്പോലൊരു മൂർഖനു ചേർന്നതല്ല. ആൽത്തറയിലെ മാളത്തിൽനിന്നും കാവിലെ വാസസ്ഥലത്ത് ചെന്നെത്തുന്നതുവരെയുണ്ടായിരുന്ന വേവലാതികളെല്ലാം അവസാനിച്ചത് അത്തരം ചിന്തകൾ മനസ്സിൽ കടന്നുകൂടിയപ്പോഴാണ്.

ഇനിയുള്ള ദിവസങ്ങളിൽ ഞങ്ങളിൽ ആരെ കണ്ടാലും മനുഷ്യർ തല്ലിക്കൊല്ലുമെന്നുറപ്പായതിനാൽ എല്ലാവരും മാളങ്ങളിൽ കയറി

ഒളിച്ചിരുന്നു. അവരാരുമറിയാതെയാണ് വീണ്ടും മാളത്തിൽനിന്നു പുറത്തിറങ്ങി ആൽത്തറയിലെത്തിയത്. പഴക്കം ചെന്ന ആൽത്തറയിൽ ഒളിച്ചിരിക്കാൻ പാകത്തിനു ധാരാളം പൊത്തുകളുണ്ട്.

പ്രപഞ്ചത്തിൽ മനുഷ്യനോളം വൈവിദ്ധ്യമാർന്ന സ്വഭാവഗുണങ്ങളുള്ള ജീവി വേറെയില്ല. അവനെ സൂക്ഷിക്കണം. നടക്കാൻ കാലുകൾ ഉള്ളവനു ഇഴഞ്ഞു ജീവിക്കുന്നവരോട് പുച്ഛമാണ്. വിഷം ശരീരത്തിലാകെ പടർന്ന അവളിപ്പോൾ തീർത്തും അവശയായിട്ടുണ്ടാകും. രക്ഷപ്പെടാനുള്ള വഴികളെല്ലാം മറന്ന് അപകടം പതിയിരിക്കുന്ന വഴികളിലൂടെ വീണ്ടും ഹാജിയാരുടെ വീടിനടുത്തേക്ക് ഇഴയാൻ ശ്രമിച്ചത് അവളെക്കുറിച്ചെന്തെങ്കിലും അറിയാനാകുമെന്നു കരുതിയാണ്. ആളൊഴിയുന്ന നേരം നോക്കി ഉണങ്ങിയ ഇലകൾക്കിടയിലൂടെ വേഗത്തിൽ ചെന്നെത്താമെന്നാണ് കരുതിയത്.. റോഡിലെത്തിയപ്പോൾ വാഹനങ്ങളുടെ വെളിച്ചത്തിൽ ഒളിക്കാനിടമില്ലാതെ ഒന്നു പതറി. ഉടനെ ആവുന്നത്ര വേഗത്തിൽ കാവിനടുത്തേക്കുതന്നെ തിരിച്ചുപോരേണ്ടിവന്നു.

എന്തോ വലിയ അപകടം വരാനിരിക്കുന്നതുപോലെ മനസ്സ് അസ്വസ്ഥമായി. കശുമാവിൻ ചുവട്ടിൽ തനിച്ചിരിക്കാമെന്നു കരുതിയാണു ആരും കാണാതെ കരിയിലകൾക്കിടയിൽ പതുങ്ങിയത്. ഇരുട്ടിൽ ഓടിമറഞ്ഞ വെള്ളിക്കൊലുസിട്ട കാലുകൾ മനസ്സിലൊരു നീറ്റലായവശേഷിച്ചു. ഞാനെത്തുമ്പോൾ അകലെ കശുമാവിൻ ചുവട്ടിൽ രാത്രിയുടെ ഇരുട്ടിൽ അവരുണ്ടായിരുന്നു. കള്ളൻ അശോകനും അവന്റെ കൂട്ടുകാരൻ തടിയൻ ഗോപാലനും. ഗോപാലനൊരിക്കൽ ഹാജിയാരുടെ പറമ്പിൽ വച്ച് എനിക്കുനേരെ വടിയുമായി വന്നതോർമ്മയുണ്ട്. അന്ന് പിടികൊടുക്കാതെ ചെടികളുടെ മറ പറ്റി അടുത്തുകണ്ട മാളത്തിൽ കയറിക്കൂടാൻ സാധിച്ചതുകൊണ്ട് രക്ഷപ്പെട്ടു.. അവനെ കാണുന്നതുപോലും പേടിയാണിപ്പോഴും.

നിലാവെട്ടത്തിൽ മാവിൻ ചുവട്ടിലിക്കുന്ന അവരെയെനിക്കു വ്യക്തമായി കാണാം. അവർ നടത്തിയതും നടത്താനിരിക്കുന്നതുമായ മോഷണങ്ങൾ പലതും തീരുമാനിക്കപ്പെടുന്നയിടമാണിത്. അതിനു പലപ്പോഴും ദൃക്സാക്ഷിയായിട്ടുള്ളത് ഞാനും കൂട്ടുകാരും. രാത്രികളിൽ മോഷണമുതലുമായി അവരൊത്തു കൂടുന്നതും അത് ഭാഗം വയ്ക്കുന്നതുമൊക്കെ എത്രയോ തവണ ഞങ്ങൾ കണ്ടിട്ടുണ്ട്. ഇന്നും അതുപോലെന്തെങ്കിലും ഉദ്ദേശത്തോടെയായിരിക്കും അവരൊത്തു കൂടിയിരിക്കുന്നതെന്നാണു കരുതിയത്. മുൻപ് ഇതുപോലെ പല രാത്രികളിലും മാളത്തിലേക്ക് തിരിച്ചു പോകാതെ അവനെയും അവളെയും നോക്കിയിരുന്നിട്ടുണ്ട്. വൃശ്ചികമാസത്തിലെ നിലാവെട്ടമുള്ള രാത്രിയിൽ പൂത്തുനില്ക്കുന്ന പാലമരത്തിനരികിലൂടെ ഇഴയുമ്പോഴാണ് ആദ്യമായി അവനോടൊപ്പം

അവളെകണ്ടത്. ആ രാത്രിയിൽ ഇലഞ്ഞി മരത്തിനരികെ അവളെ ചേർത്തു നിർത്തി കറുപ്പും ചുകപ്പും നിറമുള്ള വളകളണിയിച്ചതും അവളുടെ മെലിഞ്ഞൊട്ടിയ കവിളിൽ ചുംബിച്ചതും ഞങ്ങൾ കൗതുകത്തോടെ നോക്കിനിന്നിട്ടുണ്ട്. ഈ രാത്രി അവൾ വരില്ല. ഇനിയുള്ള രാത്രികളിലും അവളുണ്ടാകില്ലെന്ന സത്യം അയാളും അറിഞ്ഞിരിക്കും.

പാതി വലിച്ച സിഗരറ്റ് ദൂരേക്കെറിഞ്ഞ് കരിയിലകൾക്കുമീതെ നിവർന്നു കിടക്കുകയാണയാൾ. “ഈ രാത്രിക്കുവേണ്ടിയായിരുന്നു ഞാൻ കാത്തിരുന്നത്. ഹാജിയാരുടെ പണവും സ്വർണ്ണവുമെല്ലാം നമ്മുടേതാകുന്ന രാത്രി. നശിച്ച പാമ്പ് എല്ലാം നശിപ്പിച്ചു.”

എന്റെ മനസ്സിലപ്പോൾ ഹാജിയാരുടെ വീട്ടിലെ തണുപ്പു നിറഞ്ഞ പച്ചപ്പും കുളവുമൊക്കെയായിരുന്നു. അതിനേക്കാൾ വിലപിടിച്ചതായി മറ്റെന്തായിരിക്കും അയാൾ ഉദ്ദേശിക്കുന്നത്...

കള്ളുകുപ്പിയുടെ അടപ്പ് വലിച്ചു തുറക്കുന്നതിനിടയിൽ അവനതു പറയുമ്പോൾ തടിയൻ നിശ്ശബ്ദനായിരുന്നു.

കള്ളൻ അശോകനെക്കുറിച്ച് എനിക്കറിയാവുന്ന രഹസ്യങ്ങൾ മറ്റാരും ഇതുവരെ മനസ്സിലാക്കിയിട്ടുണ്ടാകില്ല. മുൻപൊരു രാത്രി അവൾ തിരികെപോയിക്കഴിഞ്ഞ് ഇതുപോലെ കരിയിലകൾക്കുമീതെ നിവർന്നു കിടക്കുമ്പോഴാണ് അവൻ ഗോപാലനോട് മാത്രമായി അവളെക്കുറിച്ചുള്ള രഹസ്യങ്ങൾ പറഞ്ഞത്. അന്നവൾ ഹാജിയാരുടെ വിട്ടിൽ വേലക്കാരിയായെത്തിയിട്ട് അധികനാളുകളായിട്ടില്ല.

കറുത്ത ബ്ലൗസും വയലറ്റ് നിറത്തിൽ പച്ചിലകളും മഞ്ഞപൂക്കളും വരച്ചിട്ടതുപോലെയുള്ള പാവാടയുമിട്ട് അയാളോടൊപ്പമാണ് അവൾ കാവിന്മൂലയ്ക്കൽ ബസിറങ്ങിയതെന്നുമാത്രം തടിയൻ ഗോപാലനു ഓർമ്മയുണ്ട്. അതിനേക്കാൾ എത്രയോ മുൻപ് കോയമ്പത്തൂരിലെ രാജാത്തി സ്ട്രീറ്റിലെ മാരിയമ്മൻ കോവിലിനരികെവച്ചാണു അശോകനവളെ ആദ്യമായി കണ്ടത്. കളവു സാധനങ്ങൾ വില്ക്കാനും പുതിയ കളവുകൾ നടത്താനുമൊക്കെയായി മാരിയമ്മങ്കോവിലിലെ ഉത്സവകാലത്ത് അയാളവിടെപ്പോകുന്നത് പതിവാണ്. കോവിലിനടുത്ത് അമ്മയോടൊപ്പം കുപ്പിവളകൾ വില്ക്കാനിരുന്ന അവളെ പരിചയപ്പെട്ടപ്പോൾ മുതൽ ഹാജിയാരുടെ വീട്ടിലെത്തിക്കുംവരെ അവൾക്കുമുൻപിൽ രക്ഷകനായും കാമുകനായുമൊക്കെ വേഷമിട്ടപ്പോഴും അയാൾ മനസ്സിൽ പലതും കണക്കു കൂട്ടിയിരുന്നു.

തടിയൻ ഗോപാലനാണവളെ ഹാജിയാരുടെ വീട്ടിലെത്തിച്ചത്. വീട്ടിലെ ദുരിതങ്ങൾക്കൊരറുതി എന്നതിനൊപ്പം അയാൾക്കൊപ്പമുള്ള ജീവിതമായിരുന്നു അപ്പോഴൊക്കെ അവളുടെ മനസ്സിലെന്നും അയാൾക്കറിയാമായിരുന്നു. അയാളെ നഷ്ടപ്പെടാതിരിക്കാൻ ഹാജിയാരുടെ

വീട്ടിൽ മോഷണം നടത്താൻപോലും അവളൊരുക്കമായി. അയാളെ സംബന്ധിച്ചിടത്തോളം അവളൊരു മിടുക്കിയായ കള്ളി മാത്രമായിരുന്നു. സകല നെറികേടുകൾക്കും ഒപ്പം കൂട്ടാനും ഒടുവിൽ ഉപേക്ഷിക്കാനും സാധിക്കുന്ന ഒരു കള്ളി.

ആരും കാണാതെ ഇതുപോലൊരു രാത്രിയിൽ സുഹൃത്തിനെ തല്ലിക്കൊന്ന് കശുമാവിൻ കൊമ്പിൽ കെട്ടിതൂക്കിയതാണവൻ. കനത്ത മഴ പെയ്ത ഒരു രാത്രി മാളത്തിൽ കയറാതെ ഇഴഞ്ഞുനടക്കുമ്പോഴാണത് കണ്ടത്. അവർ തമ്മിൽ തർക്കിച്ചതും ഒടുവിൽ അയാളവനെ കഴുത്ത് ഞെരിച്ച് കൊന്നുകളഞ്ഞതും എത്ര പെട്ടെന്നായിരുന്നു. മനുഷ്യരുടെ പ്രശ്നങ്ങൾ അവരുടേതുമാത്രമാണെന്നും അവർക്കിടയിൽ നമുക്കു സ്ഥാനമില്ലെന്നും ചിന്തിച്ച് വഴിമാറിപ്പോവുകയായിരുന്നു അന്നു ഞാൻ ചെയ്തത്. കാഴ്ചകൾ കാണുന്ന കണ്ണുകളും, കേൾക്കാൻ കാതുകളും ഇല്ലാതിരുന്നെങ്കിലെന്ന് ചിന്തിച്ചുപോയ രാത്രിയായിരുന്നു അത്. അതിനു ശേഷം അതു വഴി പോകാറേയില്ല.

'അവൾ മിടുക്കിയായിരുന്നു. അതുപോലൊരു മികച്ച കള്ളി ഒപ്പമുണ്ടാകുന്നത് നല്ലതായിരുന്നു.' നിരാശയോടെ അത്രയും പറഞ്ഞ് കുപ്പിയിലെ മദ്യം മുഴുവൻ ഒറ്റവലിക്ക് അകത്താക്കി അവൻ വീണ്ടും കരിയിലകൾക്കുമീതെ നിവർന്നു കിടന്നു.

മദ്യത്തിന്റെ ലഹരിയിലയാൾ പലതും പറഞ്ഞുകൊണ്ടിരുന്നു. ഒന്നെനിക്കു മനസ്സിലായി. ഹാജിയാരുടെ വീട്ടിലെ മോഷണം നടക്കുന്ന ദിവസം എല്ലാം കൈക്കലാക്കിയശേഷം അവളെ ഇല്ലാതാക്കണമെന്നവർ തീരുമാനിച്ചിരുന്നു. കള്ളൻ അശോകന്റെ ഭാര്യയായി അവന്റെ മക്കളെ പെറ്റ് സുഖമായി ജീവിക്കണമെന്നും മോഷ്ടിച്ചുണ്ടാക്കിയതിന്റെ പങ്കു കൊണ്ട് ചാകാൻ കിടക്കുന്ന അനിയനെ ചികിത്സിക്കണമെന്നുമൊക്കെ അവൾ പറഞ്ഞപ്പോഴേ അതയാൾ തീരുമാനിച്ചതാണ്. ആകാശത്തിനു നേരെ മലർക്കെ തുറന്നുവച്ച അയാളുടെ കണ്ണുകൾ പിശാചിന്റേതു പോലെ തിളങ്ങുന്നതെനിക്കിപ്പോൾ വ്യക്തമായി കാണാം. ഒരു ചെറു ശീതക്കാറ്റ് കാവിലെ ചെടികളെ തഴുകി കടന്നുപോയി. കരിയിലകൾ പതിയെ ഇളകി. ആകാശത്തുനിന്നും വീണ നേർത്ത മഴത്തുള്ളികൾ കശുമാവിന്റെ ഇലകളെ ഉണർത്തി. ഒരാശ്വാസമായി മഴ വരുന്നു. ഒരു തുള്ളി ഉടലിൽ വീണ സന്തോഷത്തിൽ പത്തിവിടർത്തി എഴുന്നേല്ക്കുമ്പോഴും തൊട്ടടുത്ത് പാതി മയക്കത്തിലെന്നപോലെ ഇലകൾക്കു മീതെ നിവർന്നുകിടക്കുകയായിരുന്നു അയാൾ. കരിയിലകൾക്കിടയിലൂടെ അവളറിയാതെ അവൾക്കൊപ്പം മറഞ്ഞും തെളിഞ്ഞും ഇഴഞ്ഞു നീങ്ങിയിരുന്ന പഴയ നാളുകളെക്കുറിച്ചുള്ള ഓർമ്മകളെന്നെ വേദനിപ്പിച്ചു. ഞാനൊരു സർപ്പവും അവർ മനുഷ്യരുമാണെന്നും അവരുടെ

പ്രശ്നങ്ങൾ അവരുടേതു മാത്രമാണെന്നുമൊക്കെയുള്ള നിയമങ്ങൾ പോലും ഞാൻ മറന്നു..

മഴ ശക്തിയായി പെയ്തു തുടങ്ങി. എല്ലാവരുമിപ്പോൾ മാളങ്ങളിൽ നിന്ന് പുറത്തിറങ്ങും. പുതുമഴയത്ത് നനഞ്ഞ മണ്ണിന്റെ ഗന്ധമറിഞ്ഞാൽ പിന്നെ എല്ലാം മറന്ന് മണ്ണിലൂടെ ഇഴഞ്ഞു നടക്കാൻ മത്സരമാണ്. തണുത്ത കാറ്റും മഴയും ഈ രാത്രിയുടെ ഇരുട്ടുമൊക്കെ ഞങ്ങളുടേതു മാത്രമായിരുന്നെങ്കിലെത്ര നന്നായിരുന്നു. ഇവിടെയിപ്പോൾ രാവും പകലും ഒരുപോലെ മനുഷ്യരെ ഭയന്നു ജീവിക്കണം.

പുലർന്നപ്പോൾ മുട്ടൻ വടികളും കൂർത്തകല്ലുകളുമായി ഒടുങ്ങാത്ത പകയോടെ എന്നെ തിരഞ്ഞ് കശുമാവിൻ തോട്ടത്തിൽ ഹാജിയാർക്കൊപ്പം അവനുമുണ്ടായിരുന്നു. എനിക്കു ചുറ്റിലും പല വലുപ്പത്തിലുള്ള മനുഷ്യരുടെ ഉറച്ച കാലുകൾ അടുത്തുവന്നു. രക്ഷപ്പെടാനാവില്ലെന്നറിയാമായിരുന്നിട്ടും ആവുന്നത്ര വേഗത്തിൽ ഞാനിഴഞ്ഞു. പുതുമഴ നനച്ചിട്ട മണ്ണിലൂടെ, നനഞ്ഞ പുൽപ്പടർപ്പിലൂടെ ശല്ക്കങ്ങളമരുന്ന വേദനയറിയാതെ ഇഴഞ്ഞു നടന്നിട്ടെത്ര നാളുകളായി. ഇന്നലെപ്പെയ്ത മഴ സമ്മാനിച്ച തണുപ്പിൽ പിടിക്കപ്പെടുവോളം ഞാനിഴയട്ടെ. ഒരു പക്ഷേ, വിറകുകൾക്കിടയിൽ അവളൊളിച്ചുവച്ച കറുത്ത സഞ്ചി തിരികെ കിട്ടുന്ന നിമിഷം ഹാജിയാരെന്നെ നന്ദിയോടെ സ്മരിക്കുമെന്നെനിക്കുറപ്പുണ്ട്.

ബഞ്ചാരകൾ

അചഞ്ചലമായതൊന്നുമില്ല. എല്ലാം എപ്പോഴും ചലിച്ചുകൊണ്ടിരിക്കുന്നു. ചലനത്തിന്റെ നിരക്ക് അഥവാ ദൂരത്തിലുള്ള മാറ്റത്തിന്റെ നിരക്കാണ് വേഗം. അതായത് ഒരു വസ്തു നിശ്ചിതസമയത്തിൽ സഞ്ചരിച്ച ദൂരമാണ് അതിന്റെ വേഗത.

ഊർജ്ജതന്ത്രത്തിലെ ആപേക്ഷികസിദ്ധാന്തങ്ങളുടെ ആദ്യത്തെ ക്ലാസ് അവസാനിച്ചതങ്ങനെയാണ്. സമയത്തെയും വേഗതയെയും കുറിച്ചുള്ള നിലയ്ക്കാത്ത സംശയങ്ങളും ചർച്ചകളുമായി ക്ലാസ് പിന്നെയും ശബ്ദമുണ്ടാക്കിക്കൊണ്ടിരുന്നു.

നടന്നതും നടക്കാനിരിക്കുന്നതുമായ സകലതിനെയും ക്രമപ്പെടുത്തി സൂക്ഷിക്കാനുള്ള അളവുകോൽ എന്നതിനപ്പുറം മറ്റെന്താണ് സമയം..?

വേഗതയെന്നാൽ മനസ്സിൽ ആദ്യം കടന്നുവരുന്നത് വാഹനങ്ങളാണ്. അവയുടെ നിലയ്ക്കാത്ത അളക്കാനാവാത്ത അദിശമായ വേഗതയാണ്. ലാവണ്യ സംസാരിച്ചത് അവളുടെ അച്ഛന്റെ വേഗതയേറിയ ഡ്രൈവിങ് തന്ത്രങ്ങളെക്കുറിച്ചാണ്. പ്രകാശരശ്മികളുടെയും ശബ്ദത്തിന്റെയും വേഗതയെക്കുറിച്ച് പ്രൊഫസർ സമ്പത്ത് സംസാരിച്ചതൊന്നും കേൾക്കാതെ സൈക്കിളിന്റെ വേഗത വർദ്ധിപ്പിക്കുന്ന നൂതനമാർഗ്ഗങ്ങളെക്കുറിച്ച് സുഹൃത്തുക്കളോട് വിശദീകരിക്കുകയായിരുന്നു വിശാൽ. വേഗത, ദിശ, ദൂരം, സമയം എല്ലാം ക്ലാസ്മുറിയിലെ ചർച്ചകളിൽ ശബ്ദം നിറച്ചുകൊണ്ടിരുന്നു.

ചോദ്യങ്ങളുടെയും സ്വയം കണ്ടെടുത്ത ഉത്തരങ്ങളുടെയും ഘോഷയാത്രയാണ് ഭുവനയുടെ മനസ്സിലിപ്പോൾ. അവശേഷിക്കുന്ന മനുഷ്യരോരോരുത്തരും ഒറ്റയ്ക്കാണ്. താനും മല്ലേശ്വരിമായിയും രമ അക്കയും

പെദ്ദമ്മയും പത്മയും അങ്ങനെ *താണ്ടയിൽ ജീവിച്ചിരിക്കുന്നവരെല്ലാം ഒരുമിച്ചായിരിക്കുമ്പോഴും ഒറ്റയ്ക്കാവുന്നു.

വേഗതയുടെ പല സിദ്ധാന്തങ്ങൾ കൊണ്ട് ഗണിച്ചെടുക്കാനാവാത്ത അകലങ്ങളിൽ ഒറ്റയ്ക്ക് സഞ്ചരിക്കുന്ന മനസ്സുകൾ. വെളിച്ചത്തിൽനിന്ന് അന്ധകാരത്തിലേക്ക്. അതിൽനിന്നും മരണത്തിലേക്ക് എടുത്തെറിയപ്പെടുന്ന ജീവിതങ്ങൾ. നഗരപരിഷ്കരണത്തിന്റെ ഭാഗമായി അതിനിയും സംഭവിച്ചുകൊണ്ടേയിരിക്കും. കാരണം അവർക്കിപ്പോഴും വേഗതയുടെ അളവുകളെക്കുറിച്ച് ഒന്നുമറിയില്ല. അറിയാവുന്നത് നടന്നു തീർക്കേണ്ട ദാരിദ്ര്യം നിറഞ്ഞ ജീവിതത്തെക്കുറിച്ച് മാത്രമാണ്.

സമയത്തെയും ദൂരത്തെയും ചേർത്തു നിർത്തി കണക്കുകൾ കൂട്ടി വേഗതയുടെ നിരക്ക് കണ്ടുപിടിക്കുന്നതിൽ അവരെപ്പോഴും പരാജയപ്പെട്ടു പോകുന്നു. ഭുവനയുടെ മനസ്സിൽ വേഗതയെന്നാൽ വളവും ചരിവുമില്ലാതെ നീണ്ടുപോകുന്ന ഹൈവേയിലെ വാഹനങ്ങളായിരുന്നു. ലാവണ്യയുടെ അച്ഛനെപ്പോലെ ചിലർക്ക് വേഗത ഒരു ഹരമാണ്. മറ്റു ചിലർക്കത് മരണത്തിലേക്കുള്ള യാത്രയും. ഒടുക്കമില്ലാതെ അനന്തതയിലേക്ക് നീണ്ടുവളർന്നു കാഴ്ചയിൽ ഇല്ലാതാകുന്ന വീഥികളെല്ലാം തന്നെ പുരോഗതിയിലേക്കുള്ള യാത്രകളുടെ ആരംഭം മാത്രമാണ്.. ഇനിയുമിനിയും നൂതന കണ്ടുപിടുത്തങ്ങൾ വർദ്ധിക്കുന്നതോടെ വേഗതയും വർദ്ധിക്കും. ഒരിക്കലുമവസാനിക്കാത്ത ആഗ്രഹങ്ങളുമായി മനുഷ്യൻ ഇനിയും വേഗത വർദ്ധിപ്പിക്കുവാനുള്ള കണ്ടുപിടുത്തങ്ങൾ നടത്തിക്കൊണ്ടേയിരിക്കും. അപ്പോഴും സാധാരണ മനുഷ്യന്റെ വേഗതയുടെ അളവ് കണക്കാക്കുന്നത് നൂറുമീറ്ററിലാണെന്നുമാത്രം. നൂറ് കിലോമീറ്റർ വേഗതയിൽ പാഞ്ഞെത്തുന്ന വാഹനങ്ങളിൽനിന്ന് രക്ഷപ്പെടാൻ സ്വയം വേഗത വർദ്ധിപ്പിക്കുകയല്ലാതെ മറ്റെന്താണ് മനുഷ്യൻ ചെയ്യേണ്ടത്. ഭുവനയുടെ മനസ്സിൽ വാഹനങ്ങളുടെ ബഹളങ്ങളില്ലാതെ വേഗതയെക്കുറിച്ചു ചിന്തിക്കാതെ കിലോമീറ്ററുകൾ നടന്നു താണ്ടിയിരുന്ന താണ്ടയിലെ ജീവിതത്തെക്കുറിച്ച് നേരിയ ഓർമ്മകളേയുള്ളൂ. പലതും പെദ്ദമ്മയിൽനിന്നും മായിയിൽനിന്നുമൊക്കെ കേട്ടറിഞ്ഞ കഥകളാണ്.

ഗ്രാമത്തിലുള്ളവർ റോഡിന്റെ വരവ് പ്രതീക്ഷിച്ചിരുന്ന നാളുകളിലായിരുന്നു ഭുവന ജനിച്ചത്. കഴിഞ്ഞ ഏഴെട്ടു വർഷങ്ങൾക്കു മുൻപ് വരെ താണ്ടയിലെല്ലാവരുടെയും ജീവിതം ഒരുപാട് പ്രതീക്ഷകൾ നിറഞ്ഞതായിരുന്നു. കുട്ടിക്കാലത്ത് അത്ഭുതപ്പെടുത്തിയിരുന്ന വേഗത ആകാശത്തിൽ പക്ഷിയേക്കാൾ വേഗത്തിൽ പറന്നുപോകുന്ന വിമാനങ്ങളായിരുന്നുവെന്ന് ഭുവന ഓർത്തു. അടുത്തറിഞ്ഞ വേഗത ദാമോദർ കാക്കയുടെ സൈക്കിളിന്റേതും. അതൊരിക്കലും ഭയപ്പെടുത്തിയിരുന്നില്ല. കേദാർനായക്കും കിഷോർലാലും മല്ലേഷുമൊക്കെ അതിൽ കയറി കളിക്കുമായിരുന്നു. ആഞ്ഞു ചവിട്ടുമ്പോൾ ഉരുണ്ടു

* താണ്ട - ലംബാഡി വിഭാഗത്തിൽപ്പെട്ട നാടോടികൾ കൂട്ടമായി താമസിക്കുന്നയിടം

നീങ്ങുന്ന ചക്രങ്ങളെ നോക്കി അത്ഭുതത്തോടെ ഞങ്ങൾ ദാമോദർ കാക്കയുടെ സൈക്കിളിനു പിറകെ പായും. അതൊക്കെ ഏറെ രസിപ്പിച്ചിരുന്നു. വേഗതയുടെ നേർക്കാഴ്ചയിൽ കൊത്തൂരിലെ ജീവിതം എത്ര വേഗത്തിലാണ് മാറിമറിഞ്ഞത്. റോഡുകൾക്കൊപ്പം പുതിയ കെട്ടിടങ്ങളുമുണ്ടായി. ആദ്യമൊക്കെ ഫാക്ടറികളിലെ കുഴലുകൾക്കു മുകളിൽ പറന്നുയരുന്ന പുകയുടെ വേഗത പോലും അതിശയപ്പെടുത്തുന്നതായിരുന്നു, മനോഹരവും. കുറഞ്ഞ വേഗതയിൽ ആകാശത്തിൽ അലിഞ്ഞില്ലാതാകുന്ന പുകച്ചുരുളുകളുടെ വേഗതയെക്കുറിച്ച് ഞങ്ങൾ കുട്ടികൾ പലതും പറഞ്ഞു. അന്നൊക്കെ സംശയങ്ങൾക്കുത്തരം പറഞ്ഞു തരാൻ ആരുമുണ്ടായിരുന്നില്ല.

ചെറുപ്പത്തിൽ കൂടുതലിഷ്ടം കാളവണ്ടിയിൽ സീതാപ്പഴങ്ങളുമായി ടൗണിലേക്കുള്ള യാത്രകളായിരുന്നു. ആ യാത്രകളാണ് പലതും പഠിപ്പിച്ചത്. ബഞ്ചാരകൾ സ്കൂളിൽ പോയി പഠിക്കേണ്ടവരല്ല, നാട് നീളെ നടന്നു അനുഭവങ്ങളിലൂടെ ജീവിതം പഠിക്കേണ്ടവരാണെന്ന് പെദ്ദമ്മ പറയുമായിരുന്നു.. പഴങ്ങൾ വിറ്റുതീരുന്നതുവരെ റോഡരികിൽ ആളൊഴിഞ്ഞയിടത്തെവിടെയെങ്കിലും തങ്ങുകയാണ് അന്നത്തെ പതിവ്.

ഓരോ യാത്രകളും പുതിയ അനുഭവങ്ങളായിരുന്നു. പുലർന്നാൽ ടൗണിലെ റോഡുകളിൽ നല്ലതിരക്കാണ്. റോഡിലൂടെ തലങ്ങും വിലങ്ങും പായുന്ന വാഹനങ്ങളുടെ ശബ്ദവും വേഗതയും ഒരുപോലെ ഭയപ്പെടുത്തും. റോഡിൽ നിറയെ ആവുന്നത്ര വേഗത്തിൽ ലക്ഷ്യത്തിലെത്താൻ കുതിക്കുന്ന പലതരം വാഹനങ്ങളും മനുഷ്യരുമായിരിക്കും. അവർക്കിടയിലൂടെ അപ്പയുടെ കൈയിൽ മുറുകെ പിടിച്ച് റോഡിനപ്പുറത്തേക്കു നടക്കുമ്പോൾ ഭയം കാലുകളുടെ വേഗത തീരെ കുറയ്ക്കും പകരം നെഞ്ചിടിപ്പ് വേഗത്തിലാക്കുകയും ചെയ്യും. അപ്പയ്ക്ക് വാഹനങ്ങളെ ഭയമില്ലായിരുന്നു. എന്റെയും മല്ലേഷിന്റെയും ഭയത്തെയും വേഗതയില്ലായ്മയെയും അപ്പ പലപ്പോഴും കളിയാക്കി. പട്ടണങ്ങളിൽ പലതും കാണാനും പഠിക്കാനുമുണ്ട്. കെട്ടിടങ്ങളും വാഹനങ്ങളും മനുഷ്യരുമെല്ലാം ഞങ്ങൾക്കവിടെ അതിശയ കാഴ്ചകളാണ്. അന്നൊക്കെ അപ്പയ്ക്ക് മായിയെയും മല്ലേഷിനെയും എന്നെയും ഒരുപാടിഷ്ടമായിരുന്നു.

പിന്നീടെപ്പോഴായിരുന്നു അപ്പ ഞങ്ങളെ വെറുത്തു തുടങ്ങിയതെന്നറിയില്ല. കൊത്തൂരിനെ മുറിച്ചുമാറ്റി, തണ്ടയിലുള്ളവരെ ഒറ്റപ്പെടുത്തിക്കൊണ്ട് യന്ത്രങ്ങൾ വാഹനങ്ങളുടെ രൂപത്തിലെത്തിയതായിരുന്നു പലതിന്റെയും തുടക്കം. അവ മുതിർന്നവരെപ്പോലും ഭയപ്പെടുത്തി. പഴയ കെട്ടിടങ്ങൾ ഇടിച്ചുനിരത്തിയും കൃഷിയിടങ്ങൾ പലതും ഇല്ലാതാക്കിയും പച്ചപ്പിനെ കീറിമുറിച്ച് അത് ഗ്രാമത്തിലേക്ക് കടന്നുവന്നു. കൊത്തൂരിനു പുതിയ രൂപമുണ്ടായി. പട്ടണത്തിൽ മാത്രം കണ്ടുപരിചയമുള്ള വാഹനങ്ങൾ കണ്ണ് മുമ്പിലൂടെ പായുന്നത് ആദ്യമൊക്കെ താണ്ടയിലെ കുട്ടികൾക്ക് ഹരമായിരുന്നു. ഹൈവേയിലൂടെ പാഞ്ഞു പോകുന്ന ബസും കാറും ലോറികളും ഞങ്ങൾ കൗതുകത്തോടെ നോക്കിനിന്നു.

ഞങ്ങൾ അക്കങ്ങൾ പഠിച്ചു തുടങ്ങിയത് അവയെ എണ്ണിക്കൊണ്ടായിരുന്നു. അധികനാൾ കഴിയുന്നതിനു മുൻപ് അവയുടെ എണ്ണം ഞങ്ങളിലാർക്കും എണ്ണി തിട്ടപ്പെടുത്തനാവാത്തത്രയുമായി. താണ്ടയിലെ സാധാരണ കണ്ണുകൾക്ക് കണ്ടു തീർക്കാനാവാത്ത വേഗത്തിൽ നിരത്തിലൂടെ മിന്നിമറയുന്ന വാഹനങ്ങളെ ഞങ്ങൾ അത്ഭുതത്തോടെ നോക്കിനിന്നു.

പിന്നീടങ്ങോട്ട് റോഡിനപ്പുറത്തേക്കുള്ള യാത്രകളെ എല്ലാവരും ഭയന്നു. സ്കൂളിലേക്കുള്ള ഓരോ യാത്രയും ഭയത്തോടെയായിരുന്നു. വേഗതയെ ഭയന്നുകൊണ്ടുള്ള അത്തരം സഞ്ചാരങ്ങളോരോന്നും മനുഷ്യന്റെ സഞ്ചാരവേഗത എത്രമാത്രം കുറവാണെന്ന് ഞങ്ങളെ ചിന്തിപ്പിച്ചുകൊണ്ടിരുന്നു. മനുഷ്യ ജീവനുകളോരോന്നായി ഇല്ലാതാക്കിക്കൊണ്ട് ഹൈവേ രാജ്യത്തെ പുരോഗതിയിലേക്കു നയിക്കുകയാണ്. ഇനിയുമിനിയും വേഗത വർദ്ധിച്ചുകൊണ്ടേയിരിക്കും. അതോടെ കൊത്തൂരിലേതുപോലെ പലയിടത്തും ജീവനുകൾ ഇല്ലാതാക്കപ്പെട്ടേക്കാം.

ഒരു വാഹനം നൂറുകിലോമീറ്റർ വേഗതയിൽ സഞ്ചരിക്കുമ്പോൾ എത്ര ജീവനുകളെ ഇല്ലാതാക്കും?

എല്ലാവരോടുമായി ഉച്ചത്തിലാണ് ഭുവനേശ്വരി ചോദിച്ചത്. ഭുവനയുടെ ചോദ്യങ്ങൾ പലപ്പോഴും അങ്ങനെയാണ്. ജീവനുകൾ ഇല്ലാതാകുന്നതിനെക്കുറിച്ച്, ഉപേക്ഷിക്കപ്പെട്ടവരെക്കുറിച്ച്, മരണത്തെക്കുറിച്ച്. ആർക്കും എളുപ്പത്തിൽ മനസ്സിലാക്കാനാവാത്ത ഉത്തരങ്ങളില്ലാത്ത ചോദ്യങ്ങൾ.

പെട്ടെന്നുണ്ടായ നിശ്ശബ്ദതയിൽ ഉത്തരങ്ങൾക്കു കാത്തുനില്ക്കാതെ കൈയിലിരുന്ന ഊർജ്ജതന്ത്ര പുസ്തകത്തെ വലിച്ചെറിഞ്ഞ് ചുറ്റുപാടിനെ പാടെ അവഗണിച്ച് അവളോടി. എപ്പോഴും മുൻപിലെത്താൻ സകലതിനെയും തട്ടിമാറ്റി മുൻപോട്ടു കുതിക്കുന്ന വാഹനങ്ങളിൽനിന്നു രക്ഷപ്പെടാൻ മനുഷ്യൻ തീർച്ചയായും സ്വന്തം വേഗത വർദ്ധിപ്പിക്കേണ്ടതുണ്ട്. എപ്പോഴും എവിടെയും മുൻപിലെത്തുകയെന്നതാണിവിടെ ആവശ്യം.

“ഭ്രാന്തി.”

ഇടനാഴിയിൽ വച്ച് അവളെ തടഞ്ഞുനിർത്താൻ ശ്രമിച്ച് പരാജയപ്പെട്ട നാരായണ റെഡ്ഢി ദേഷ്യത്തോടെ പിറുപിറുത്തു. നഷ്ടപ്പെട്ടവരുടെ വേദന പലപ്പോഴും അവതരിപ്പിക്കപ്പെടുന്നത് അങ്ങനെയൊക്കെത്തന്നെയാണ്.

അനാഥത്വത്തിന്റെ വേദന ആരെയും ഭ്രാന്തിയാക്കും. ഭുവനേശ്വരി അനാഥയാണ്. അവൾ മാത്രമല്ല വിധവകളുടെ നാട്ടിൽ ഏറെപ്പേരും അനാഥരാണ്. എവിടെയുമെന്നപോലെ അനാഥർ പലരും മറ്റുള്ളവർക്കു മുൻപിൽ ഭ്രാന്തന്മാരാണ്.

* * *

അലോകിയെത്തുമ്പോൾ ഭുവന ഹോസ്റ്റൽ മുറിയിലെ ജനാലയ്ക്കരികിൽ ഒറ്റയ്ക്കിരിക്കുകയായിരുന്നു. ദീർഘ വൃത്താകൃതിയിലുള്ള ഇരുണ്ടമുഖത്തെ കണ്ണുകളിൽ ചുറ്റുമുള്ളവരെ ഭയപ്പെടുത്തുന്ന ഭാവമാണ്. ഇന്ന് സ്കൂളിലും ഹോസ്റ്റലിലും നടന്ന സംഭവങ്ങളെക്കുറിച്ച് അവളോടെന്തെങ്കിലും സംസാരിക്കണമെന്നുണ്ടായിരുന്നു അലോകിക്ക്. പക്ഷേ, ഭുവന അവൾക്കരികു ചേർന്നിരുന്നതല്ലാതെ മുഖത്തേക്ക് നോക്കിയതുപോലുമില്ല. ചിലപ്പൊഴൊക്കെ ഭുവന അങ്ങനെയാണ്. ചുറ്റുമുള്ളവരിൽ നിന്നെല്ലാം ഒരുപാടകലെയായിരിക്കും അവളുടെ ചിന്തകൾ. ചിലപ്പോൾ ആർക്കും മനസ്സിലാക്കാനാവാത്ത രീതിയിൽ പലതിനെക്കുറിച്ചും സംസാരിക്കും.

മേട്രൺ പറഞ്ഞത് അവളൊരു ഭ്രാന്തിയെപ്പോലെ ബഹളമുണ്ടാക്കിയെന്നും സ്കൂൾ ഗ്രൗണ്ടിൽ തളർന്നുവീഴുംവരെ ഓടിക്കൊണ്ടിരിക്കുകയായിരുന്നുവെന്നുമാണ്. ഭുവനയുടെ ചിന്തകൾ വേഗത അനാഥരാക്കിയ അവളെപ്പോലുള്ളവരെക്കുറിച്ചാണെന്ന് അലോകിക്കറിയാം. അവളെപ്പോഴും വേഗതയെക്കുറിച്ച് മാത്രം ചിന്തിക്കുന്നു. അതിനെ ഭയപ്പെടുന്നു. സ്കൂളിൽനിന്നും സമ്പത്ത് സാർഫോൺ ചെയ്ത് വിവരമറിയിച്ചപ്പോൾ മുതൽ അവിടെയെത്തുംവരെ നേരിൽ കാണുമ്പോൾ ഭുവനയോട് പറയുവാനായി കരുതി വച്ചിരുന്ന വാക്കുകളൊന്നും പറയാനാവാതെ ശ്വാസംമുട്ടിക്കുന്ന നിശ്ശബ്ദതയിൽ അലോകി ഏറെനേരം അവൾക്കരികിലിരുന്നു. ഒറ്റയ്ക്കാകുമ്പോൾ അവളെന്തെങ്കിലും സംസാരിക്കുമെന്നു കരുതിയാണ് ഹോസ്റ്റലിൽനിന്നും അവളേയും കൂട്ടി പുറത്തിറങ്ങിയത്. ഗാന്ധിപാർക്കിലെ വിവേകാനന്ദ പ്രതിമയ്ക്കു മുൻപിലിരിക്കുമ്പോൾ അലോകിയുടെ ചോദ്യങ്ങളും ഭുവനയുടെ കൊച്ചു കൊച്ചു ഉത്തരങ്ങളുമല്ലാതെ അവർക്കിടയിൽ ശബ്ദമേയില്ലാതായി. പാർക്കിൽ ആളുകൾ വന്നുതുടങ്ങുന്നേ ഉള്ളൂ. തെരുവു കച്ചവടക്കാർ ഗേറ്റിനു പുറത്ത് അന്നത്തെ കച്ചവടത്തിനുള്ള ഒരുക്കത്തിലാണ്. ഗേറ്റിനപ്പുറത്തെ നടപ്പാതയ്ക്ക് ഇരുവശത്തുമായി പലതരത്തിലും നിറത്തിലുമുള്ള കൊച്ചു ഉന്തുവണ്ടികൾ സ്ഥാനം പിടിച്ചുകഴിഞ്ഞു.

അലോകിയെ അതിശയിപ്പിച്ചുകൊണ്ട് ഭുവന പെട്ടെന്ന് വേഗതയെക്കുറിച്ച് സംസാരിച്ചു. വാഹനങ്ങളുടെ വേഗത, ചലിക്കുന്ന രണ്ടു വസ്തുക്കൾ തമ്മിൽ കൂട്ടിമുട്ടാനെടുക്കുന്ന സമയം. അതിനെ കണക്കാക്കാനുള്ള അളവുകൾ. അങ്ങനെ പലതും അവൾ പറഞ്ഞുകൊണ്ടേയിരുന്നു. ഒടുവിൽ നിരത്തിലൂടെ പോകുന്ന വാഹനങ്ങളുടെ വേഗത അളക്കുവാൻ സാധിക്കുമോ എന്നവൾ അലോകിയോട് ചോദിച്ചു.

ചോദ്യങ്ങളെല്ലാം വാഹനങ്ങളെയും അവയുടെ വേഗതയെയും കുറിച്ചാണ്. ഇന്നലെ ക്ലാസിൽ അവൾ ചോദിച്ച ചോദ്യം വേഗത്തിൽ സഞ്ചരിക്കുന്ന വാഹനങ്ങൾക്ക് എത്ര ജീവനുകളെ ഇല്ലാതാക്കാൻ സാധിക്കും എന്നായിരുന്നു. വേഗത അളക്കുന്നത് സമയത്തെയും ദൂരത്തെയുമൊക്കെ കണക്കാക്കി കൊണ്ടാണെന്ന അലോകിയുടെ ഉത്തരം

കേട്ട് അവൾ ചിരിച്ചു.

"സമയത്തെക്കുറിച്ച് ബോധമില്ലാത്തവർ എങ്ങിനെ വേഗതയെ അളക്കും? മുൻപൊരിക്കലും കണ്ടിട്ടില്ലാത്ത അനുഭവിച്ചിട്ടില്ലാത്ത വേഗതയെ അവരെങ്ങിനെ തിട്ടപ്പെടുത്തും..? അപ്പോൾ ദൂരത്തെയും അകലത്തെയും എങ്ങിനെ കണക്കാക്കും.?"

അവൾ തന്റെ ശോഷിച്ച നീണ്ടവിരലുകൾകൊണ്ട് പുൽത്തകിടിയിൽ വരച്ചുകൊണ്ടിരുന്നു. നേർരേഖകൾ, ചരിഞ്ഞ രേഖകൾ ഒപ്പം വേഗത്തിൽ സഞ്ചരിക്കുന്ന വസ്തുവിന്റെ ഓരോ അകലങ്ങളിലുമുള്ള കാഴ്ച്കളെ ക്കുറിച്ച് ഊർജ്ജതന്ത്രം ക്ലാസിൽ പഠിച്ചതും അല്ലാത്തതുമായ പലതും ഓർത്തു പറഞ്ഞുകൊണ്ടിരുന്നു. ഒരു നിമിഷം വാഹനങ്ങളുടെ വേഗതയെക്കുറിച്ച് ഗവേഷണം നടത്തുന്ന പക്വതയുള്ള വിദ്യാർത്ഥി യാണു തനിക്കു മുൻപിലിരിക്കുന്നതെന്ന് അലോകിക്കു തോന്നി. തൊട്ടടുത്ത നിമിഷത്തിൽ അവളൊരു മനോരോഗിയെപ്പോലെ പലതും പുലമ്പി. വേഗത വർദ്ധിക്കുന്നതോടെ സകലനിയമങ്ങളും അവഗണിക്ക പ്പെടുന്നു. അതായിരുന്നു ഒടുവിൽ ഭുവന കണ്ടെത്തിയ ഉത്തരം.

അലോകിക്ക് ഭയം തോന്നി. വർഷങ്ങൾക്കുമുൻപ് ആദ്യമായി കണ്ടപ്പോൾ സംസാരിച്ചിരുന്നതുപോലെ അലോകിക്ക് മനസ്സിലാക്കി യെടുക്കാൻ ഒരുപോലെ ബുദ്ധിമുട്ടുള്ളതായിരുന്നു അവൾ പറഞ്ഞ കാര്യങ്ങളും അപ്പോഴത്തെ അവളുടെ ഭാഷയും.

രത്തൻമാസ്റ്ററാണ് അവളെയും താണ്ടായിലെ മറ്റു കുട്ടികളെയും ആദ്യമായി ഭാഷകൾ പഠിപ്പിച്ചത്. മാസ്റ്ററെപ്പോലെ അലോകിക്കും ഗോപാലിനും കുറെയേറെ ഭാഷകളറിയാം. പക്ഷേ, ഗോപാലിനെപ്പോലെ താണ്ടയിലുള്ളവരുടെ ഗോത്രഭാഷ അലോകിക്കറിയില്ല. ആദ്യമായി ഭുവനയെ കൂട്ടിക്കൊണ്ടു വരുമ്പോൾ അവർക്കു പരസ്പരം സംസാരി ക്കാൻ ഒരു ഭാഷയുമില്ലായിരുന്നു. എന്നിട്ടും അലോകി അവൾക്കു മായിയെപ്പോലെ പ്രിയപ്പെട്ടവളായി. പതിയെ അവൾ പറയുന്നത് മനസ്സിലാക്കാൻ ഭുവനയ്ക്കും വിഷമമുണ്ടായില്ല. പാർക്കിനുപുറത്ത് നടപ്പാതയ്ക്കിരുവശത്തും വഴിക്കച്ചവടക്കാർ സജീവമായിക്കഴിഞ്ഞു. തെരുവു കച്ചവടക്കാർക്കെല്ലാം ഒരേ മുഖമാണെന്ന് അലോകിക്കു തോന്നി. റോഡരികിൽ ചോളം വില്ക്കുന്നവനും പഴങ്ങൾ വില്ക്കുന്നവനും കടല വറുക്കുന്നവനുമെല്ലാം കാഴ്ചയിൽ ഒരുപോലെ തോന്നിച്ചു. എല്ലാ കടകളിലും കറുത്തു മെലിഞ്ഞ ശരീരവുമായി അഴുക്കു പുരണ്ട വസ്ത്രത്തിൽ പത്തോ പതിനഞ്ചോ വയസ്സു പ്രായം തോന്നിക്കുന്ന ആൺകുട്ടികളും അവർക്കൊപ്പം കറപിടിച്ച പല്ലുകളും കൃത്യമായി വെട്ടിയൊതുക്കിയിട്ടില്ലാത്ത മീശയും മുടിയുമുള്ള മുതിർന്ന പുരുഷ ന്മാരുമാണ് പ്രധാന കച്ചവടക്കാർ. പഞ്ചസാരത്തരികൾ നിമിഷങ്ങൾ കൊണ്ട് ഭാരമില്ലാത്ത നൂലുകളായി മാറുന്ന കാഴ്ച കാണുവാൻ കോട്ടൺ കാൻഡി വില്ക്കുന്ന വൃദ്ധനു ചുറ്റും കുട്ടികൾ വട്ടമിട്ടു നില്പുണ്ട്. കനലിൽ ചോളം ചുട്ടെടുക്കുന്ന പയ്യൻ നടന്നു പോകുന്നവരുടെ

ശ്രദ്ധയാകർഷിക്കുവാനായി ഉറക്കെ പാട്ടു പാടുകയും ചോളം രുചിച്ചു നോക്കുവാൻ ക്ഷണിക്കുകയും ചെയ്യുന്നുണ്ടായിരുന്നു.

ഭുവന അത്തരം കാഴ്ചകളെയെല്ലാം പാടെ അവഗണിച്ച് നടപ്പാതയ്ക്കപ്പുറത്തെ തടാകക്കരയിലെത്തി നിരത്തിലേക്കു നോക്കിനിന്നു. ചോളം വില്ക്കുന്ന പയ്യന്റെ പ്രതീക്ഷയോടെയുള്ള നോട്ടം അവഗണിക്കാനാവാതെ അലോകി അടുത്തു ചെന്നു. അവനു പതിനാലോ പതിനഞ്ചോ വയസ്സു പ്രായമുണ്ടാകും. അവന്റെ മുഖത്തെ ഭാവവും ചിരിക്കുമ്പോഴും മെലിഞ്ഞൊട്ടിയ കവിളുകളും വിളറിയ എല്ലും തോലുമായ ശരീരവും കണ്ടാലറിയാം അവന്റെ നിരാശയും ജീവിതത്തിൽ അവനനുഭവിച്ചു കൊണ്ടിരിക്കുന്ന കഷ്ടതകളും എത്ര മാത്രമായിരിക്കുമെന്ന്. അലോകി അവന്റെ കൈയിൽനിന്നും ഉപ്പും മുളകും പുരട്ടി ചുട്ടെടുത്ത ചോളം വാങ്ങി ഭുവനയ്ക്കരികിലേക്ക് നടന്നു. കാറ്റിൽ പറന്നു കിടന്ന മുടിയിഴകളെ കോതിയൊതുക്കി അവൾ അലോകിയെ നോക്കി ചിരിച്ചു.

അവൾ വളരെ ശാന്തമായി സംസാരിച്ചു തുടങ്ങി.

“പണ്ട് കൊത്തൂരിൽ നിറയെ ചോള വയലുകളായിരുന്നു. മുന്തിരിത്തോട്ടങ്ങളുമുണ്ടായിരുന്നത്രെ. പക്ഷേ, ഞാൻ ജനിക്കുമ്പോൾ അവിടെ ഒന്നുമുണ്ടായിരുന്നില്ല. അന്ന് ഞങ്ങൾ ബഞ്ചാരകൾക്ക് ആകെയുണ്ടായിരുന്നത് കുറേ പശുക്കളായിരുന്നു. താണ്ടയിൽ എല്ലാവരുടെയും പ്രധാന വരുമാന മാർഗ്ഗവും അവയായിരുന്നു. റോഡിന്റെ വരവോടെ എത്ര വേഗത്തിലാണ് അവ ഇല്ലാതായത്. ആദ്യം ലോറിക്കടിയിൽപ്പെട്ടു പോയത് മോഹിനി ചിന്നമ്മയുടെ കറുപ്പ് നിറമുള്ള പശുവായിരുന്നു. അന്നാണ് ആദ്യമായി താണ്ടയിലുള്ളവർ ഹൈവേയെ ശപിച്ചതും മരണത്തിന്റെ അത്തരം കടന്നുവരവുകളെക്കുറിച്ച് ചിന്തിച്ചു തുടങ്ങിയതും. പശുക്കളിൽ ചിലത് പലപ്പോഴായി വാഹനങ്ങൾക്കു മുൻപിലില്ലാതായി. അവശേഷിച്ചതിനെ പലരും കുറഞ്ഞ വിലയ്ക്ക് വിറ്റു. അന്ന് പശുവിന്റെ മരണത്തിൽ വേദനിച്ചവർ പിന്നീട് മനുഷ്യജീവനുകൾ ഇല്ലാതാകുന്നത് നിർവ്വികാരതയോടെ നോക്കിനില്ക്കേണ്ടിവന്നു. മരണഭയത്താൽ സ്വന്തമായുള്ളതെല്ലാമുപേക്ഷിച്ച് പലരും തണ്ടയിൽ നിന്നുതന്നെ ഒഴിഞ്ഞുപോയി.

പെദ്ദപ്പ ബഞ്ചാരക്കുന്നുകളുടെ താഴ്വരയിലെ മുന്തിരിത്തോട്ടങ്ങളിൽ ജോലി ചെയ്തിരുന്നു. തോട്ടങ്ങൾ ഇല്ലാതായപ്പോൾ നെൽവയലുകൾ ഉണ്ടായിരുന്നു. അപ്പ ജോലി ചെയ്തിരുന്നത് അവിടെയായിരുന്നു. പെദ്ദമ്മക്കും പെദ്ദപ്പയ്ക്കും അപ്പയ്ക്കും മായിക്കുമെല്ലാം അവരുടെ ചെറുപ്പകാലത്തെക്കുറിച്ച് ഓർത്തു പറയാൻ ഒരുപാട് നല്ല ഓർമ്മകളുണ്ടായിരുന്നു. ഓർത്തു വയ്ക്കാൻപോലും ഒന്നുമില്ലാത്തത് ഞങ്ങൾക്കാണ്.”

ഭുവന തടാകക്കരയിലെ സിമന്റു ബെഞ്ചിൽ അലോകിയോട് ചേർന്നിരുന്നു.

“മായിയോടൊപ്പമാണ് ആദ്യമായി കൊത്തൂരിലെ നിരത്തിലൂടെ

നടന്നത്. പട്ടണത്തിലെ റോഡുകളിലൊന്നും കണ്ടിട്ടില്ലാത്തത്രയും വേഗത്തിലായിരുന്നു പുതിയനിരത്തിലൂടെ വാഹനങ്ങൾ കടന്നുപോയത്. റോഡിനപ്പുറത്തായിരുന്നു ഞങ്ങളുടെ സ്കൂൾ. അവിടേക്ക് കുഞ്ഞുങ്ങളെ അയയ്ക്കാൻ തണ്ടയിലെല്ലാവർക്കും ഭയമായിരുന്നു. പക്ഷേ, ഞങ്ങളെ സ്കൂളിലയക്കണമെന്ന് മായി നിർബ്ബന്ധം പിടിച്ചു. അതിനായി മായി തന്നെ ദിവസവും ഹൈവേയിലെ വാഹനങ്ങൾക്കിടയിലൂടെ ഞങ്ങളെ സ്കൂളിലെത്തിച്ചു. ഭയത്തോടെയെങ്കിലും സ്കൂളിലേക്കുള്ള ആ യാത്രകൾ എനിക്കേറെ പ്രിയപ്പെട്ടതായിരുന്നു. തണുത്ത പ്രഭാതങ്ങളിലും വൈകുന്നേരങ്ങളിലുമെല്ലാം മായിയുടെ ശരീരത്തിന് നല്ല ചൂടായിരുന്നു. ആ മാറിൽ പറ്റിച്ചേർന്ന് തോളിൽ തലചായ്ച്ച് കണ്ണുകൾ ഇറുക്കിയടച്ചാണ് ദിവസവും നിരത്തിനപ്പുറത്തേക്കുള്ള യാത്രകൾ. ഒരിക്കലും റോഡ് മുറിച്ചുകടക്കുമ്പോൾ നടന്നു പോകാൻ എന്നെ മായി അനുവദിക്കുമായിരുന്നില്ല. എന്നെ അരക്കെട്ടിലിരുത്തി മല്ലേഷിന്റെ ഒരു കൈയിൽ മുറുകെ പിടിച്ച് ശ്രദ്ധയോടെ ഒപ്പം നടത്തിയാണ് മായി ഞങ്ങളെ ദിവസവും റോഡിനപ്പുറത്തെത്തിച്ചിരുന്നത്. എന്നിട്ടും ഒരു രാവിലെ സ്കൂളിൽ പോകുന്ന വഴിയിൽ മായിയെ തട്ടിയെറിഞ്ഞു കടന്നു പോയ വേഗത എന്തായിരുന്നുവെന്നുപോലും തിരിച്ചറിയാൻ ഞങ്ങൾക്കായില്ല.

ചിറകുകളറ്റുപോയ പക്ഷിയെപ്പോലെ അകലേക്ക് തെറിച്ചു വീണ മായിയെ പിന്നീടൊരിക്കലും ഞാനും മല്ലേഷും കണ്ടിട്ടേയില്ല. അമ്മയുടെ കൈയിൽനിന്നും അകലെ റോഡരികിലെ പുൽപ്പടർപ്പിൽ തെറിച്ചു വീണതു കൊണ്ടാണ് ഞാൻ രക്ഷപ്പെട്ടതെന്ന് എല്ലാവരും പറഞ്ഞു. അതാണത്രെ എന്റെ ഭാഗ്യം. പിന്നീട് അലോകിമാ എന്നെ ഇവിടെ സ്കൂളിൽ ചേർത്തെന്നറിഞ്ഞപ്പോഴും എല്ലാവരും അതുതന്നെ പറഞ്ഞു എനിക്കു ഭാഗ്യമുണ്ടെന്ന്.

യഥാർത്ഥത്തിൽ എന്തിനെയാണു നമ്മൾ ഭാഗ്യമെന്നു കരുതുന്നത്? എങ്ങിനെയും ജീവിച്ചിരിക്കുക എന്നത് മാത്രമാണോ മനുഷ്യജീവിതത്തിലെ ഭാഗ്യം?

മായിക്കൊപ്പം അവനു നഷ്ടപ്പെട്ട പാതി കാലിനെയോർത്ത് മല്ലേഷ് ദിവസങ്ങളോളം ആരോടും സംസാരിക്കാതെ കരഞ്ഞുകൊണ്ടിരുന്നു. ദാമോദർ കാക്ക സൈക്കിളുമായി താണ്ടയിലെത്തിയപ്പോഴെല്ലാം പഴയതു പോലെ സൈക്കിളിന്റെ വേഗത അവനെ രസിപ്പിച്ചില്ല. അപ്പോഴൊക്കെയും അകത്തെ ഇരുട്ടിൽ കണ്ണുകൾ ഇറുക്കിയടച്ച് അവൻ വിതുമ്പിക്കരഞ്ഞു.

അപ്പ ഞങ്ങളെക്കുറിച്ചോർത്ത് വേവലാതിപ്പെട്ടില്ല. മായിയെ കാണണമെന്ന് പറഞ്ഞ് നിലവിളിച്ചപ്പോഴൊക്കെ എന്നെയും മല്ലേഷിനെയും തല്ലിയും ബഹളം വച്ചും സ്വയം വീട്ടിൽ നിന്നിറങ്ങിപ്പോവുകയായിരുന്നു അപ്പ ചെയ്തത്. തിരിച്ചുവരുന്നത് സ്വബോധം നഷ്ടപ്പെട്ട ഉന്മാദാവസ്ഥയിലായിരിക്കും. മദ്യം നല്കുന്ന ഓർമ്മയില്ലായ്മയിൽ അപ്പ

എല്ലാം മറന്ന് സുഖമായുറങ്ങും. ഞങ്ങൾ വിശന്നു കരഞ്ഞപ്പോഴും, മല്ലേഷ് കാലിലെ മുറിവിന്റെ വേദന സഹിക്കാനാവാതെ നിലവിളിച്ചപ്പോഴുമൊന്നും അപ്പ ആശ്വസിപ്പിച്ചില്ല.

റോഡിനപ്പുറത്തെ സ്കൂളിൽ പോകാൻ ഭയന്നിരുന്ന ഞങ്ങളെ പഠിപ്പിക്കാൻ രത്തൻ മാസ്റ്റർ തണ്ടയിൽ വന്നു തുടങ്ങിയതിന്റെ നാലാം നാൾ വൈകുന്നേരമാണ്, പുസ്തകം വായിച്ചുകൊണ്ടിരുന്ന എന്നെയും കൂട്ടി അപ്പ റോഡിലേക്കിറങ്ങിയത്. എനിക്ക് ഭയമായിരുന്നു മായി ഒപ്പമില്ലാതെ അന്നാദ്യമായാണ് ഞാൻ ഹൈവേയിലെത്തുന്നത്. മല്ലേഷിനെയും എന്നെയും ചേർത്തുപിടിച്ച് റോഡിലൂടെ വാഹനങ്ങളേക്കാൾ വേഗത്തിൽ പാഞ്ഞു പോകുമായിരുന്നു മായി.

ചുറ്റും ഇരുട്ട് പരന്നുതുടങ്ങിയിരുന്നു. വാഹനങ്ങളുടെ നേർത്ത വെട്ടത്തിൽ ഭയത്തോടെ റോഡിനു ഓരം ചേർന്നു നടക്കുമ്പോഴും അപ്പ എന്റെ വേഗതയില്ലായ്മയെ കുറ്റപ്പെടുത്തി. ദിവസങ്ങൾക്കുശേഷം അപ്പയെന്നോട് സംസാരിച്ചതും അന്നാണ്. എനിക്ക് വിശപ്പടക്കാനുള്ള ഭക്ഷണവും നിറമുള്ള വസ്ത്രങ്ങളും കിട്ടുന്ന ഒരിടത്ത് എന്നെകൊണ്ടു ചെന്നാക്കുമെന്നായിരുന്നു അപ്പ പറഞ്ഞത്. മുൻപൊരിക്കലുമില്ലാത്ത വിധം അപ്പയെ ഞാനപ്പോൾ ഭയന്നു. എന്റെ കൈയിൽ മുറുകെ പിടിച്ചിരുന്ന അപ്പയുടെ കൈ അടർത്തിമാറ്റി എവിടേക്കെങ്കിലും ഓടിപ്പോകണമെന്ന് ഞാനാഗ്രഹിച്ചു. റോഡരികിൽ ഞങ്ങളെ കാത്ത് രണ്ടുപേർ നില്പുണ്ടായിരുന്നു. അതിലൊരാൾ എന്നെ നോക്കി വെറുതെ ചിരിച്ചു. അപ്പയാണു സംസാരിച്ചു തുടങ്ങിയത്.

ഞാൻ നോക്കുമ്പോൾ റോഡിനപ്പുറത്തെ മരങ്ങൾക്കിടയിൽ ചിരിച്ചുകൊണ്ട് മായി എന്നെമാത്രം നോക്കിനില്ക്കുന്നു. മായിയുടെ ചുകപ്പുനിറമുള്ള *ഫേട്ടിയയിലെ കണ്ണാടിച്ചില്ലുകൾ ഇരുട്ടിൽ തിളങ്ങുന്നുണ്ടായിരുന്നു. നെറ്റിയിൽ കറുത്ത വലിയ പൊട്ടും കഴുത്തിൽ നിറയെ വെള്ളിനാണയങ്ങൾ കോർത്തിട്ട മാലയുമണിഞ്ഞിരുന്നു. മുൻപൊരിക്കലും കണ്ടിട്ടില്ലാത്തവിധം മായി കൂടുതൽ സുന്ദരിയായിരിക്കുന്നു. നോക്കി നില്ക്കെ മായി റോഡരികിലെ പാതിയുണങ്ങിയ സൂര്യകാന്തി ചെടികൾക്കിടയിൽ മറഞ്ഞു. മായി അവിടെയെവിടെയോ ഒളിച്ചിരുപ്പുണ്ടെന്നുതന്നെ ഞാൻ കരുതി. എത്രയും പെട്ടെന്ന് മായിയുടെ അടുത്തെത്താനായിരുന്നു ആ ഇരുട്ടിൽ അപ്പയുടെ കണ്ണുവെട്ടിച്ച് റോഡിനപ്പുറത്തേക്കോടിയത്.

പറഞ്ഞു തീർന്നതും ഭുവന അലോകിയെ കെട്ടിപ്പിടിച്ച് ശബ്ദമില്ലാതെ കരഞ്ഞു.

നിലവിളിച്ചുകൊണ്ട് ഹൈവേയിലൂടെ ഓടിയ അവളെ ആദ്യമായി കണ്ടുമുട്ടിയ രാത്രിയെക്കുറിച്ചാണ് അലോകിയപ്പോൾ ചിന്തിച്ചത്. നിറംമങ്ങിയ മുഷിഞ്ഞ മുട്ടറ്റമുള്ള ഉടുപ്പും എണ്ണമയമില്ലാത്ത, ചാരനി

---

* ഫേട്ടിയ - പ്രത്യേകതരത്തിലുള്ള പാവാട

റത്തിൽ ഒതുക്കമില്ലാത്ത മുടിപാതി മറച്ച കുഞ്ഞുമുഖവും അലോകിയുടെ മനസ്സിൽ തെളിഞ്ഞു. അന്നവൾ ഇതുപോലെ സംസാരിക്കുമായിരുന്നില്ല. മായിയെക്കുറിച്ചും വിശപ്പിനെക്കുറിച്ചുമല്ലാതെ മറ്റൊന്നിനെക്കുറിച്ചും വേവലാതിപ്പെടാത്ത മെലിഞ്ഞൊട്ടിയ കവിളുകളും ക്ഷീണിച്ചു വിളറിയ ശരീരവും. അതായിരുന്നു കുഞ്ഞു ഭുവനേശ്വരി.

അന്ന് ബാംഗ്ലൂരിൽ സുഹൃത്തുക്കളെ കാണാൻ പോയി വരുന്ന വഴിയായിരുന്നു. അന്നൊക്കെ ഹൈവേയിലൂടെയുള്ള അത്തരം യാത്രകൾ അലോകി ഏറെ ഇഷ്ടപ്പെട്ടിരുന്നു. പുതിയ ഹൈവേ വന്നതിൽപ്പിന്നെ ഇരുന്നൂറ് കിലോമീറ്ററിലധികം വേഗതയിൽ ചീറിപ്പായുന്ന വണ്ടികൾക്കിടയിലൂടെ ആവുന്നത്ര വേഗത്തിൽ വാഹനങ്ങളോടിക്കുന്നത് അന്നൊക്കെ അവൾക്കും ഹരമായിരുന്നു. പക്ഷേ, ഗോപാൽ അത്തരം യാത്രകൾ ഇഷ്ടപ്പെട്ടിരുന്നില്ല. ട്രെയിൻ യാത്രകളായിരുന്നു അയാൾക്കിഷ്ടം. ഹൈവേയിലൂടെ വാഹനങ്ങൾ ഓടിത്തുടങ്ങിയിട്ട് അധികം നാളുകളായിരുന്നില്ല. കൊത്തൂരിലെ അപകടങ്ങളെക്കുറിച്ച് അധികമാരും അറിഞ്ഞു തുടങ്ങിയിട്ടുമില്ല. പലയിടങ്ങളിലും സ്ട്രീറ്റ്ലൈറ്റുകൾ പോലും ഘടിപ്പിച്ചിരുന്നില്ല. ഇൻഡിക്കേറ്റർ ലൈറ്റുകളും സാധാരണ പാതയിലെ മഞ്ഞയും വെള്ളയും കറുപ്പും വരകളുമൊന്നുമില്ലാതെ നീണ്ടുകിടക്കുന്ന പുത്തൻ റോഡിലൂടെ നാലു വരികളിലായി പലതരം വാഹനങ്ങൾ നിയന്ത്രണങ്ങളൊന്നുമില്ലാതെ ഓടിക്കൊണ്ടിരുന്നു. റോഡിൽ വെളിച്ചം കുറവായിരുന്നെങ്കിലും വണ്ടിയുടെ ഹെഡ്ലൈറ്റിന്റെ വെളിച്ചത്തിൽ പാതയോരത്തുനിന്നും നിരത്തിലേക്കോടിക്കയറിയ കുട്ടിയെ അലോകി കണ്ടു.

ഒന്നുമറിയാതെ കൃഷ്ണ ബഡാവത്തപ്പോൾ നിരത്തുവക്കിൽ ആവശ്യക്കാരുമായി മകളുടെ വില പറഞ്ഞുറപ്പിക്കുകയായിരുന്നു. കുറച്ചുനാളത്തേക്ക് കള്ളുകുടിക്കാനും ഭക്ഷണത്തിനും വേണ്ടത്ര പണം അത്രയേ അയാളപ്പോൾ ചിന്തിച്ചിരുന്നുള്ളൂ. ഭാര്യയില്ലാതെ കുഞ്ഞുങ്ങളെ വളർത്തുന്നതിലെ ബുദ്ധിമുട്ടുകളിൽ നിന്നൊരാശ്വാസവുമായിരുന്നു അയാൾക്കത്. ബഞ്ചാരകൾ സ്വന്തം കുഞ്ഞുങ്ങളെ ജോലിക്കയക്കുന്നതും പണത്തിനു വേണ്ടി വില്ക്കുന്നതുമൊക്കെ ഗോപാൽ മുൻപും കണ്ടിട്ടുണ്ട്. അത്തരം സംഭവങ്ങൾ അയാളുടെ കുട്ടിക്കാലത്തെ ഓർമ്മകളിൽ ധാരാളമുണ്ട്. കൃഷ്ണ ബഡാവത്ത് മകൾക്കുവേണ്ടി ആവശ്യപ്പെട്ട വില ഗോപാലിനും സമ്മതമായിരുന്നതുകൊണ്ട് അയാൾ മടി കൂടാതെ ഭുവനയെ അവരെ ഏല്പിച്ച് മടങ്ങിപ്പോയി.

അന്നാണു കൊത്തൂരിനെക്കുറിച്ചും താണ്ടയിലെ മനുഷ്യജീവിതത്തെക്കുറിച്ചുമൊക്കെ അലോകി വ്യക്തമായി മനസ്സിലാക്കുന്നത്. അലോകിയുടെ ജീവിതത്തിൽ അവർ കടന്നുവരുന്നത് അങ്ങനെയാണ്.

ഹോസ്റ്റലിൽ വച്ച് യാത്ര പറഞ്ഞിറങ്ങും മുൻപ് ഭുവന ചെറുതായി ചുണ്ടുകൾ നിവർത്തി അലോകിയെ നോക്കി ചിരിച്ചു.

"താണ്ടയിൽ ഇനിയുമാരെങ്കിലും ജീവിച്ചിരിക്കുന്നുണ്ടോ?" ഇടറിയ

ശബ്ദത്തിൽ അങ്ങനെയൊരു ചോദ്യത്തിൽ എല്ലാമവസാനിപ്പിച്ച് അലോകിയുടെ മറുപടിക്ക് കാത്തു നില്ക്കാതെ അവൾ മുറിയിലേക്ക് കയറിപ്പോയി.

അവർക്കിടയിൽ ഇതുവരെ നടന്ന ഓരോ കണ്ടുമുട്ടലുകളും വേർപിരിയലുകളും ഊട്ടിയുറപ്പിച്ച സ്നേഹബന്ധം പലപ്പോഴും ഭുവനയോട് യാത്ര പറഞ്ഞിറങ്ങുമ്പോൾ അലോകിയെ നിശ്ശബ്ദയാക്കി യിട്ടുണ്ട്. ഇന്നും അതങ്ങിനെയാണവസാനിച്ചത്.

ഭുവനയെപ്പോലെ അലോകിക്കുമുണ്ട് ഹൈവേയിൽ നഷ്ടമായ അവളുടെ പ്രിയപ്പെട്ടവരെക്കുറിച്ചുള്ള ഓർമ്മകൾ. വെങ്കിയെ നഷ്ടമായത് ഒരു ഡിസംബർ മാസത്തിലെ അവധി ദിനങ്ങൾക്കൊടുവിലായിരുന്നു. അവധി ദിവസങ്ങളിൽ അമ്മയുടെ ഇഷ്ടക്കേടിനെ അവഗണിച്ചുകൊണ്ട് അവൻ കൊത്തൂരിലെത്തുന്നത് പതിവായിരുന്നു. ഹൈവേയിലൂടെയുള്ള യാത്രകളും അതു നല്കുന്ന കാഴ്ചകളുമെല്ലാം അവനേറെ ആസ്വദിച്ചി രുന്നു. ഒരു വൈകുന്നേരം യാത്ര പറഞ്ഞിറങ്ങിയ അവനും ഹൈവേ യിലെ മരണക്കെണിയിലില്ലാതായി.

അന്ന് രാവിലെ ഗ്രാമത്തിൽ സർവ്വീസ് റോഡ് നിർമ്മിക്കുന്നതിനാ യുള്ള അപേക്ഷയുമായാണ് ഗോപാൽ വീട്ടിൽ നിന്നിറങ്ങിയത്. ദാമോദർ കാക്കയെയും കൂട്ടി റോഡിനപ്പുറത്തെ പഞ്ചായത്താപ്പീസിലേക്ക് നടക്കുമ്പോൾ സർവ്വീസ് റോഡ് വരുന്നതോടെ എല്ലാം ശരിയാകുമെന്നും നമ്മുടെ കുഞ്ഞുങ്ങൾ റോഡിലൂടെ നടന്ന് സ്കൂളുകളിലെത്തുമെന്നും ഗോപാൽ പറഞ്ഞു. താണ്ടയിലുള്ളവർക്ക് ഗോപാൽ എന്നും ആശ്വാസ വും പ്രതീക്ഷയുമായിരുന്നു. പക്ഷേ, താണ്ടയിൽനിന്ന് പ്രതീക്ഷയോടെ നിരത്തിനപ്പുറത്തേക്ക് പോയവരാരും തിരിച്ചെത്താറില്ലെന്നതാണ് സത്യം.

വിവാഹം കഴിഞ്ഞ നാളുകളിൽ മെഹബൂബ്നഗറിൽനിന്ന് അധികം അകലെയല്ലാതെ താമസിക്കാനൊരിടം തേടിയാണ് ഗോപാലും അലോ കിയും അവിടെയെത്തിയത്. കൊത്തൂർ മുൻപും അവർക്ക് പ്രിയപ്പെട്ടയിട മായിരുന്നു. മെഹബൂബ് നഗർപട്ടണത്തിലാണ് ഗോപാൽ ജനിച്ചു വളർന്നത്. ജന്മംകൊണ്ട് ലംബാഡിയാണെങ്കിലും മറ്റു നാടോടികളെ പ്പോലെയായിരുന്നില്ല അയാൾ വളർന്നത്. ബഞ്ചാരകളെപ്പോലെ ഘോർ ഭാഷ സംസാരിക്കുന്നതൊഴിച്ചാൽ ഗോപാലും ബന്ധുക്കളുമൊന്നും അവരെപ്പോലെയായിരുന്നില്ല. പട്ടണത്തിലെത്തിപ്പെട്ട ബഞ്ചാരകൾ പലരും കുട്ടികളെ സ്കൂളിലയച്ചു പഠിപ്പിച്ചിരുന്നു.. അയാളുടെ അപ്പയും അമ്മയും ഫാക്ടറികളിൽ ജോലിചെയ്തും കൃഷിചെയ്തും സാധാരണ മനുഷ്യർക്കൊപ്പമാണ് ജീവിച്ചത്.

ബാംഗ്ലൂരിൽ റൂറൽ സ്റ്റഡീസിൽ മാസ്റ്റേഴ്സിനു പഠിക്കുമ്പോഴാണ് അലോകി ഗോപാലിനെ പരിചയപ്പെടുന്നത്. കോളേജ് പ്രോജക്ടിന്റെ ഭാഗമായി ഹൈവേകൾ മാറ്റിമറിക്കുന്ന ഗ്രാമങ്ങളെക്കുറിച്ചൊരു ഡോക്യു മെന്ററി നിർമ്മാണവുമായാണ് അവൾ ആദ്യമായി കൊത്തൂരിലെത്തിയത്. ഗോത്ര ഭാഷയറിയാവുന്ന ഒരു സഹായിയായി ഗോപാലുമുണ്ടായിരുന്നു

അവർക്കൊപ്പം.

അലോകിയുടെ ഓർമ്മയിൽ അന്നത്തെ കൊത്തൂരിലെ കാഴ്ചകൾ ഇപ്പോഴും മായാതെയുണ്ട്.

അന്ന് ഗ്രാമത്തിൽ റോഡുകൾ ഉണ്ടായിരുന്നില്ല. നാഷണൽ ഹൈവേക്കു വേണ്ടി വെട്ടിമുറിക്കാനായി അടയാളപ്പെടുത്തിയിട്ട കൊത്തൂരിനെയാണ് അവൾ ആദ്യം കണ്ടത്. ഓപ്പറേഷൻ കാത്തു കിടക്കുന്ന രോഗിയുടെ നിസ്സഹായതയായിരുന്നു അന്ന് പച്ച പിടിച്ചു കിടന്നിരുന്ന ചോളവയലുകൾക്ക്. ഹൈവേക്ക് ആവശ്യമായ ഭൂമി അളന്നു മാറ്റിയിട്ടിരുന്നതല്ലാതെ പറയത്തക്ക മാറ്റങ്ങളൊന്നും അന്നില്ലായിരുന്നു.

മെഹബൂബ് നഗർ ടൗൺ കഴിഞ്ഞാൽ പിന്നീടങ്ങോട്ട് വരണ്ടുണങ്ങിയ പ്രദേശമാണ്. പണ്ട് അവിടം നിറയെ നെൽവയലുകളും മുന്തിരിത്തോപ്പുകളുമായിരുന്നുവെന്ന വിശ്വസിക്കാനാവാത്തവിധം ഇൻഡസ്ട്രിയൽ എസ്റ്റേറ്റ് എന്ന പേരിൽ വെട്ടിയും മുറിച്ചും അടയാളപ്പെടുത്തിയ തരിശുനിലങ്ങൾ പിന്നിട്ടാൽ ബഞ്ചാരകൾ താമസിക്കുന്ന ഒറ്റപ്പെട്ടു കിടക്കുന്ന താണ്ടകാണാം. അവിടെ ആകെയുള്ളത് നാല്പതോളം കൊച്ചുവീടുകൾ മാത്രം. അതിനപ്പുറം ആൾപ്പാർപ്പുള്ള ഇടങ്ങൾ വിരളമാണ്. പലരും അവിടം ഉപേക്ഷിച്ച് പോയി. അവശേഷിക്കുന്നവരാകട്ടെ ചുറ്റുപാടുകളിൽ നിന്ന്‌വേർപെട്ട് ജീവിക്കുന്ന നാടോടികളും. തങ്ങൾ താമസിക്കുന്നയിടത്തെ ഭാഷയോ രാഷ്ട്രീയമോ അറിയാത്ത കുറേ മനുഷ്യർ..

പല നിറത്തിലും വലിപ്പത്തിലുമുള്ള നിരപ്പലകകൾ കൂട്ടിയൊട്ടിച്ച പോലെ ആണിയടിച്ചുറപ്പിച്ച ചുമരുകളാണ് താണ്ടയിലെ വീടുകൾക്കെല്ലാം. ഓരോ വീടുകളും തമ്മിൽ നിശ്ചിത അകലമുണ്ട്. ചിലത് ഓട് മേഞ്ഞതും മറ്റുചിലത് പുല്ലു മേഞ്ഞതും. പലകകൾക്കിടയിൽ ചതുരത്തിൽ വെട്ടിയെടുത്തതുപോലെ തോന്നിപ്പിച്ച ജനലുകൾ. അപ്പോഴും ദുഃഖത്തിന്റെ അളവിലും ദാരിദ്ര്യത്തിലും അവരെല്ലാം ഒരുപോലെയായിരുന്നു. ശപിക്കപ്പെട്ട ഗ്രാമത്തിലുള്ളവരെല്ലാം ഒരുപോലെയാകുന്നതിൽ എന്തതിശയമാണുണ്ടാവുക. താണ്ടയിലെ വീടുകൾക്ക് പല നിറങ്ങളായിരുന്നെങ്കിലും അകത്തെ ജീവിതങ്ങൾക്ക് അത്തരം നിറവ്യത്യാസങ്ങളൊന്നുമുണ്ടായിരുന്നില്ല. അവരുടെ ദുഃഖവും വേദനയും നിരാശയുമെല്ലാം ഒരുപോലെയായിരുന്നു. തങ്ങൾ ശപിക്കപ്പെട്ടവരാണെന്ന് അവർ സ്വയം കരുതുന്നു. ജീവിച്ചിരിക്കേണ്ടത് അവരുടെ മാത്രം ആവശ്യമാകുമ്പോൾ സ്വയം ഭാഗ്യപരീക്ഷണത്തിനു തയ്യാറാവുകയല്ലാതെ മറ്റു പോംവഴികളൊന്നുമില്ലെന്ന് എല്ലാവർക്കുമറിയാം.

ഇന്ന് കൊത്തൂരിലെ ബഞ്ചാരകൾ താമസിക്കുന്ന താണ്ടയിൽ ജീവിച്ചിരിക്കുന്ന സ്ത്രീകളെല്ലാം വിധവകളാണ്. ഇടയ്ക്കു വീശുന്ന വരണ്ടുണങ്ങിയ കാറ്റും നിരത്തിലൂടെ പാഞ്ഞുപോകുന്ന വാഹനങ്ങളുടെ ഇരമ്പലുമല്ലാതെ മറ്റൊന്നുമില്ല കൊത്തൂരിലിപ്പോൾ. അവിടെ നിരത്തിലിറങ്ങുന്ന മനുഷ്യർ പലരും ചത്തുവീഴുന്നു. നിരാശ മാത്രമാണ്

എല്ലാ മുഖങ്ങളിലും ഒരുപോലെ നിഴലിക്കുന്ന ഭാവം.

അലോകിക്ക് ആദ്യമൊക്കെ എല്ലാം അത്ഭുതമായിരുന്നു. സ്വന്തമായി ഇടങ്ങളില്ലാത്തവരെല്ലാം ബഞ്ചാരകൾ തന്നെ. ഒരുതരത്തിൽ താനും ഒരു നാടോടി തന്നെയാണെന്നവൾക്ക് പലപ്പോഴും തോന്നിയിട്ടുണ്ട്. ജനിച്ചത് വടക്കൻ കേരളത്തിലെ ഒരു ഗ്രാമത്തിലായിരുന്നുവെന്ന് അമ്മ പറഞ്ഞു കേട്ട ഓർമ്മ മാത്രമേയുള്ളൂ. അമ്മയുടെ വീടും ബന്ധുക്കളുമെല്ലാം അവിടെയാണ്. അച്ഛന്റെ കുടുംബം മംഗലാപുരത്തായിരുന്നു. വടക്കൻ കേരളത്തിൽനിന്നും വർഷങ്ങൾക്കുമുൻപ് അവിടെയെത്തിയവർ. മൂന്നാലു തവണ ബന്ധുവീടുകളിൽ പോയിട്ടുണ്ടെന്നല്ലാതെ എല്ലാം പറഞ്ഞു കേട്ട അറിവുകൾ മാത്രം. ഒരുതരത്തിൽ എല്ലാവരും നാടോടികൾ.

ഓർമ്മയിൽ തെളിയുന്നത് തിരുവനന്തപുരത്തെ രണ്ടു മുറികളുള്ള വാടകവീടാണ്.. അവിടെയായിരുന്നു വെങ്കി ജനിച്ചത്. ആ വീടിനു മുറ്റമുണ്ടായിരുന്നില്ല. വാതിൽ തുറന്നിറങ്ങുന്നത് നിരത്തിലേക്കാണ്.. അധികമൊന്നും തുറക്കാത്ത മുൻവശത്തെ വാതിലിനിരുവശത്തും മഞ്ഞ വിരിയിട്ട രണ്ടു ജനാലകളുണ്ട്. സ്കൂളില്ലാത്ത പകലുകളിൽ ഞങ്ങൾ അതിലൂടെ നിരത്തിലേക്ക് നോക്കിയിരിക്കും. ബസുകളും ലോറിയും കാറുകളും അതിവേഗത്തിൽ നിരത്തിലൂടെ പാഞ്ഞുപോകുന്ന കാഴ്ച വെങ്കി ഏറെ ആസ്വദിച്ചിരുന്നു. പിറകുവശത്തെ വാതിലൂടെയാണ് അമ്മ ഞങ്ങളെയുംകൂട്ടി പുറത്തിറങ്ങുക. അവിടെ ഇടുങ്ങിയ നടപ്പാതയാണ്. അതിലെ ചുറ്റിനടന്ന് വീടിനു മുൻപിലെ നിരത്തിലെത്തും. അച്ഛൻ പുറത്തിറങ്ങുന്ന അവസരങ്ങളിൽ മാത്രമേ മുൻവശത്തെ കതക് തുറക്കാറുള്ളൂ..

ഞങ്ങൾ കുട്ടികൾ വാഹനങ്ങളെ ഭയപ്പെട്ടിരുന്നില്ല. പക്ഷേ, അച്ഛനും അമ്മയും വാഹനങ്ങൾ മുൻപിലെത്തുമ്പോഴെല്ലാം ഞങ്ങളെ ചേർത്തു പിടിക്കുമായിരുന്നു. പൂജപ്പുരയിലെ കോമ്പൗണ്ട് വാളുള്ള വീട്ടിലേക്ക് മാറുന്നതുവരെ അതങ്ങനെയായിരുന്നു. കൊത്തൂരിലെ കുട്ടികളെയും അമ്മമാരെയും കാണുമ്പോൾ അലോകി ആ ദിവസങ്ങളെ ഓർക്കും..

ഹൈസ്കൂളിൽ പഠിക്കുമ്പോഴായിരുന്നു ആ വീടുമാറ്റം. നാടോടികളെപ്പോലെയായി നമ്മൾ എന്ന് അമ്മ കൂടെക്കൂടെ പറയുമായിരുന്നു. അച്ഛന്റെ കമ്പനി പറയുന്നതനുസരിച്ച് ഇനിയുമൊരു പക്ഷേ, മറ്റെവിടെക്കെങ്കിലും പോകേണ്ടി വരുമെന്ന് അമ്മ ആശങ്കപ്പെട്ടിരുന്നു.

പൊക്കം കുറഞ്ഞ ചുകപ്പ് ചായം പൂശിയ മതിലുകളായിരുന്നു പുതിയ വീടിന്. മുറ്റം നിറയെ പഴയ ഉടമസ്ഥർ ഉപേക്ഷിച്ചുപോയ, പല നിറത്തിലുള്ള പൂക്കൾ വിരിയുന്ന ധാരാളം ചെടികളുണ്ടായിരുന്നു. മുൻവശത്തെ വീതി കുറഞ്ഞ വഴിയിലൂടെ ചെറിയ വാഹനങ്ങൾ ദിവസത്തിൽ മൂന്നോ നാലോ തവണ മാത്രം കടന്നു പോയി. ഞങ്ങളുടെ കാഴ്ചകളിൽനിന്ന് കൂറ്റൻ വാഹനങ്ങൾ അപ്രത്യക്ഷമായതിൽ ഏറെ വിഷമിച്ചത് വെങ്കിയാണ്. അന്നൊക്കെ ഞങ്ങൾ വേഗതയെ ഏറെ

ഇഷ്ടപ്പെട്ടിരുന്നു. പിന്നീടുള്ള യാത്രകൾ ആരംഭിച്ചത് ഞാനും വെങ്കിയും മാത്രമായിരുന്നു എഞ്ചിനീയറിങ്ങിന് കോയമ്പത്തൂരിൽ അഡ്മിഷൻ കിട്ടിയപ്പോൾ വെങ്കി പോയി.. അവൻ വീടു വിട്ടിറങ്ങിയ ദിവസങ്ങളിൽ ഞങ്ങളെല്ലാവരും ഒരുപോലെ വേദനിച്ചു. അടുത്ത ഊഴം എന്റേതായിരുന്നു. ഡിഗ്രി കഴിഞ്ഞ് ബാംഗ്ലൂരിലെ ക്രൈസ്റ്റ് കോളേജിൽ അഡ്മിഷൻ ശരിയായപ്പോഴായിരുന്നു, ഒഴിച്ചു കൂടാനാവാത്ത ആ യാത്ര. അന്നൊക്കെ ഞാനും വെങ്കിയും വീട്ടിലെത്തിയിരുന്നത് വിരുന്നുകാരെപ്പോലെ നേരത്തെ നിശ്ചയിച്ച ദിവസങ്ങളിൽ മടങ്ങിപ്പോകാൻ വേണ്ടി മാത്രമായിരുന്നു.

ആദ്യം ബാംഗ്ലൂരിൽ അതു കഴിഞ്ഞ് ഹൈദരാബാദിൽ. അങ്ങനെ നാടോടികളെപ്പോലെ പലയിടങ്ങളിലായി പിന്നീടുള്ള ജീവിതം.

* * * * *

ഇന്ന് ശ്രാവണമാസത്തിലെ ചന്ദ്രിക. എല്ലാ പ്രഭാതങ്ങളിലുമെന്ന പോലെ ആധിയോടെയാണ് അന്നും താണ്ടയിലുള്ളവർ ഉണർന്നത്. വേവലാതികളോടെ ആരംഭിക്കുന്നതാണ് ഓരോ ദിവസങ്ങളും. രണ്ടു ദിവസങ്ങൾകൂടി കഴിഞ്ഞാൽ തീജ് ഉത്സവമാണ്. താണ്ടയിലുള്ളവർ അത്തരം ആഘോഷങ്ങളെല്ലാം മറന്നിരിക്കുന്നു. ഇന്ന് രമൺനായക് മരിച്ചതിന്റെ പതിനഞ്ചാംനാൾ. ഈ ദിവസമാണ് ഭർത്താവ് മരിച്ച ബഞ്ചാരസ്ത്രീ വിധവയാകുന്ന ചടങ്ങ് നടക്കുക. കഴിഞ്ഞ ഒരു വർഷമായി താണ്ടയിൽ അവശേഷിച്ചിരുന്ന ഒരേയൊരു സുമംഗലയായിരുന്നു രമാഭായി. ഇന്നവൾ *മുണ്ടസാരിയുടുത്ത് പുറത്തുവന്നതോടെ ചുറ്റും ക്യാമറകൾ ചലിച്ചു. നാളത്തെ പത്രങ്ങൾക്കും അടുത്തിറങ്ങാൻ പോകുന്ന വാരികകൾക്കുമായി അവളുടെയും ചുറ്റും കൂടിനില്ക്കുന്ന മറ്റു വിധവകളുടേയും വിറങ്ങലിച്ച മുഖങ്ങൾ ചിത്രങ്ങളാക്കാൻ ഫോട്ടോഗ്രാഫർമാർ മത്സരിക്കുകയാണ്. ഇതാദ്യമായിട്ടല്ല ക്യാമറയുമായി പട്ടണത്തിലുള്ളവർ താണ്ടയിലെത്തുന്നത്. നിരത്തിൽ നടക്കുന്ന അപകടങ്ങളെല്ലാം കൃത്യമായി അവരറിയുന്നുണ്ട്. അറിയാത്തതും മനസ്സിലാക്കാത്തതും ഇവിടത്തെ മനുഷ്യരുടെ നിസ്സഹായാവസ്ഥ മാത്രമാണ്. റോഡിൽ നിശ്ചലമായ ഓരോ ശരീരത്തെയും അവർ ചിത്രങ്ങളാക്കി ഗ്രാമത്തിലുള്ളവരെ ഏല്പിക്കാറുണ്ട്. എല്ലാ വീടുകളിലുമിപ്പോൾ നിരത്തിൽ ചലനമറ്റു കിടക്കുന്ന പ്രിയപ്പെട്ടവരുടെ ഫോട്ടോകളുണ്ട്.

ആദ്യമൊക്കെ അവർ പറയുന്നതുപോലെ വെളിച്ചത്തിലും ഇരുട്ടിലും മാറിനിന്ന് ക്യാമറയെ നോക്കി ചോദ്യങ്ങൾക്കുത്തരം പറയാൻ എല്ലാവർക്കും താല്പര്യമായിരുന്നു. പുരോഗതിയുടെ വേഗതയിൽ നഷ്ടമായിക്കൊണ്ടിരിക്കുന്ന അവരുടെ ജീവിതത്തെ രക്ഷിക്കാൻ കഴിവുള്ളവരാണെന്ന തോന്നലിലായിരുന്നു അതൊക്കെ. പക്ഷേ, പലർക്കുമൊപ്പം ചേർന്ന് നടത്തിയ സമരങ്ങളെല്ലാം വെറുതെയായിരുന്നു. ഇപ്പോൾ

* മുണ്ടസാരി – വിധവകൾ ധരിക്കുന്ന വെള്ള വസ്ത്രം

അത്തരക്കാരെ കാണുന്നതുപോലും ഗ്രാമത്തിലുള്ളവർക്ക് വെറുപ്പാണ്.

ക്യാമറയുമായി വരുന്നവർക്കെല്ലാം കരയുന്ന മുഖങ്ങളോടാണ് താല്പര്യം. ഇന്ന് നിസ്സഹായതയാണ് രാജ്യത്തെ ഏറ്റവും വിലപ്പെട്ട വാർത്ത. വാർത്തകൾ ഒന്നിൽനിന്നും മറ്റൊന്നിലേക്ക് കുതിച്ചു കൊണ്ടിരിക്കുമെന്നല്ലാതെ അതിന്റെ യാഥാർത്ഥ്യം എപ്പോഴും മറഞ്ഞുതന്നെ കിടക്കും. മരണപ്പെട്ടവരുടെ എണ്ണം തിട്ടപ്പെടുത്തുക എന്നതിൽക്കവിഞ്ഞ യാതൊന്നും ഭരണകൂടം ഇതുവരെ ചെയ്തിട്ടുമില്ല.

കൊത്തൂരിലെ വിധവകളുടെ പട്ടികയിൽ പുതിയതായി ചേർക്കപ്പെടുന്ന ഒരുപേര് എന്നതിലപ്പുറം രമാഭായി എന്ന വിധവയ്ക്കിവിടെ യാതൊരു പ്രാധാന്യവുമില്ല. രമാഭായി കഴിഞ്ഞകാലങ്ങളിൽ ഭീതിയോടെ കണ്ടു തീർത്ത സംഭവങ്ങളെ ഒരിക്കൽക്കൂടി മനസ്സിൽപ്പേറി. തലയിലൂടെ വലിച്ചിട്ട ചേലയുടെ ഒരറ്റം കറുത്ത് മെലിഞ്ഞുണങ്ങിയ വിരലുകൾ കൊണ്ട് തന്നിലേക്ക് ചേർത്ത് പിടിച്ചു. വരണ്ടുണങ്ങിയ കാറ്റ് അപ്പോഴവളുടെ എല്ലുന്തിയ കവിളുകളെ തലോടാൻ മടിച്ച് കത്തിയമർന്ന ശവശരീരത്തിന്റെ ഗന്ധം സമ്മാനിച്ച് അതിലേ കടന്നുപോയി.

കണ്ണുകൾ ഇറുക്കിയടച്ച് ആധിയോടെ രമൺകാന്തിനെ കാത്തിരുന്ന് കഴിച്ചുകൂട്ടിയ ഓരോ വൈകുന്നേരങ്ങളെയുംകുറിച്ചു മാത്രമാണപ്പോഴവൾ ചിന്തിച്ചത്. കൈയിലെ കറുത്ത കുപ്പിവളകളും വിവാഹ ദിവസം രമൺ അണിയിച്ച ചുകന്ന കല്ല് വച്ച കാപ്പും അഴിച്ചെടുക്കുമ്പോൾ അവൾ കരഞ്ഞില്ല. മുൻപെങ്ങോ കണ്ട ദുഃസ്വപ്നത്തിൽ അവളെ വേദനിപ്പിച്ച രംഗങ്ങളുടെ ആവർത്തനം മാത്രമായിരുന്നു അത്. അന്ന് സ്വപ്നംകണ്ട് ഞെട്ടിയുണർന്ന രാത്രി രമണിന്റെ നെഞ്ചിൽ തല ചായ്ച്ച് അവളൊരുപാട് കരഞ്ഞു.

ഇന്ന് കണ്ണുനീരിനിവിടെ സ്ഥാനമില്ല. ജീവിതത്തിലെ നിറങ്ങളെല്ലാം നഷ്ടപ്പെട്ട്സ്വയം അന്ധകാരത്തിലേക്ക് ഊർന്നിറങ്ങുന്ന നിമിഷത്തെ നേരിടാൻ അവൾ തയ്യാറായിക്കഴിഞ്ഞിരുന്നു. ഒരുതരം ഭാരമില്ലായ്മയിൽ ചുറ്റുപാടുകളിൽനിന്നും അകലെ നഷ്ടമായ ഭൂതകാലത്തിലെ നല്ല ഓർമ്മകളുടെ ലോകത്തായിരുന്നു അവളപ്പോൾ. പാതിമുഖം വെളുത്ത ചേലകൊണ്ട് മറച്ചിരുന്നുവെങ്കിലും അനുവാദം ചോദിക്കാതെ അന്നേരവും ക്യാമറയുടെ വെളിച്ചം അവളുടെ മുഖത്ത് തെറിച്ചു വീഴുന്നുണ്ട്. ഒരുപക്ഷേ, ഏതെങ്കിലും മാസികയിൽ അച്ചടിച്ച് വന്നേക്കാവുന്ന അവളുടെ ഗ്രാമത്തെക്കുറിച്ചുള്ള വാർത്തയ്ക്കൊപ്പം ചേർത്ത് മറ്റുള്ളവരെ വേദനിപ്പിക്കാൻ തക്ക തീവ്രമായിരുന്നിരിക്കാം അപ്പോഴത്തെ അവളുടെ മുഖത്തെഭാവം.

ഒരു ആഷാഢ മാസത്തിലെ മദ്ധ്യാഹ്നത്തിലാണ് രമണിന്റെ വധുവായി അവൾ കൊത്തൂരിലെത്തിയത്. അന്ന് ഗ്രാമത്തിൽ ഐശ്വര്യത്തിന്റെ നാളുകളായിരുന്നു. ഇന്ന് കാണുന്ന വീതിയേറിയ നിരത്തുകൾക്കു പകരം ചോളവും നെല്ലും വിളഞ്ഞു നില്ക്കുന്ന പാടങ്ങൾക്കിടയിലൂടെ നേർത്ത് മെലിഞ്ഞ നടപ്പാതകളായിരുന്നു. താണ്ടയിലെ

ത്തുന്നതിനു ഏകദേശം ഒരു കിലോമീറ്ററിനപ്പുറം വരെ കാളവണ്ടികളിലായിരുന്നു അന്ന് യാത്രകൾ.. അതുകഴിഞ്ഞാൽ വയലുകൾക്കിടയിലൂടെ നടന്നു വേണം താണ്ടയിലെത്താൻ.. മൂന്നു കിലോമീറ്ററിലധികം ദൂരം നടന്നുവേണം മെഹബൂബ് നഗറിലെ ബസ് പോകുന്ന റോഡിലെത്താൻ. ദിവസത്തിൽ ഒന്നോ രണ്ടോ ബസുകൾമാത്രം ഗ്രാമത്തിലെ റോഡിലൂടെ കടന്നു പോകും.

മായിയെയും അപ്പയെയും കൂടപ്പിറപ്പുകളെയും കൂടാതെ അത്രയും നാൾ അവൾക്കു പ്രിയപ്പെട്ടതായുണ്ടായിരുന്നതെല്ലാമുപേക്ഷിച്ചുള്ള യാത്രയായിരുന്നു അത്. ഒപ്പം തലേദിവസം മായിയോട് പിണങ്ങിയതിന്റെ കുറ്റബോധവും. കഴിഞ്ഞ ഹോളിക്ക് ചിന്നമ്മ തുന്നിയ കാഞ്ചാലിയും ചോളിയും സുബ്ബലക്ഷ്മിക്ക് കൊടുക്കാൻ മായി നിർബ്ബന്ധിച്ചപ്പോൾ ദേഷ്യമാണു തോന്നിയത്. അവളെന്റെ നല്ല കൂട്ടുകാരിയായിരുന്നു. അഞ്ചാംക്ലാസുവരെ എനിക്കൊപ്പം അവളും സ്കൂളിൽ പഠിച്ചിരുന്നു. കല്യാണം കഴിഞ്ഞു ഭർത്താവിനൊപ്പം പോകുന്നതിനു മുമ്പ് പെൺകുട്ടികൾ അത്രയും നാൾ സ്വന്തമായുണ്ടായിരുന്നതെല്ലാം ഉപേക്ഷിക്കണമത്രെ. സ്വപ്നങ്ങൾ പലതും തന്നെ ഉപേക്ഷിച്ച് മനസ്സിൽനിന്നു തന്നെ ഇറങ്ങിപ്പോയ ദിവസമായിരുന്നു അത്.

അന്ന് നിറയെ വയലുകളും മരങ്ങളും നിറഞ്ഞ കൊത്തൂർ സീതാപൂരിനേക്കാൾ സുന്ദരമായിരുന്നു. താണ്ടയിലെ ആചാരമനുസരിച്ച് നവവധുവിനെ ആദ്യം സ്വീകരിക്കുന്നത് ബഞ്ചാര ദേവിയുടെ സന്നിധിയിൽ വച്ചാണ്. നെൽവയലുകൾക്കിടയിലൂടെ കഷ്ടിച്ച് ഒരാൾക്ക് നടക്കാനാവുന്ന ചെറിയ പാതയാണ് ബഞ്ചാര ദേവി ക്ഷേത്രത്തിലേക്കുള്ള വഴി. ചുറ്റും തലയെടുപ്പുള്ള വലിയവൃക്ഷങ്ങൾ. അകലെ കുന്നിൻ മുകളിൽ നിന്നൊഴുകി വരുന്ന അരുവിയുടെ കരയിലായി ഇടതൂർന്ന് നില്ക്കുന്ന മരങ്ങൾക്കു നടുവിലായിരുന്നു ക്ഷേത്രം. അവിടെവച്ച് രമണിന്റെ പെദ്ദമ്മയാണ് നെറുകയിൽ കുങ്കുമമണിയിച്ച് അവളെ സ്വീകരിച്ചത്.

താണ്ടയിലെ മുതിർന്ന സ്ത്രീ കുങ്കുമമണിയിക്കുന്നതോടെയാണ് നവവധുവിനെ താണ്ടയിലുള്ളവർ മരുമകളായി അംഗീകരിക്കുന്നത്. താണ്ടയിലെ മുഴുവൻ സ്ത്രീകളും പുരുഷന്മാരും ഒരുമിച്ച് വധൂവരന്മാർക്കു വേണ്ടി ദേവിക്കു മുൻപിൽ പ്രാർത്ഥിച്ചശേഷം അവരെ അനുഗ്രഹിച്ച് വീട്ടിലേക്കയക്കും. പരസ്പരമുള്ള സ്നേഹവും ബഹുമാനവും നിലനിർത്തുന്ന ആചാരങ്ങളായിരുന്നു അതൊക്കെ. ഇന്നതെല്ലാം ഓർമ്മകളിൽ മാത്രമായി.

വയലിനു നടുവിലായി വലിയ മരങ്ങൾ ചേർന്ന് നില്ക്കുന്ന ഒരു കോട്ട തന്നെയായിരുന്നു അന്ന് ബഞ്ചാര ദേവി ക്ഷേത്രം. പണ്ട് അവിടമാകെ കാടായിരുന്നത്രെ. കാട് വെട്ടി തെളിയിച്ച് കൃഷി ചെയ്തു തുടങ്ങിയപ്പോഴാണു വന്മരങ്ങൾ ഇടതൂർന്നു നിന്നിടത്ത് ഉരുളൻ കല്ലുകളുടെ കൂമ്പാരത്തിനു മുകളിൽ ദേവിയുടെ ശക്തി ആവാഹിച്ച പ്രതിഷ്ഠ നടത്തിയതെന്ന് പെദ്ദമ്മ പറഞ്ഞു കേട്ടിട്ടുണ്ട്.. സീതാപുരത്ത് അത്തരം

ക്ഷേത്രങ്ങൾ കണ്ടിട്ടേയില്ല. ബഞ്ചാരദേവിയുടെ സാന്നിദ്ധ്യം കാടിന് നാടുവിലാണുണ്ടാവുകയെന്നും അവിടങ്ങളിൽ ഐശ്വര്യമുണ്ടാകുമെന്നും പെദ്ദമ്മ പറയാറുണ്ട്.

വിവാഹ ദിവസം ഇതേയിടത്ത് നാണത്തോടെ തലകുനിച്ച് മുഖംമറച്ചിരുന്നത് രമാഭായി ഓർത്തു. ഇന്നും അവൾ ശൂന്യമായ കൈകൾകൊണ്ട് മുഖം മറച്ചു പിടിച്ചു. ചുറ്റുമുള്ളവരുടെ ആശ്വാസ വാക്കുകൾ ഒരു പതിഞ്ഞ സ്വരം മാത്രമായി അപ്പോഴും കാതുകളിൽ വന്നടിഞ്ഞു കൊണ്ടേയിരുന്നു.

അവശേഷിക്കുന്നത് കഴുത്തിലെ *ബാട്ടു പൊട്ടിച്ചെടുക്കുന്ന പ്രധാനചടങ്ങാണ്.. ആരായിരിക്കും അത് ചെയ്യുന്നതെന്ന ചിന്ത ഒരു നിമിഷം മനസ്സിൽ കടന്നു വന്നെങ്കിലും അത് വെറുതെയാണെന്നവൾ ഉടനെ തിരുത്തി. ഒരു ബഞ്ചാര സ്ത്രീ വിധവയാകുമ്പോൾ അവളുടെ കഴുത്തിൽ ഭർത്താവണിയിച്ച ബാട്ടു അഴിച്ചെടുക്കുന്നത് മറ്റൊരു വിധവയായിരിക്കണം. അതിനായി പണ്ടൊക്കെ മറ്റേതെങ്കിലും ഗ്രാമത്തിൽ നിന്ന് വിധവകളെ തേടിപ്പിടിച്ച് കൊണ്ടു വരേണ്ടിവന്നിട്ടുണ്ട്. പക്ഷേ, ഇന്ന് താണ്ടയിലെ ഏതു സ്ത്രീക്ക് വേണമെങ്കിലും അത് ചെയ്യാം. ഇവിടമിപ്പോൾ വിധവകളുടെ നാടാണ്. മല്ലേശ്വരിയുടെ കൈകൾ കഴുത്തിനു നേർക്ക് നീണ്ടു വന്ന നിമിഷം രമാഭായി കണ്ണുകൾ ഇറുക്കിയടച്ചു.

വെങ്കടേഷ് സ്റ്റീൽ ഫാക്ടറിയിലെ സൈറൺ മുഴങ്ങിക്കേട്ട നിമിഷത്തിലാണ് മല്ലേശ്വരി രമാഭായിയുടെ കഴുത്തിൽനിന്നും ബാട്ടു അഴിച്ചെടുത്തത്. സൈറൺ സൃഷ്ടിച്ച ഓർമ്മകളിൽ രമ മറ്റെല്ലാം മറന്നു. സാധാരണ വൈകുന്നേരങ്ങളിൽ സൈറൺ മുഴങ്ങിയാലുടനെ രമൺ വരുന്നതും നോക്കി റോഡരികിൽ നില്ക്കുന്നതാണവൾ. അന്ന് വൈകുന്നേരവും പതിവുപോലെ അയാൾ റോഡിനപ്പുറത്തെ കടയിൽനിന്നും കുട്ടികൾക്കായി വാങ്ങിയ മിഠായിപ്പൊതി ഉയർത്തിക്കാണിച്ച് അവൾക്കു നേരെ കൈകൾ വീശി.

അകലെ വളവിനപ്പുറത്തുനിന്നും ഹൈവേയിലൂടെ ഒരുലോറി പതിയെ അടുത്തു വരുന്നതേയുണ്ടായിരുന്നുള്ളൂ. ഈയിടെ റോഡിനു കുറുകെനടക്കുമ്പോൾ രമൺ വളരെയധികം ശ്രദ്ധിച്ചിരുന്നു. പരിശീലനം ലഭിച്ച ഓട്ടക്കാരനെപ്പോലെയായിരുന്നു അപ്പോഴത്തെ അയാളുടെ വേഗത. രമൺ ഓടാൻ തയ്യാറായിക്കഴിഞ്ഞാൽ പിന്നെ അടുത്തെത്തുന്നതു വരെ അവൾ ബഞ്ചാര ദേവിയെ മനസ്സിൽ ധ്യാനിച്ച് കണ്ണുകളടച്ച് പ്രാർത്ഥിക്കും. അന്ന് പക്ഷേ, എന്താണു സംഭവിച്ചതെന്നു തിരിച്ചറിയാനാവുന്നതിനു മുൻപെ രമണിന്റെ നിലവിളി അവളെ ഉണർത്തി. കണ്ണുകൾ ഇറുക്കിയടച്ച് അവസാനമായി അയാൾക്കൊപ്പം അലറിക്കരഞ്ഞതല്ലാതെ മറ്റൊന്നും രമയുടെ ഓർമ്മയിലിപ്പോഴവശേഷിക്കുന്നില്ല. കണ്ണു തുറന്നു നോക്കിയപ്പോഴാകട്ടെ പതിവിലും വേഗത്തിൽ ഒന്നും സംഭവിക്കാത്ത

* ബാട്ടു - വെള്ളിയിൽ തീർത്ത ചതുരാകൃതിയിലുള്ള താലി

മട്ടിൽ പലതരം വാഹനങ്ങൾ നിരത്തിലൂടെ കടന്നുപൊയ്ക്കൊണ്ടിരുന്നു. പാവപ്പെട്ടവന്റെ ജീവൻ അവന്റെ മാത്രം ആവശ്യമാണ്. എത്ര തന്നെ സൂക്ഷിച്ചാലും, തടുക്കാനാവാത്ത മരണത്തെ വിധിയെന്നും ശാപമെന്നും പറഞ്ഞു ആശ്വസിക്കുക എന്നതിൽ കവിഞ്ഞു മറ്റ് ചിന്തകൾക്കൊന്നും അവിടെ സ്ഥാനമില്ല

നഗരങ്ങൾക്കിടയിലെ വഴികൾ വികസനത്തിന്റെ വേഗത്തിനൊപ്പം ഓടിയെത്താനാവുന്നവർക്കു വേണ്ടി മാത്രമാണെന്ന് രമൺ പറയുമായി രുന്നു.

വാഹനങ്ങളെ ഭയപ്പെടാതെ ജീവിക്കാനൊരിടം അതുമാത്രമാണി പ്പോൾ രമയുടെ മനസ്സിൽ. കരയണമെന്നുണ്ടായിരുന്നു രമാഭായിക്ക്. പണ്ട് പെദ്ദപ്പ മരിച്ചപ്പോൾ കരഞ്ഞതുപോലെ, ബഞ്ചാരക്കുന്നിനപ്പുറത്തെ പാറയിടുക്കിൽ വീണ് അനിയത്തി ബസന്തി മരിച്ചപ്പോൾ കരഞ്ഞതു പോലെ അലറിക്കരയണമെന്നുണ്ട്. പക്ഷേ, കണ്ണുകൾ കൂട്ടാക്കിയില്ല. തൊണ്ടയിൽ കുരുങ്ങി കിടന്ന് ശബ്ദം പോലും അവൾക്കൊപ്പം നിന്നില്ല. ചില ദുഃഖങ്ങൾ അങ്ങനെയാണ്. അത് കരഞ്ഞു തീർക്കാനുള്ളതല്ല. അതങ്ങനെ നീറ്റലായി മനസ്സിൽ കൊണ്ടുനടക്കാനുള്ളതാണ്. ജീവിതാവസാനം വരെ.

വൈകിയാണ് അലോകി താണ്ടയിലെത്തിയത്. രമയുടെ വീടിനക ത്തുനിന്നും കുട്ടികളുടെ ഉച്ചത്തിലുള്ള നിലവിളി കേൾക്കാം. വേർപാടു കൾ സൃഷ്ടിക്കുന്ന ശൂന്യത എല്ലായ്പ്പോഴും ചിന്തകളെ ഉണർത്തും, അത് വേർപാടിനു തൊട്ടുമുൻപ് അല്ലെങ്കിൽ എത്രയോ നാൾ മുൻപ് നടന്ന സംഭവങ്ങളെ ഓർമ്മയിലെത്തിക്കും. കടന്നു വരുന്ന ചിന്തകളും ഓർമ്മകളുമെല്ലാം പിരിഞ്ഞു പോയവരെക്കുറിച്ചുള്ളതായിരിക്കുമെന്ന സത്യം അലോകി മനസ്സിലോർത്തു. രമണിനോടൊപ്പം കഴിഞ്ഞ നിമിഷങ്ങൾ, പിണക്കങ്ങൾ, വേദനകൾ അങ്ങനെ പങ്കു വെച്ചതെല്ലാ മിപ്പോൾ രമയുടെയും കുട്ടികളുടെയും മനസ്സിൽ കടന്നുവരുന്നുണ്ടാകും.

അലോകി അല്പസമയം വഴിയരികിൽ പൂത്തു നില്ക്കുന്ന ബദാംമരത്തിനരികിൽ റോഡിലൂടെ പായുന്ന വാഹനങ്ങളെ നോക്കി നിന്നു. വിശ്വാസത്തോടെ ആശ്രയിക്കാവുന്ന ഗതാഗത മാർഗ്ഗവുമായി എവിടെയും സഹായത്തിനെത്തിയിരുന്ന ബഞ്ചാരകളുടെ പുതിയ തലമുറയിതാ ഗതാഗതത്തിന്റെ നൂതന കണ്ടുപിടുത്തങ്ങളിലും വേഗതയിലും പെട്ട് സ്വയം ഇല്ലാതായിക്കൊണ്ടിരിക്കുന്നു. ഗ്രാമത്തിലെ സാധുക്കളുടെ മനസ്സിൽ പതിഞ്ഞു കിടന്നിരുന്ന വേഗത മെഹബൂബ് നഗർ ബസ് സ്റ്റോപ്പിൽ അവർ കണ്ടിട്ടുള്ള സിറ്റി ബസുകളുടെ അതിശയിപ്പിക്കുന്ന വേഗതയാണ്..

വെയിലിനു നല്ല ചൂട്. ഹൈവേയിലൂടെ ഓടുന്ന വാഹനങ്ങൾക്കു മാത്രം തണുപ്പും ചൂടും വെയിലും മഴയും മഞ്ഞുമൊന്നും തടസ്സമാ കാറില്ല. അവ മനുഷ്യരുടെ മരണത്തിലും ജീവിതത്തിലും വേഗതയെയും ദൂരത്തെയും കുറിച്ചല്ലാതെ മറ്റൊന്നിനെക്കുറിച്ചും ചിന്തിക്കാതെ എന്നും

ഒരുപോലെ ഓടിക്കൊണ്ടിരിക്കുന്നു. അകലെ ഒഴിഞ്ഞു കിടക്കുന്ന വീടുകൾക്കു മുൻപിൽ ചില പത്രക്കാരിപ്പോഴും ഫോട്ടോയെടുക്കുകയാണ്. ഒരിക്കൽ താണ്ടയിലെ വീടുകളെല്ലാം ഇതുപോലെ ശൂന്യമാകും. ജീവിച്ചിരുന്നവരുടെ ഓർമ്മകൾക്കുപോലും സ്ഥാനമില്ലാതെ പഴയതൊന്നും അവശേഷിക്കാത്ത ഒരു ദിവസം. അന്നിവിടെ വേഗതയുടെയും ദൂരത്തിന്റെയും ദിശയുടെയുമൊക്കെ കണക്കുകൾ കൂട്ടി പിഴച്ചുപോയവർ ജീവിച്ചിരുന്ന കുടിലുകൾക്കു പകരം പട്ടണങ്ങളിലേതുപോലെ വലിയ വലിയ കെട്ടിടങ്ങളുണ്ടാകും.

അവൾ തലേന്നു രാത്രി കണ്ട സ്വപ്നത്തെക്കുറിച്ചോർത്തു. സ്വപ്നത്തിൽ താണ്ടയിലെവിടെയും വെളിച്ചമില്ലായിരുന്നു.. ഒറ്റയ്ക്ക് ഇരുട്ടിൽ ദിശയറിയാതെ നടന്നു ചെന്നെത്തിയത് ഹൈവേയിലാണ്. മിന്നിമായുന്ന വാഹനങ്ങളുടെ വെളിച്ചത്തിൽ നിരത്തിൽ ചിതറിക്കിടക്കുന്ന പാതി ചതഞ്ഞരഞ്ഞ മനുഷ്യശരീരങ്ങൾ. അവിടമാകെ പരന്നൊഴുകുന്ന ചോരയുടെ ഇരുണ്ടചുകപ്പ്. ഇരുട്ടിൽ മരണത്തിന്റെ വരവു പ്രതീക്ഷിച്ച് റോഡിനു മദ്ധ്യത്തിലേക്ക് നടക്കുമ്പോൾ ചില മുഖങ്ങൾ വ്യക്തമായിരുന്നു മായി, നാനാവത്ത്, മോഹിനിയക്ക, വംശി അവർക്കൊപ്പം ഗോപാലും വെങ്കിയും അങ്ങിനെ വർഷങ്ങളായി ഒപ്പമുണ്ടായിരുന്ന പ്രിയമുള്ളവരെല്ലാം നേർത്ത ഞരക്കം മാത്രമായി. ചിലമുഖങ്ങൾ ചതഞ്ഞരഞ്ഞ് വികൃതമായിരുന്നു. പെട്ടെന്ന് അവിടേക്കൊരു കൂറ്റൻ ലോറി നിയന്ത്രണമില്ലാതെ പാഞ്ഞുവന്നു. പക്ഷേ, ആ ലോറി അവളെ പൂർണ്ണമായും അവഗണിച്ചു. അതിഭയങ്കരമായ ശബ്ദത്തിൽ ഹോൺ മുഴക്കി നിരത്തിൽ ചിതറിക്കിടന്ന മനുഷ്യശരീരങ്ങൾക്കു മുകളിലൂടെ അവസാന നിശ്വാസവും അവസാനിപ്പിച്ച് അത് കയറിയിറങ്ങിപ്പോയി. ചുറ്റിലും ഇരുട്ട് കനത്തുവന്നു.

ഒരു പക്ഷേ, മരണമിപ്പോൾ അടുത്ത ആക്രമണത്തിന് ഒരുങ്ങുകയായിരിക്കാം. ഗ്രാമത്തിലെ അടുത്ത ഇര ആരായിരിക്കും? മനുഷ്യർക്കിടയിൽ ഇതുപോലെ മരണത്തിനു കടന്നു വരാൻ മാത്രമായി സൃഷ്ടിക്കപ്പെടുന്ന ചില ഇടങ്ങളുണ്ട്. അത് അപ്രതീക്ഷിതമായി കടന്നുവരേണ്ടതാണ്. ഇവിടെ കാത്തിരിപ്പിന്റെ അവസാനഭാഗം ആർക്കു വേണ്ടിയായിരിക്കും മാറ്റി വച്ചിരിക്കുന്നത്. അതിജീവിക്കുവാനുള്ള ശ്രമങ്ങളെല്ലാം പരാജയപ്പെടുമ്പോൾ തന്റെ ഊഴം കാത്തിരിക്കുന്നവരിൽ ആരെങ്കിലുമൊരാൾ ഒടുവിൽ തനിച്ചാകും. അലോകിയിപ്പോൾ ഭയപ്പെടുന്നത് അത്തരമൊരു ഒറ്റപ്പെടലിനെയാണ്.

അനേകം യുദ്ധങ്ങൾ ജയിച്ചവരാണ് ബഞ്ചാരകൾ. പക്ഷേ, അവരുടെ കുഞ്ഞുങ്ങൾ പിറന്നു വീണത് മാറ്റിനിർത്തപ്പെട്ട നാടോടികളായിട്ടാണ്. അവർക്ക് ഓർമ്മകളില്ല, പ്രതീക്ഷകളും സ്വപ്നങ്ങളുമില്ല. ഭക്ഷണം കഴിക്കാനും ഉറങ്ങാനുമല്ലാതെ മറ്റൊന്നും അവർ പഠിച്ചിട്ടില്ല. ഭക്ഷണം കഴിച്ചും ഉറങ്ങിയും ജീവിച്ച് ഒടുവിൽ പാതയോരത്ത് ചതഞ്ഞരഞ്ഞ ശവങ്ങളാകാനുള്ളവരാണ് അവരെന്ന്

കൊത്തൂരിലെ താണ്ടയിൽ വളരുന്ന കുഞ്ഞുങ്ങൾ ഭയക്കുന്നു.

ഉച്ചത്തിലുള്ള ചിരി കേട്ടാണ് അലോകി തിരിഞ്ഞു നോക്കിയത്. മിക്ക രാത്രികളിലും താണ്ടയിലുള്ളവരെ ഭയപ്പെടുത്തി ഉണർത്തുന്നത് മല്ലേശ്വരി മായിയുടെ കൊലുസിന്റെ കിലുക്കവും അതോടൊപ്പമുള്ള ചിരിയുമാണ്. അവരുടെ ചോരവാർന്ന് മുഖത്തെ ചിരി പകൽ വെട്ടത്തിലും അലോകിയെ ഭയപ്പെടുത്തി. ചില രാത്രികളിൽ അവർ ഉച്ചത്തിൽ പാട്ടുപാടും. ചിലപ്പോൾ നൃത്തംചെയ്യും. മല്ലേശ്വരി ബഞ്ചാരകൾക്കിടയിലെ നല്ലൊരു നർത്തകിയായിരുന്നു. പണ്ടൊക്കെ കൊയ്ത്ത് കഴിയുന്ന ദിവസം താണ്ടയിലെല്ലാവരും നൃത്തവും പാട്ടുമൊക്കെയായി ആഘോഷിച്ചിരുന്നു. സ്ത്രീകൾ നിരനിരയായി ചേർന്നുനിന്ന് താളത്തിൽ നൃത്തം ചെയ്യും. മല്ലേശ്വരിയുടെ മായിയായിരുന്നത്രെ അന്നൊക്കെ താണ്ടയിലെ സ്ത്രീകളെ നൃത്തത്തിനായി ഒരുക്കിയിരുന്നത്. മായി മരിച്ചതിൽപ്പിന്നെ മല്ലേശ്വരി അതേറ്റെടുത്തു. താണ്ടയിലിപ്പോൾ മനുഷ്യർ ജീവിച്ചിരിക്കുന്നതിന്റെ അത്തരം ആഘോഷങ്ങളൊന്നും നടക്കാറില്ല. പഴയ ആചാരങ്ങളൊക്കെ അവരുടെ ഓർമ്മകളിൽ പോലുമില്ലാതായിരിക്കുന്നു. ഒരിക്കലും തിരിച്ചു വരാത്ത കാലത്തിന്റെ അത്തരം ചില നല്ല ഓർമ്മകൾ പോലുമിപ്പോഴവർക്കൊരു വേദനയാണ്.

പഴയ ഓർമ്മകളിപ്പോൾ മല്ലേശ്വരിയെ കരയിക്കാറില്ല. ആൺമക്കൾ മൂന്നുപേരാണ് ഒരേദിവസം ഒരുമിച്ച് ഹൈവേയിൽ ഇല്ലാതായത്. അന്ന് മല്ലേശ്വരി കരഞ്ഞു. എത്രയോ ദിവസങ്ങൾ സ്വന്തം വിധിയെ പഴിച്ച് ദുഃഖമടക്കാനാവാതെ അവർ തല തല്ലിക്കരഞ്ഞത് അലോകി ഓർത്തു. ജീവിതത്തിൽ ഇനിയുമൊന്നും നഷ്ടപ്പെടാനില്ലാത്തവളായി മല്ലേശ്വരി മാറിയ ദിവസമായിരുന്നു അത്. അത് മല്ലേശ്വരിയുടെ മാത്രം ദുഃഖമായി അവൾക്കൊപ്പം ഇന്നും സഞ്ചരിക്കുന്നു. ദുഃഖം ചിലപ്പോഴൊക്കെ അങ്ങനെയാണ്. അത് എത്രതന്നെ പങ്കുവച്ചാലും സ്വന്തം ഹൃദയത്തിൽ മറ്റാർക്കും അളക്കാനാവാത്തവിധം തന്നിൽത്തന്നെ ചേർന്ന് നില്ക്കും. പലപ്പോഴുമത് ചുറ്റുപാടുകളിൽനിന്നെല്ലാം അകലം സൃഷ്ടിക്കും. സ്വന്തം ദുഃഖത്തിന്റെ അളവ് മറ്റൊരാൾക്ക് എങ്ങനെ മനസ്സിലാക്കാനാവുമെന്ന് അലോകി പലപ്പോഴും ചിന്തിച്ചിട്ടുണ്ട്.. സന്തോഷം അങ്ങനെയല്ല അതെപ്പൊഴും എല്ലാവരും ഒരുമിച്ചു ചേർന്ന് ആഘോഷമാക്കും. അതിനു മറകളില്ല. അതെപ്പോഴും പങ്കുവെക്കപ്പെടണമെന്ന് എല്ലാവരും ആഗ്രഹിക്കുന്നു.

വർഷങ്ങൾക്കു മുൻപ് നാനാവത്തിന്റെ വധുവായി കൊത്തൂരിലെത്തിയ ദിവസം, രമേശും രവിയും രാകേശും കുട്ടികളായിരുന്ന കാലം, തീജ് ആഘോഷം, ഉഗാഡിയുടെ ഒരുക്കങ്ങൾ അങ്ങനെ കഴിഞ്ഞ കാലത്തിന്റെ ഓർമ്മകൾ പലതും നാഗമല്ലേശ്വരിയുടെ മനസ്സിലിപ്പോഴും നിറഞ്ഞു നില്ക്കുന്നുണ്ട്. അലോകിയെ കാണുമ്പോഴെല്ലാം അവൾ പഴയ കാലജീവിതത്തെ ഓർത്തെടുത്ത് പറയും. താണ്ടയിലുള്ള പലരിലും ഇപ്പോഴും അവശേഷിക്കുന്നത് വേഗതയുടെ വരവിൽ ദിശ മാറിപ്പോയ

അത്തരം ചില അനുഭവങ്ങളുടെ ഓർമ്മകൾ മാത്രമാണ്.

കൊത്തൂരിലെത്തുന്നതിനു മുൻപ് ബഞ്ചാരക്കുന്നുകളിലായിരുന്നു നാടോടികളായെത്തിയവരെല്ലാം കുടിലുകൾ കെട്ടി കൂട്ടമായി താമസിച്ചിരുന്നത്. പേരുപോലെത്തന്നെ പൂർണ്ണമായും നാടോടികൾക്ക് അവകാശപ്പെട്ട ഭൂമിയായിരുന്നു അന്ന് പച്ചപിടിച്ചു കിടന്ന കുന്നുകൾ. അതിന്റെ താഴ്വരയിൽ നിറയെ മുന്തിരിത്തോട്ടങ്ങളുണ്ടായിരുന്നത്രേ. ബഞ്ചാരക്കുന്നുകൾ ഇന്ന് നാട്ടിലെ ഏറ്റവുമധികം ഷോപ്പിങ്മാളുകളും ഫ്ളാറ്റുകളും ഹോട്ടലുകളുമൊക്കെയുള്ളയിടമാണ്. അതുപോലെയൊരു മാറ്റം വരുംകാലങ്ങളിൽ കൊത്തൂരിലുമുണ്ടായേക്കാം.

അന്ന് ബഞ്ചാരകളെ നഗരമദ്ധ്യത്തിലെ ഏറ്റവും സുന്ദരമായ പ്രദേശത്തുനിന്നും തന്ത്രപൂർവ്വം ഒഴിപ്പിക്കുകയായിരുന്നു. നാടോടികളായെത്തിയവർ അത്തരമിടങ്ങളിൽ താമസിക്കേണ്ട വരല്ലെന്നും അവർ മരണം പതിയിരിക്കുന്ന ശാപഭൂമിയിൽ ജീവിച്ച് മരിക്കേണ്ടവരാണെന്നും ഭരണകൂടം വിശ്വസിക്കുന്നു. വെള്ളവും വെളിച്ചവുമില്ലാത്ത, ആശുപത്രികളും വിദ്യാലയങ്ങളുമൊന്നുമില്ലാത്ത ഇത്തരം ഇടങ്ങൾ എവിടേയും നാടോടികൾക്കു വേണ്ടിയുള്ളതാകുന്നു.

അവനവന്റേതായ ഇടങ്ങൾ നഷ്ടപ്പെടുമ്പോൾ അതു നമ്മെ തീവ്രമായി വേദനിപ്പിക്കും. എന്നും ഒപ്പമുണ്ടായിരുന്നവർ, സന്തോഷവും സങ്കടങ്ങളും പങ്കുവച്ചിരുന്ന സ്വന്തമായ ഇടങ്ങൾ, അങ്ങനെ പ്രിയപ്പെട്ടതെല്ലാമുപേക്ഷിച്ചാണ് ഇന്നത്തെ വിധവകളെല്ലാം വർഷങ്ങൾക്കു മുൻപ് വധുവായി കൊത്തൂരിലെത്തിയത്. എല്ലാ പെൺകുട്ടികളും എന്നും ബഞ്ചാരകളാണെന്ന് അലോകിക് തോന്നി. നാടോടികളെപ്പോലെ ഒരിക്കലെങ്കിലും അവർക്ക് സ്വന്തമിടങ്ങളെ വിട്ടുപോകേണ്ടി വരുമെന്ന് അമ്മ പറയുമായിരുന്നു.

എല്ലാവരേയുംപോലെ അലോകിയുടെ മനസ്സിലുമിപ്പോൾ അകന്നുപോയവർ അവശേഷിപ്പിച്ച ശൂന്യതയാണ്. ഒരിക്കൽ ഒരുമിച്ചിരുന്ന ഇടങ്ങളിലും നടന്ന വഴികളീലും ഒറ്റപ്പെട്ടുപോകുന്നതിന്റെ വേദന ചിലപ്പോഴവളെ ഒരു ഭ്രാന്തിയാക്കും. അടഞ്ഞുകിടക്കുന്ന കുടിലുകളിൽ ഒരിക്കൽ പ്രണയവും സ്വപ്നങ്ങളും, പിണക്കങ്ങളും ഇണക്കങ്ങളും വാത്സല്യവുമൊക്കെ പങ്കുവച്ചിരുന്നു. ആ വീടുകളിലെ അടുക്കളയിലിപ്പോഴും പാതി കത്തിതീർന്ന വിറകുകൊള്ളികൾ തണുത്ത് വിറങ്ങലിച്ചു കിടപ്പുണ്ടാകും. ഇപ്പോഴും അകത്തെ മൂലയിലെവിടെയെങ്കിലും സ്വയം വീണു തകരാത്ത മൺപാത്രങ്ങൾ ഉടമസ്ഥനെ കാത്ത് ഒതുങ്ങിയിരിക്കുന്നുണ്ടാകും. മരിച്ചവർ അവിടങ്ങളിൽ പ്രേതങ്ങളായി പ്രിയപ്പെട്ടവരെത്തേടി വരാറുണ്ടാകുമോ. എങ്കിൽ വിധിയെ പഴിച്ച് മരണത്തെ ഭയന്ന് എല്ലാമുപേക്ഷിച്ച് പലായനം ചെയ്തവരെ കാണാനാകാതെ ആത്മാക്കൾ നിരാശരായി മടങ്ങിയിട്ടുണ്ടാകും.

എത്തിച്ചേർന്നയിടങ്ങളിൽ അവരിപ്പോൾ സന്തുഷ്ടരായിരിക്കുമോ. ജനിച്ചു വീണയിടങ്ങളെ ഉപേക്ഷിച്ചു പോകേണ്ടിവന്നവരെ എപ്പോഴെ

ങ്കിലും എത്തിച്ചേർന്നയിടങ്ങൾ ആശ്വസിപ്പിക്കുമോ? എല്ലാമുപേക്ഷിച്ച് ഗോപാലിനൊപ്പം കൊത്തൂരിലെത്തുമ്പോൾ ജീവിതത്തിൽ ഈ വിധമൊരു ഒറ്റപ്പെടൽ എന്നെങ്കിലും ഉണ്ടാകുമെന്ന് പ്രതീക്ഷിച്ചതല്ലല്ലോ.

ജോലിതേടി പട്ടണത്തിൽ പോകാനായിരുന്നു താണ്ടയിലെ ചെറുപ്പക്കാർ പലർക്കും താല്പര്യം. എവിടെപ്പോയാലും യുഗങ്ങളായി എത്തിപ്പെടുന്ന ദേശത്തുള്ളവരുടെ പീഡനത്തിനിരയാകാൻ വിധിക്കപ്പെട്ട വരാണ് ബഞ്ചാരകളെന്ന് ഗോപാൽ പറയുമായിരുന്നു. പട്ടണങ്ങൾ വിട്ട് ഗ്രാമത്തിലേക്കെത്താനായിരുന്നു അയാളെന്നും ആഗ്രഹിച്ചത്.

വെയിൽ മാറി ഇരുട്ട് പരന്നു തുടങ്ങി. മല്ലേശ്വരി വീടിനകത്തെ ഇരുട്ടിലിരുന്ന് പതിവുപോലെ പാട്ടുപാടുകയാണ്. ദിവസങ്ങളും മാസങ്ങളും വർഷങ്ങളും മാറിക്കൊണ്ടിരിക്കുന്നു എന്നല്ലാതെ താണ്ടയിൽ മനസ്സിന് ആശ്വാസം തരുന്ന യാതൊന്നുമില്ലാതായിരിക്കുന്നു. ആയുസ്സെത്താതെ മരിച്ചവരുടെ ആത്മാക്കൾ അലയുന്ന ഒരിടത്ത് മരണത്തിന്റെ ഊഴം കാത്തിരിക്കുകയെന്നല്ലാതെ മറ്റൊന്നും ചെയ്യാനില്ല. ഭാരതിയും ലളിതയുമൊക്കെ പറയുന്നതു പോലെ എല്ലാം ബഞ്ചാരദേവിയുടെ ശാപമായിരിക്കുമോ? ദൈവങ്ങൾ മനുഷ്യരെ ശപിക്കുമോ ഇല്ലാതാക്കുമോ എന്നൊന്നുമറിയില്ല. എങ്കിലും അവരിപ്പോൾ അങ്ങിനെ വിശ്വസിക്കുന്നു.

രാത്രി കനത്തുവരുമ്പോൾ മല്ലേശ്വരി എല്ലാ ദുഃഖങ്ങളും മറക്കും. മദ്യത്തിന്റെ ലഹരിയിൽ വീടിനു പുറത്തേക്കു നോക്കി മക്കളെയും ഭർത്താവിനേയും വിളിച്ച് സംസാരിക്കും. പ്രിയപ്പെട്ടവരെ മരണം വലിച്ചു കൊണ്ടുപോയതൊന്നും അപ്പോഴവളെ നോവിക്കാറില്ല. ആ നിമിഷ ങ്ങളിൽ അവൾ അവർക്കൊപ്പം ജീവിക്കുന്നു. അകത്തെ ഇരുട്ടിൽ മല്ലേശ്വരി ഇരുന്നു. മഞ്ഞച്ചായം പൂശിയ ചുമരിന്റെ ഒത്ത നടുവിലായി നടു റോഡിൽ ജീവനില്ലാതെ കിടക്കുന്ന നാനാവത്തിന്റെ ചിത്രം ഒട്ടിച്ചു വച്ചിട്ടുണ്ട്. അപ്പയെ കാണാതെ കരഞ്ഞ രാകേഷിനു ഏതോ പത്രക്കാരൻ കൊടുത്തതായിരുന്നു ആ ചിത്രം. അന്ന് ക്യാമറയുമായി വന്നവർ അവൻ ആ ചിത്രത്തിൽ നോക്കി കരയുന്നതും ക്യാമറയിൽ പകർത്തിയത് അവളോർത്തു.

അവൾ നാനാവത്തിനെക്കുറിച്ചു മാത്രം ചിന്തിച്ചു. അയാളുടെ പൊക്കമുള്ള ശരീരവും കറുത്ത സിൽക്കുപോലെ മിനുസമുള്ള മുടിയും വലിയ മീശയുമെല്ലാം അവൾക്കു മുൻപിൽ തെളിഞ്ഞു. ടൗണിലെ സ്റ്റുഡിയോയിൽ പോയി അവൾക്കൊപ്പം നിന്നൊരു ഫോട്ടോയെടു ക്കണമെന്നും അത് ഫ്രെയിമിട്ട് ചുമരിൽ തൂക്കണമെന്നും അയാൾ പറയുമായിരുന്നു. ഭർത്താവിന്റെ നടക്കാതെ പോയ ആ ആഗ്രഹത്തെ ക്കുറിച്ചോർത്തപ്പോൾ മല്ലേശ്വരിക്ക് കരച്ചിലടക്കാനായില്ല. ഒപ്പം മറക്കാ നാഗ്രഹിക്കുന്ന പലതും മനസ്സിൽ കടന്നുവന്നു. അതിലൊന്ന് അവരൊ രുമിച്ച് നടത്താനിരുന്ന തിരുപ്പതിയിലേക്കുള്ള യാത്രയാണ്. അതിനായി അയാൾ പണം സ്വരൂപിച്ചു തുടങ്ങിയിരുന്നു. പക്ഷേ, ഭർത്താവിന്റെ

ശവദഹനം നടത്തുവാനായിരുന്നു ആ പണം ഉപകരിച്ചതെന്നവളോർത്തു.

റോഡ് വരുന്നതിനു മുൻപാണ് രമേശും, രവിയും, രാകേശുമൊക്കെ സ്കൂളിൽ പോയി പഠിച്ചത്. രമേശും രാകേശും ഏഴാംക്ലാസ് കഴിഞ്ഞ് ദൂരെ കാന്തിനഗറിലെ വലിയ സ്കൂളിലും പോയി പഠിച്ചു. അന്നൊക്കെ ഒഴിഞ്ഞു കിടക്കുന്ന വയലിലൂടെ അല്പദൂരം നടന്നാൽ സ്കൂളിലെത്താം. ഫാക്ടറി കെട്ടിടങ്ങൾ ഉയർന്നു തുടങ്ങിയതേയുണ്ടായിരുന്നുള്ളൂ. രമേശിനു പഠിക്കാൻ ഇഷ്ടമായിരുന്നു. രത്തൻ സാഹബിനെപ്പോലെ താണ്ടയിലെ കുട്ടികളെ പഠിപ്പിക്കുന്ന മാസ്റ്ററാകണമെന്നായിരുന്നു അവന്റെ ആഗ്രഹം. കൊത്തൂരിൽ റോഡ് വരുന്നതിനൊപ്പം വലിയ കെട്ടിടങ്ങൾ ഉയർന്നുവരുന്നത് കണ്ട് എല്ലാവരും സന്തോഷിച്ചു. താണ്ടയിൽ വളർന്നു വരുന്ന കുട്ടികളെല്ലാം വലിയ സ്കൂളുകളിൽ പോയി പഠിക്കണമെന്നും വരുംകാലങ്ങളിൽ ഞങ്ങളുടെ കുട്ടികൾ മറ്റെല്ലാവരേയുംപോലെ നല്ല നിലയിൽ ജീവിക്കണമെന്നുമൊക്കെ എല്ലാവരും ആഗ്രഹിച്ചിരുന്നു.

ഫാക്ടറികൾ വരുന്നതോടെ ആപ്പീസ് ജോലികളെന്തെങ്കിലും കിട്ടുമെന്ന് പറഞ്ഞു. ദാമോദർ കാക്കയാണ് രമേശിനെ വെങ്കടേഷ് സാഹബിന്റെയടുത്ത് കൂട്ടികൊണ്ടു പോയത്. രമേശിന് ജോലി കിട്ടിയതറിഞ്ഞ സന്തോഷത്തിലായിരുന്നു അന്നെല്ലാവരും. വൈകുന്നേരം അവർ മൂന്നുപേരും ഒരുമിച്ചാണിറങ്ങിയത്. ഒപ്പം ഭാരതിയക്കയുടെ മകൻ അവിനാശുമുണ്ടായിരുന്നു. അന്ന് അവൻ മാത്രം മരണത്തിന്റെ പിടിയിൽ നിന്നു രക്ഷപ്പെട്ടു. പക്ഷേ, പിന്നീടൊരിക്കലും അവിനാശ് താണ്ടയിലേക്ക് മടങ്ങി വന്നില്ല. മരണം കാത്തിരിക്കുന്ന ഇവിടേക്ക് ഇനിയൊരിക്കലും തന്റെ മകൻ വരാതിരിക്കട്ടെയെന്നാണ് ഭാരതിയക്ക ദിവസവും ബഞ്ചാര ദേവിയോടപേക്ഷിക്കുന്നത്. മക്കൾ എവിടെയെങ്കിലും ജീവിച്ചിരിക്കുന്നു എന്നതാണ് ഈ റോഡരികിൽ ഒപ്പം ജീവിക്കുന്നതിനേക്കാൾ താണ്ടയിലെ അമ്മമാർക്കാശ്വാസം. റോഡിൽ തെറിച്ചു വീണ മൂന്നുമക്കളിൽ ഒരാളിലെങ്കിലും ജീവൻ അവശേഷിച്ചിരുന്നെങ്കിലെന്ന് മനസ്സുനൊന്ത് കരഞ്ഞു പ്രാർത്ഥിച്ച ആ ദിവസത്തിനുശേഷം മല്ലേശ്വരി ബഞ്ചാര ദേവിയോട് ഒന്നും ആവശ്യപ്പെട്ടിട്ടില്ല. ഇനിയൊന്നും ആഗ്രഹിക്കുവാനും അപേക്ഷിക്കുവാനുമില്ലാത്തത്രയും അവളിപ്പോൾ ജീവിതത്തിൽ നിന്നകന്നു പോയിരിക്കുന്നു.

അന്ന് ബഹളം കേട്ട് റോഡരികിലെത്തുമ്പോൾ രക്തം വാർന്ന് വിളറി ജീവൻ വെടിഞ്ഞ ശരീരങ്ങളായി കൺമുൻപിൽ മക്കൾ മൂന്നുപേരും. രാകേശിന്റെ പാതിയടഞ്ഞ കണ്ണുകൾ അപ്പോഴും തന്നെ നോക്കുന്നുണ്ടായിരുന്നു. തല പിളർന്നൊഴുകിയ രക്തം പടർന്ന് കട്ട പിടിച്ച അവന്റെ മുടിയിലും മുഖത്തും ഈച്ചകൾ ധൃതിയിൽ പറന്നുനടന്നു. അല്പം അകലെയായി രവി കണ്ണുകളടച്ച് മയങ്ങിക്കിടന്നു. നിരത്തിലൊരിടത്ത് പാതി ചതഞ്ഞ ശരീരമായി രമേശ്. കരഞ്ഞു തളർന്ന് നിരത്തിലൊരിടത്ത് വീഴുമ്പോൾ മുൻപിൽ വാഹനങ്ങൾ സാധാരണമട്ടിൽ ഓടിക്കൊണ്ടി

രുന്നു. ആ നിമിഷം നിരത്തിൽ അവർക്കൊപ്പം അവസാനിക്കാൻ കഴിയാതെ പോയതിൽമാത്രമാണ് മല്ലേശ്വരി വേദനിച്ചത്. ഭർത്താവ്, മൂന്നുമക്കൾ അങ്ങനെ തന്റേതായിരുന്നതെല്ലാം നഷ്ടപ്പെടുത്തിയ ഏറ്റവും നീളമേറിയ പാതയിതാ ഒരിക്കലും പിടിക്കപ്പെടാത്ത കൊലയാളിയുടെ അഹങ്കാരത്തോടെ നീണ്ടുനിവർന്നുകിടക്കുന്നു.

* * * * * *

രമാഭായികൂടി വിധവകളുടെ പട്ടികയിൽ ചേർക്കപ്പെടുന്നതോടെ താണ്ടയിൽ ജീവിച്ചിരിക്കുന്ന ഒരേയൊരു പുരുഷനാണ് കിഷോർ. രമണിന്റെ മരണമിപ്പോൾ ഏറ്റവുമധികം വേദനിപ്പിക്കുന്നത് അയാളെയാണ്. കഴിഞ്ഞ കുറേനാളുകളായി ആധിയോടെ പ്രതീക്ഷിച്ചിരുന്ന അപകടം സംഭവിച്ചിരിക്കുന്നു. അവരിലൊരാളെ മരണം വലിച്ചെടുത്തു കൊണ്ടുപോയിക്കഴിഞ്ഞു. ഒറ്റപ്പെടൽ അയാളെ വല്ലാതെ വീർപ്പുമുട്ടിച്ചു. തികട്ടി വന്ന തേങ്ങലടക്കി തന്റെ കുഞ്ഞുങ്ങളെ ചേർത്തു പിടിച്ച് അയാളിരുന്നു.

അപ്പോഴും ചുകന്ന ഷർട്ടിട്ട ഒരു ചെറുപ്പക്കാരൻ ഫോട്ടോഗ്രാഫർ പരിഹാസച്ചിരിയോടെ കുടിലിനു മുൻപിൽനിന്ന് ചിത്രങ്ങൾ പകർത്തിക്കൊണ്ടേയിരുന്നു.

വീടിനു പുറത്തിറങ്ങി ഒരു ഒരുളൻ കല്ലെടുത്ത് അവനു നേരെ വലിച്ചെറിഞ്ഞ്, തിരിഞ്ഞു നോക്കാതെ കിഷോർ റോഡരികിലൂടെ നടന്നു. ഒറ്റയ്ക്കിരിക്കണമെന്നു തോന്നുമ്പോഴെല്ലാം അയാൾ ബഞ്ചാര ദേവിയുടെയടുത്തെത്തും. ഇന്ന് തടഞ്ഞു നിർത്താനാവാത്ത ഭയം അയാളെ തളർത്തിയിരുന്നു. അത്തരം സന്ദർഭങ്ങളിൽ പഴയതുപോലെ നല്ലതൊന്നും പ്രതീക്ഷിക്കാനില്ലെങ്കിലും ബഞ്ചാരദേവിയുടെ സാന്നിദ്ധ്യം അയാൾക്കൊരാശ്വാസമാണ്. ബഞ്ചാരദേവിക്കു മുൻപിൽ കിഷൻ പാതി മയക്കത്തിലെന്നപോലെ കണ്ണുകൾ അടച്ചു പിടിച്ചു. വിവാഹ ദിവസം വസുകിക്കൊപ്പം കൈകൾ കൂപ്പി കണ്ണുകളടച്ച് ആദ്യമായി ബഞ്ചാരദേവിക്കു മുൻപിൽനിന്നു പ്രാർത്ഥിച്ചതാണപ്പോൾ അയാളുടെ മനസ്സിൽ തെളിഞ്ഞത്.

അവൾക്കു വേഗതയെക്കുറിച്ച് നല്ല നിശ്ചയമുണ്ടായിരുന്നു. അതുകൊണ്ടാണവളെ റോഡിനപ്പുറത്തെ ആശുപത്രിയിൽ പോകാൻ വംശി ഒപ്പംകൂട്ടിയത്. സുമംഗലയായിരിക്കെ മരിക്കാൻ സാധിക്കുകയെന്നത് ഒരു സ്ത്രീയുടെ ഭാഗ്യമാണെന്നവൾ വിശ്വസിച്ചിരുന്നു. അങ്ങനെയെങ്കിൽ കുഞ്ഞുങ്ങൾക്കും ഭർത്താവിനുമൊപ്പം ഈ ഭൂമിയിൽ ജീവിച്ചിരിക്കാനാവാതെ പോയതും അവളുടെ ഭാഗ്യമായിരിക്കാം.

വസുകി മരിച്ചതിൽപ്പിന്നെ അയാൾ അധികമാരോടും സംസാരിക്കാറില്ല. രമണിനൊപ്പം റോഡിനപ്പുറത്തെ ഫാക്ടറിയിൽ ജോലിക്കു പോയിരുന്നതുപോലും ഭയത്തോടെയാണ്. തിരിച്ചെത്താനാകുമെന്നുറപ്പില്ലാതെ കുട്ടികളെ സ്കൂളിൽ അയക്കുന്നതും വേണ്ടെന്നുവച്ചതങ്ങിനെയാണ്. നിർത്തി. അവരെ സ്കൂളിലയച്ച് പഠിപ്പിക്കണമെന്നത്

വസുകിക്കായിരുന്നു നിർബ്ബന്ധം. വസുകി ഇല്ലാതായപ്പോൾ അവളുടെ ആഗ്രഹങ്ങളും ഇല്ലാതായിരിക്കുന്നു. ജീവനുകൾ ഇല്ലാതാകുന്നത് അവർക്കൊപ്പം ജീവിച്ചിരുന്നവരുടെ ജീവിതമാണ് ഇല്ലാതാക്കുന്നത്..

അയാൾ വരണ്ട മണ്ണിൽ മലർന്നു കിടന്നു. രാത്രി ഇരുണ്ട് വന്നു. അകലെ നിരത്തിലൂടെ കടന്നുപോകുന്ന വാഹനങ്ങളുടെ ശബ്ദം അയാളെ അസ്വസ്ഥനാക്കി. ചുറ്റും അവശേഷിക്കുന്ന വൃക്ഷങ്ങൾ ഭയന്നിട്ടെന്നപോലെ ഇലകൾ പോലുമിളകാതെ നിന്നു.

പണ്ട് ഇടതൂർന്നു നില്ക്കുന്ന മരങ്ങൾക്കു കീഴിലായിരുന്നു കൊയ്ത്തു കഴിയുന്ന രാത്രികളിൽ കൂട്ടുകാരുമൊത്ത് ഒത്തുകൂടിയിരുന്നതെന്ന് അയാളപ്പോൾ വേദനയോടെ ഓർത്തു. അന്നൊക്കെ ചോളവയലുകളിൽ കൊയ്ത്ത് അവസാനിക്കുന്ന ദിവസങ്ങളിൽ എല്ലാവരും ഒത്തുകൂടും. രാകേഷ് നന്നായി പാട്ടുപാടുമായിരുന്നു. അവൻ കിഞ്ചിരിയിൽ താളമിടുമ്പോൾ പാട്ടും നൃത്തവുമായി എല്ലാവരുമെത്തും. എല്ലാ വർഷവും ആ രാത്രി താണ്ടയിലുള്ളവർ ഒരുമിച്ചിരുന്ന് ഭക്ഷണം കഴിക്കും. ഭാരതി ചിന്നമ്മയാണ് എല്ലാവർക്കും വേണ്ടി *സലോയി ഉണ്ടാക്കുക. അതിനായി മുഴുത്ത കുഞ്ഞാടുകളെ അവർ നേരത്തെ തെരഞ്ഞെടുത്ത് വച്ചിട്ടുണ്ടാകും. താണ്ടയിൽ ആരും ഒറ്റയ്ക്കായിരുന്നില്ല. എല്ലാ മാസവും പൂർണ്ണചന്ദ്രനെ കാണുന്നതിന്റെ മൂന്നാം നാൾ ആഘോഷങ്ങളും പ്രാർത്ഥനകളുമായി ബഞ്ചാരദേവിക്കുമുൻപിൽ എല്ലാവരും ഒത്തുകൂടുമായിരുന്നു. ഒരിക്കൽ ഉഗാഡി ഉത്സവത്തിനൊരുങ്ങുന്നതിനിടെയാണ്, ചോള വയലുകൾക്കും ഗ്രാമത്തിലെ പാർപ്പിടങ്ങൾക്കും നടുവിലൂടെ രാജ്യത്തെ ഏറ്റവും നീളമേറിയ റോഡ് വരുന്ന വിവരം ഗ്രാമത്തിലെ ജനങ്ങൾ അറിയുന്നത്.

ഗ്രാമത്തിന്റെ ഏതൊക്കെ ഭാഗങ്ങളിലൂടെ ആയിരിക്കും റോഡ് കടന്നു പോവുക, എത്ര നാളുകൾക്കകം പൂർത്തിയാകും എന്നതെല്ലാമായിരുന്നു അന്നത്തെ ചർച്ചകൾ. റോഡിന്റെ വരവിനെക്കുറിച്ചുള്ള വാർത്തകൾ താണ്ടയിലുള്ളവർ ആവേശത്തോടെയാണ് കേട്ടിരുന്നത്. കൂട്ടത്തിൽ ആർക്കൊക്കെ കിടപ്പാടം നഷ്ടപ്പെടുമെന്നും അവിടം വിട്ടു പോകേണ്ടി വരുമെന്നുമുള്ള വേവലാതികളുമുണ്ടായി. പലരുടെയും മനസ്സിൽ ബഞ്ചാരക്കുന്നുകളിൽ നടന്ന കുടിയൊഴിപ്പിക്കലിന്റെ ചിത്രങ്ങൾ ഒരിക്കൽ കൂടി തെളിഞ്ഞു. ബഞ്ചാരകൾ നാടോടികളാണെന്ന സത്യം അപ്പോഴൊക്കെ അവരെ ഭയപ്പെടുത്തി. കണക്കുകളനുസരിച്ച് റോഡിനായി കണ്ടു വച്ച സ്ഥലത്ത് താണ്ട ഉൾപ്പെടില്ലെന്നറിഞ്ഞപ്പോൾ അത്തരം ആവലാതികൾ ഇല്ലാതായി. മെഹബൂബ് നഗറിനപ്പുറം മാത്രം കണ്ടു പരിചയിച്ച വാഹനങ്ങളുടെ സഞ്ചാരം ഇനി കൊത്തൂരിലും കാണാമെന്ന വലിയ പ്രതീക്ഷയായിരുന്നു അത് ഗ്രാമത്തിലുള്ളവർക്ക് നല്കിയത്. റോഡ് വരുന്നതോടെ ഉണ്ടാകാൻ പോകുന്ന സൗഭാഗ്യങ്ങളെക്കുറിച്ച് മാത്രം ചിന്തിച്ച് നഷ്ടപ്പെടലുകളെല്ലാം മറന്ന് ജീവിതം മുൻപോട്ടു

* സലോയി - ആട്ടിൻ രക്തവും മാംസവും ചേർത്തുണ്ടാക്കുന്ന വിഭവം

കുതിക്കുന്നതായി പലരും സ്വപ്നം കണ്ടുതുടങ്ങി. ദൂരയാത്രകൾ കുറഞ്ഞ സമയത്തിൽ അനായാസമായി തരണം ചെയ്ത് അനേകായിരം ജനങ്ങൾ പട്ടണങ്ങളിൽനിന്നും പട്ടണങ്ങളിലേക്ക് അവർക്കു മുൻപിലൂടെ യാത്ര ചെയ്യുമെന്നത് എല്ലാവരേയും സന്തോഷിപ്പിച്ചു.

കൊത്തൂർ രണ്ടായി വെട്ടി മുറിക്കപ്പെടാൻ പോകുന്നുവെന്നറിഞ്ഞത് പിന്നീടാണ്. ചിലപ്പോഴെങ്കിലും വിഭജനങ്ങൾ പുരോഗതിക്കു വേണ്ടി സൃഷ്ടിക്കപ്പെട്ടതാവുന്നു. ആദ്യം രാജ്യങ്ങൾ, പിന്നീട് സംസ്ഥാനങ്ങൾ, ജില്ലകൾ അങ്ങനെ വിഭജിക്കപ്പെട്ടേക്കും. നിരത്തുകൾ ഭൂമിയെ പലതായി വെട്ടിമുറിക്കും. അത് മനുഷ്യരെ പലതായി വേർതിരിക്കും. സാധാരണ വിഭജനങ്ങൾ പുതിയ അധികാരസ്ഥാനങ്ങൾ സൃഷ്ടിക്കും. റോഡിനിരുവശത്തുമുള്ളവർക്കായി പ്രത്യേകം പ്രത്യേകം സൗകര്യങ്ങളുണ്ടാകും. പ്രത്യേകം ഗ്രാമമുഖ്യന്മാരുണ്ടാകും. കച്ചവടങ്ങൾ വർദ്ധിക്കും അങ്ങനെ പലതായിരുന്നു പ്രതീക്ഷകൾ.

ലക്ഷ്മൺഭായി മുടങ്ങിക്കിടന്ന പുല്ലുപായ കച്ചവടം റോഡരികിൽ നടത്തുന്നതിനെക്കുറിച്ച് പറഞ്ഞു. ദീർഘദൂരം പായക്കെട്ടുകൾ ചുമന്നു കൊണ്ട് പോയി വില്ക്കേണ്ടതില്ല. റോഡരികിൽ വന്നു ആളുകൾ നല്ലവില തന്നു വാങ്ങിക്കും. സീതപ്പഴങ്ങളുമായി ഇനിയാരും പട്ടണങ്ങളിൽ അലയേണ്ടതില്ല, കൊത്തൂരിലെ റോഡരികിൽ കച്ചവടം നടത്താം. പഴയ കാളവണ്ടികൾക്കുപകരം ഓട്ടോറിക്ഷയും സൈക്കിളുമൊക്കെ നിരത്തിലൂടെ ഓടിത്തുടങ്ങും. പുതിയ ഫാക്ടറികൾ, ഹോട്ടലുകൾ അങ്ങനെ പലതും ഗ്രാമത്തെ പട്ടണങ്ങൾക്കൊപ്പമെത്തിക്കും. അങ്ങനെയെങ്കിൽ ഓട്ടോറിക്ഷയിൽ യാത്രക്കാരെ കിട്ടാനും വിഷമമുണ്ടാകില്ലെന്നാണ് അവിനാശ് പറഞ്ഞത്. അതിനായി ഡ്രൈവിങ് ലൈസൻസ് പെട്ടെന്നു ശരിയാക്കണമെന്നും ഒരു ഓട്ടോറിക്ഷ വാങ്ങിക്കണമെന്നുമൊക്കെ കിഷോറും ആഗ്രഹിച്ചിരുന്നു. പുതിയനിരത്തിലൂടെ കുട്ടികളേയും വസുകിയെയും കയറ്റിയ ഓട്ടോറിക്ഷ ഓടിച്ചുപോകുന്നത് എത്രയോ രാത്രികളിലയാൾ സ്വപ്നംകണ്ടിരുന്നു.

ഒരു ആഷാഢ മാസത്തിലാണ് സുമുഖരായ പലപ്രായത്തിലുള്ള സ്ത്രീകളും പുരുഷന്മാരുമെത്തിയത്. താണ്ടയിലുള്ളവർ വൃത്തിയുള്ള പരിഷ്കരിച്ച വേഷം ധരിച്ച മനുഷ്യരെ നേരിൽ കാണുന്നതുപോലും അന്നാദ്യമായാണ്. പുസ്തകങ്ങളും കടലാസു കെട്ടുകളുമായി ഒരു രാവിലെ അവർ കൊത്തൂരിലെത്തി. അകലെ മെഹബൂബ് നഗറിലെ ടാറിട്ട റോഡിൽ വലിയ വാഹനങ്ങളിൽ വന്നിറങ്ങിയവർ പുതിയ റോഡിനായി വെട്ടിത്തിരിച്ചിട്ട ഇടങ്ങളിലൂടെ നടന്നെത്തിയത് ഗ്രാമത്തിലുള്ളവർക്ക് പുതിയ പ്രതീക്ഷയായി. പുരോഗതി ആരംഭിക്കുന്നത് ഇങ്ങനെയൊക്കെയാണെന്ന് ഗ്രാമത്തിലുള്ളവർ തിരിച്ചറിഞ്ഞ ദിവസമായിരുന്നു അത്.

അന്ന് രാത്രി അരണ്ട നിലാവെട്ടത്തിൽ വീടിനു പുറത്തെ മരക്കട്ടിലിൽ മലർന്നുകിടക്കുമ്പോൾ, കൈകൾ അടിവയറ്റിൽ ചേർത്തുവച്ച് തനിക്കു പിറക്കാൻ പോകുന്ന കുഞ്ഞുങ്ങൾ ഭാഗ്യവാന്മാരാണെന്ന്

വസുകി പറഞ്ഞു.

പല വലിപ്പത്തിലുള്ള അളവുകോലുകൾ ചുറ്റുമുള്ള മണ്ണിനെ അളന്ന് പകുത്തെടുത്തതൊന്നും ആരെയും വേദനിപ്പിച്ചില്ല. കടലാസിലും കൊത്തൂരിന്റെ മണ്ണിലും അവർ മാറിമാറി വരച്ചുകൊണ്ടിരുന്നു. പതിയെ അവരുടെ മുഖം കൂടുതൽ ഗൗരവമുള്ളതും വരച്ചിട്ട രേഖകൾ ഒരിക്കലും മാഞ്ഞു പോകാൻ സാദ്ധ്യതയില്ലാത്ത വിധം കടുത്തതുമായി മാറിക്കൊണ്ടിരുന്നു. പിടിച്ചെടുക്കപ്പെടേണ്ടതും ഇടിച്ച് നിരത്തേണ്ടതെന്നുമൊക്കെയുള്ള കണക്കെടുപ്പുകൾ അവസാനിപ്പിച്ച് ഒരു വൈകുന്നേരം അവർ മടങ്ങി. ചിലർ കുടിയൊഴിപ്പിക്കപ്പെട്ടു. മറ്റു ചിലർക്ക് സ്വന്തമെന്നു കരുതിയ ഭൂമിയുടെ പാതി ഭാഗം നഷ്ടമായി. എല്ലാം ബഞ്ചാരദേവിയുടെ അനുഗ്രഹമെന്നു കരുതി അന്ന് ആഹ്ലാദിച്ചവർ പലരും പിന്നീട് എല്ലാം ദേവിയുടെ ശാപമെന്ന് തിരുത്തി.

ഒരു പൗർണ്ണമി ദിവസം രാവിലെ ഗ്രാമത്തിലുള്ളവരെ അത്ഭുതപ്പെടുത്തിക്കൊണ്ട് കൂറ്റൻ യന്ത്രവാഹനങ്ങളുമായി ചില മനുഷ്യർ വന്നു. നഷ്ടപ്പെടലുകളുടെ ആരംഭം കുറിച്ചുകൊണ്ട് റോഡിനായി അളന്നു തിരിച്ചിട്ട ഭൂമിയിലെ നിർജ്ജീവമായ, ആളൊഴിഞ്ഞ, വലുതും ചെറുതുമായ വീടുകളോരോന്നായി ഇടിച്ചുനിരത്തി. അധികം താമസിയാതെ അവശേഷിച്ചിരുന്ന ജീവന്റെ തുടിപ്പുകളോരോന്നായി പിഴുതെറിഞ്ഞ് പലതരം യന്ത്രങ്ങളും വാഹനങ്ങളും കൊത്തൂരിലെ വയലുകളിലൂടെ കടന്നുപോയി.

താണ്ടയിലുള്ളവർ അത്രയും ശബ്ദവും വലിപ്പവുമുള്ള വാഹനങ്ങളെ കാണുന്നത് ആദ്യമായാണ്. കുട്ടികളും മുതിർന്നവരും ഒരേ കൗതുകത്തോടെ അവ ചുറ്റുമുള്ള പച്ചപ്പിനെ ഇല്ലാതാക്കുന്നത് ആവേശത്തോടെ കണ്ടുനിന്നു. ഒരിക്കൽപ്പോലും കണ്ടിട്ടില്ലാത്ത, അറിഞ്ഞുകൂടാത്ത അനേകമായിരം അത്ഭുതങ്ങളുടെ ആരംഭമായിരുന്നു അവർക്കത്. അന്ന് അപ്പയുടെ അസുഖം കൂടുതലായപ്പോൾ ആശുപത്രിയിലെത്തിക്കാൻ വാഹനങ്ങളില്ലാത്തതിനെക്കുറിച്ച് എല്ലാവരും മുൻപൊരിക്കലുമില്ലാത്തവിധം പരസ്പരം പരാതി പറഞ്ഞത് കിഷൻ ഓർത്തു. വരാനിരിക്കുന്ന റോഡിനെക്കുറിച്ചുള്ള ആത്മവിശ്വാസമായിരുന്നു എല്ലാം. അതിരുകൾ തിരിച്ച് കൊത്തൂരിനെ രണ്ടായി വെട്ടിമുറിച്ചപ്പോഴും ആരും എതിർത്തില്ല. എതിർക്കുവാനുള്ള അവകാശമുണ്ടെന്ന് സ്വയം മനസ്സിലാക്കിയിട്ടില്ലാത്തവർ എന്നും ഭരിക്കുന്നവരോട് അനുസരണയുള്ളവരായിരുന്നു. റോഡിന്റെ വരവിൽ ചെറുപ്പക്കാരെല്ലാം ആവേശഭരിതരായിരുന്നതും അതുകൊണ്ടാണ്. നിർമ്മാണമാണോ നശീകരണമാണോ ആദ്യം നടക്കേണ്ടത് എന്ന പെദ്ദപ്പയുടെ ചോദ്യമൊന്നും ആരും കേട്ടില്ല.

പതിയെ തങ്ങളുടേതായിട്ടുള്ളതെല്ലാംഅടുത്തായിരിക്കുമ്പോഴും അകലേക്ക് പറിച്ചെറിയപ്പെടുന്നതു പോലെ ഒരു വിഭ്രാന്തി എല്ലാ മനസ്സുകളെയും നീറ്റിക്കൊണ്ടിരുന്നു. കൊത്തൂരിലെ ഗവൺമെന്റ്

ആശുപത്രിയും, പഞ്ചായത്താപ്പീസും കുട്ടികൾ പഠിക്കുന്ന സ്കൂളുമെല്ലാം വളരെ പെട്ടെന്ന് റോഡിനപ്പുറത്തായി. ഉഴുതു മറിച്ചിട്ട ചുകന്ന മണ്ണിന്റെ പുതുഗന്ധവുമായി ചെമ്മൺ പാത കൊത്തൂരിന്റെ ഒരിക്കലും ഉണങ്ങാത്ത മുറിവു പോലെ ഏറെനാൾ അനാഥമായിക്കിടന്നു. പിന്നീടൊരിക്കലും ഗ്രാമം പഴയതു പോലെയായിരുന്നില്ല.

ഉത്സവങ്ങളും ആഘോഷങ്ങളുമില്ലാതെ തങ്ങളുടേതായിരുന്നതെല്ലാം നഷ്ടപ്പെട്ടവർ ജീവിക്കുന്നയിടമിപ്പോൾ നിശ്ശബ്ദമാണ്.. കുറെ നാളുകളായി അതെന്നും അങ്ങനെത്തന്നെയാണ്. മുപ്പത്തിയെട്ടു വീടുകളും ഒരു പോലെ നിശ്ശബ്ദം.

* * * * * *

ഇളം മഞ്ഞവെയിലിൽ ചത്തുമലച്ചു കിടക്കുന്ന തെരുവുനായകളെ നോക്കി അവിനാശ് നായക് നെടുവീർപ്പിട്ടു. ഇനിയും കൂടുതൽ പട്ടികളെ കൊന്നു തീർക്കേണ്ടതുണ്ട്. പട്ടികളെ പെറുക്കിക്കൂട്ടി പിക്കപ്പിന് പിറകിലേക്കെറിഞ്ഞു അയാൾ വണ്ടിയിലിരുന്ന കാക്കി കുപ്പായക്കാരനോട് കാശ് വാങ്ങി പോക്കറ്റിൽ തിരുകി. ചുറ്റുമുള്ളവരോടായി ഇനിയൊന്നും ഭയപ്പെടാനില്ലെന്നുറക്കെ വിളിച്ചുപറഞ്ഞ് ഒരിക്കൽക്കൂടി വണ്ടിയിലെ മരവിച്ച പട്ടികൾക്കിടയിൽ ഒന്നിനുപോലും ജീവൻ അവശേഷിക്കുന്നില്ലെന്ന് ഉറപ്പുവരുത്തി. പുതിയ തൊഴിലിൽ താനെത്ര പെട്ടെന്ന് കഴിവ് തെളിയിച്ചിരിക്കുന്നു എന്നതിൽ അവൻ സ്വയം അഭിമാനിച്ചു. അനാഥപ്പട്ടികൾ ചത്തൊടുങ്ങാനുള്ളവയാണ്. ഈ പട്ടണം മനുഷ്യരുടെയാണ്. ഇവിടെ അനാവശ്യമായതെന്തും നശിപ്പിക്കുവാൻ മനുഷ്യന് അവകാശമുണ്ട്. മനുഷ്യർക്ക് ശല്യക്കാരായ തെരുവുപട്ടികൾ ഇല്ലാതാകേണ്ടവതന്നെ.

ചത്തു കിടക്കുമ്പോഴും പട്ടികളുടെ കണ്ണുകൾ അടഞ്ഞിരുന്നില്ല. വെയിലിൽ ആ കണ്ണുകൾ തിളങ്ങുന്നുണ്ടായിരുന്നു. കഴുത്തിൽ കുരുക്കിട്ട് വലിക്കുമ്പോൾ പട്ടികൾ തനിക്കുനേരെ തുറന്നുവച്ച കണ്ണുകളാണത്. ആ കണ്ണുകൾ ഉറക്കം കെടുത്തുമ്പോൾ കള്ളുകുടിച്ച് സുഖമായുറങ്ങണമെന്നു മാത്രമേ അയാളപ്പോൾ ചിന്തിച്ചുള്ളൂ.

കള്ളു കുടിക്കാൻ പഠിപ്പിച്ചത് പെദ്ദപ്പയാണ്. പെദ്ദപ്പയ്ക്ക് നടക്കാൻ വയ്യാതായതിൽപ്പിന്നെ വൈകുന്നേരങ്ങളിൽ കള്ളു വാങ്ങിച്ചു കൊടുക്കുന്ന ജോലി തന്റേതായി. കൂലിയായി അല്പം രുചിക്കാൻ തരും. റോഡ് വന്നതിൽപ്പിന്നെ താണ്ടയിലെ രാത്രികളിൽ എല്ലാവർക്കും അതു പതിവായി. അതില്ലാതെ അവിടെയാർക്കും സമാധാനമായി ഉറങ്ങാൻ സാധിക്കില്ല. യഥാർത്ഥത്തിൽ ഉറക്കം കെടുത്തുന്നത് പട്ടികളുടെ കണ്ണുകളല്ല അവിടെ ജീവിച്ചിരുന്ന പ്രിയപ്പെട്ടവരുടെ ചിതറിത്തെറിച്ച ശരീരങ്ങളാണ്. ആ ഓർമ്മകൾ മരണംവരെ പിന്തുടർന്നുകൊണ്ടേയിരിക്കും. പക്ഷേ, അവിനാശിനു മരണത്തെ ഭയമാണ്. ആ ഭയമാണവനെയിപ്പോൾ പട്ടികളുടെ മരണവാഹകനാക്കിയത്..

ഇത് പട്ടണമാണ് പണക്കാരുടെയും മുന്തിയ കച്ചവടക്കാരുടെയും

ഇടം ഇവിടെ തെരുവിൽ ജനിച്ചു വീഴുന്ന അനാഥപ്പട്ടികൾ ആയുസ്സെത്താതെ ചത്തുതീരേണ്ടവയാണ്. താണ്ടയിലെ മനുഷ്യരും അതുപോലെ ആയുസ്സെത്താതെ ചത്തൊടുങ്ങുന്നു. ഇനിയുമെത്ര പേർ അവിടെ അവശേഷിക്കുന്നുണ്ടാകും. മരണത്തെ ഭയന്ന് ഓടിപ്പോയ മകനെയോർത്ത് ഒരു പക്ഷേ, മായി ആശ്വസിക്കുന്നുണ്ടാകും. താണ്ടയിപ്പോൾ മരിച്ചവരുടെയും മരണഭയം പേറി ജീവിക്കുന്നവരുടെയും ഇടമാണെന്നു മാത്രം അവനറിയാം.

അയാൾ അടഞ്ഞു കിടന്ന പീടികക്കോലായിൽ സൂക്ഷിച്ചുവച്ചിരുന്ന സഞ്ചിയിൽനിന്ന് നേരത്തെ വാങ്ങി വച്ച മദ്യക്കുപ്പി പുറത്തെടുത്ത് ഒറ്റവലിക്ക് കുടിച്ചു തീർത്തശേഷം ഒരു മൂലയിൽ ചടഞ്ഞിരുന്നു.

അന്ന് നിരത്തിലെത്തുമ്പോൾ നാലുപേർക്കും ഒരുപാട് സ്വപ്നങ്ങളുണ്ടായിരുന്നു. ജീവിക്കാൻ മരണവണ്ടികൾ കയറിയിറങ്ങാത്ത ഏതെങ്കിലുമൊരിടം കണ്ടെത്തണമെന്നതായിരുന്നു അതിൽ പ്രധാനം. അത്തരം ചർച്ചകൾ കുറേനാളുകളായി അവർക്കിടയിൽ സജീവമായിരുന്നു..

നമ്മൾ നാടോടികളാണ്, ഒരിടത്തും സ്ഥിരമായി താമസിക്കാത്തവർ എന്ന സത്യം എല്ലാം ഉപേക്ഷിച്ച് മരണഭീതിയില്ലാതെ എവിടെയെങ്കിലും പോയി ജീവിക്കുവാൻ എല്ലാവരേയും പ്രേരിപ്പിച്ചുകൊണ്ടിരുന്നു.

തെരുവ് പട്ടികളെപ്പോലെ ചത്തൊടുങ്ങുന്ന മനുഷ്യരുടെ നിലവിളി ഒരു ഭരണകൂടത്തെയും മാറ്റില്ല. ഓരോ മരണത്തിനുമൊടുവിൽ എവിടെയൊക്കെ ആരുടെയൊക്കെ മുൻപിലാണ് അപേക്ഷിച്ചത്. സ്വന്തം രാജ്യത്ത് അവകാശങ്ങൾക്കു വേണ്ടി യാചിക്കേണ്ടി വരുന്ന ജനതയുടെ നിസ്സഹായത ഏതു ഭരണാധികാരിക്കാണ് മനസ്സിലാവുക? രാജ്യത്തിന്റെ ഓരോ വികസനവും എത്ര ശക്തമായിട്ടാണ് മനുഷ്യജീവിതത്തെപ്പോലും ഇല്ലാതാക്കുന്നത്..

അന്ന് നാലു പേരുണ്ടായിരുന്നിട്ടും ഒരാൾക്കുപോലും എതിരെ വന്ന വേഗതയെ അളക്കാനാവാതെ പോയി. സാധാരണ റോഡിനു കുറുകെ നടക്കുമ്പോൾ കാണിക്കുന്ന ജാഗ്രത അന്നും അതേ അളവിൽ എല്ലാവരിലുമുണ്ടായിരുന്നു. നാലുപേരും പരസ്പരം കൈകൾ ചേർത്ത് പിടിച്ചിരുന്നു. ഞാൻ മുൻപിലും രമേശ് ഏറ്റവും പിറകിലുമായി കണ്ണുകൾ തുറന്നു പിടിച്ച് കാതുകൾ ഉയർത്തിപ്പിടിച്ച് ശബ്ദമുണ്ടാക്കാതെ വളരെ ശ്രദ്ധയോടെയാണ് എല്ലാവരും നിരത്തിലിറങ്ങിയത്. എത്ര ശ്രദ്ധിച്ചാലും വീതിയേറിയ നാലുവരിപ്പാത മുറിച്ചുകടന്ന് റോഡിനപ്പുറത്തെത്തുമ്പോഴേക്കും ഏതെങ്കിലും വാഹനം കടന്നുവരുമെന്ന് എന്നത്തേയും പോലെ ഞങ്ങൾ ഭയപ്പെട്ടിരുന്നു.

ആവുന്നത്ര വേഗത്തിലായിരുന്നു ഓരോ ചുവടും. ഇടയ്ക്ക് അടുത്തെത്തിയ വാഹനത്തിന്റെ ശബ്ദംകേട്ട് പരിഭ്രാന്തരായി ദിശയറിയാതെ നാലുപേരും ഓടി. എവിടെയോ തട്ടി വീണതോർമ്മയുണ്ട്. എഴുന്നേല്ക്കുമ്പോൾ ഒന്നും സംഭവിക്കാത്തമട്ടിൽ അതിവേഗത്തിൽ ഒരു കൂറ്റൻ

വാഹനം കടന്നുപോയി. തിരിഞ്ഞു നോക്കുമ്പോൾ പലയിടങ്ങളിലായി തെറിച്ചു വീണ മൂന്നു ശരീരങ്ങൾ മാത്രമായി അവർ മൂന്നുപേരും. തിരികെ റോഡിനപ്പുറത്തേക്കു നടക്കാൻ മനസ്സനുവദിച്ചില്ല. അപ്പുറത്ത് ശേഷിക്കുന്നത് ജീവിക്കാൻ വഴിയില്ലാതെ മക്കളുടെ ജീവനെക്കുറിച്ച് വേവലാതികൾ പേറുന്ന കുറേ സ്ത്രീകളും കുഞ്ഞുങ്ങളും. ഒരാളെങ്കിലും രക്ഷപ്പെട്ടെന്നറിഞ്ഞപ്പോൾ അവർ സമാധാനിച്ചിട്ടുണ്ടാകും.

ഒരിക്കൽ എല്ലാം ശരിയാകുമെന്നും സർക്കാർ നിർമ്മിക്കുന്ന സർവ്വീസ് റോഡിലൂടെ മരണഭയമില്ലാതെ വീടുകളിലെത്താമെന്നും ഇപ്പോഴാരും സ്വപ്നം കാണാറില്ല..

മനുഷ്യഹൃദയത്തിന്റെ നോവ് തിരിച്ചറിയാത്ത എല്ലാ ഭരണ നേതൃത്വങ്ങളോടും അയാൾക്ക് പക തോന്നി. കുപ്പിയിൽ അവശേഷിച്ചിരുന്ന തുള്ളികൾ ഊറ്റിക്കുടിച്ച് തന്റെ വരണ്ട ചുണ്ടുകൾ നക്കിത്തുടച്ച് അവിനാശ് പീടികക്കോലായി വിട്ടെഴുന്നേറ്റു. അയാളുടെ കണ്ണുകൾ നിറഞ്ഞിരുന്നു. കൂട്ടുകാരെക്കുറിച്ചുള്ള ഓർമ്മകളിൽ അടക്കിപ്പിടിച്ച കരച്ചിൽ സഹിക്കാനാവാത്ത വേദനയായി അയാളുടെ ശരീരത്തിലാകെ പടർന്നിടങ്ങി. ചുറ്റും ഇരുട്ട് പരന്നു തുടങ്ങിയപ്പോൾ പട്ടണത്തിലെ നിരത്തുകളെ ഭയപ്പെടാതെ അയാളിറങ്ങിനടന്നു.

* * * * * *

അലോകി മുറിയിൽ ജനാലയിലൂടെ പുറത്തേക്ക് നോക്കിയിരിക്കുകയായിരുന്നു. അകലെ നേർത്ത നിലാവെട്ടത്തിൽ താണ്ടയിലെ കൊച്ചുവീടുകൾ കാണാം. ഹൈവേയിലെ വാഹനങ്ങളുടെ വെളിച്ചത്തിൽ അവിടം രാത്രികളിൽ കൂടുതൽ മനോഹരമാണ്.

താണ്ടയിലുള്ളവർ ദുരിതമനുഭവിക്കുന്നത് വാഹനങ്ങളിൽനിന്നു മാത്രമല്ല. വീതിയേറിയ നിരത്തുകൾ ഉണ്ടായതോടെ എന്തും ഉപേക്ഷിക്കുവാനും നശിപ്പിക്കാനുമൊക്കെയുള്ള പ്രദേശങ്ങളായി പലപ്പോഴും പരിസരം മാറിയിരിക്കുന്നു. ആദ്യമൊക്കെ അഴുകിയ ഭക്ഷണവും ചത്ത എലിയും പൂച്ചയുമൊക്കെയായിരുന്നു റോഡരികിൽ ഉപേക്ഷിക്കപ്പെട്ടതെങ്കിൽ പിന്നീടത് രാത്രിയുടെ മറവിൽ ആർക്കും അനാവശ്യമെന്നു തോന്നുന്ന ജീവനുള്ളതും ഇല്ലാത്തതുമായ സകലതിനെയും ഉപേക്ഷിക്കുവാനുള്ളയിടമായി.

ഇരുട്ട് പരന്നു തുടങ്ങിയാൽ മാത്രം താണ്ടയിലെത്തുന്നവരുണ്ട്. ആളൊഴിഞ്ഞ വീടുകളിൽ രാത്രിയിലെ മങ്ങിയ മെഴുകുതിരിവെട്ടത്തിൽ അവ്യക്തമായ മുഖങ്ങൾ പലതും താണ്ടയിലെ സ്ത്രീകളെ അന്വേഷിച്ചെത്തുന്നവരുടേതാണ്. ലളിതയും സോമിലിയുമല്ലാതെ മറ്റുസ്ത്രീകളാരും അസമയത്ത് പുറത്തിറങ്ങാറില്ല. ചിലർ രാത്രികളിൽ സ്ത്രീകൾ ഒറ്റയ്ക്ക് താമസിക്കുന്ന വീടുകളിൽ അതിക്രമിച്ചു കയറാൻ ശ്രമിക്കും. താണ്ടയിൽ നിന്നധികം അകലെയല്ലാതെ പോലു രാജ ചാരായക്കച്ചവടം തുടങ്ങിയതോടെ രാത്രികളിൽ കൂടുതൽ പേർ താണ്ടയിലെത്തുന്നുണ്ട്.. എതിർത്തു നില്ക്കാനാകാത്തവർ പലതരത്തിൽ ആക്രമിക്കപ്പെട്ടേക്കാം. താണ്ടയിലു

ള്ളവരുടെ നിലവിളികൾ പകൽവെട്ടത്തിൽപോലും ശ്രദ്ധിക്കപ്പെടാറില്ല.

ജീവിച്ചിരിക്കുന്ന മനുഷ്യർ അനുഭവിക്കേണ്ടി വരുന്നതിൽ വച്ചേറ്റവും വലിയ ശിക്ഷയാണ് ദാരിദ്ര്യം. സ്വന്തം കുഞ്ഞുങ്ങളുടെ പട്ടിണി മാറ്റാൻ താണ്ടയിലെ അമ്മമാർ സോമിലിയെയും ലളിതയെയുംപോലെ എന്തു ജോലിചെയ്യുവാനും തയ്യാറാണ്. അവർക്കു മുൻപിൽ മറ്റു വഴികളൊന്നുമില്ല. ഗ്രാമത്തിൽ അവശേഷിക്കുന്ന നൂറ്റിപതിനെട്ടു പേരും ഒരുപോലെ ദരിദ്രരാണ്. ഭൂമിയിൽ ജീവിച്ചിരിക്കുക എന്നതു പോലെത്തന്നെ അതിപ്രധാനമാണ് മനുഷ്യന് ജീവിക്കുവാനുള്ള അവസ്ഥ ഉണ്ടാവുകയെന്നതും.

അലോകി നോക്കിനില്ക്കെ ഇരുട്ടിൽ രണ്ടുപേർ സോമിലിയുടെ വീടിനകത്തേക്കു കയറി. അവളുടെ കുഞ്ഞുങ്ങൾ അവരിലൊരാൾ നീട്ടിയ മദ്യക്കുപ്പിവാങ്ങി മൊത്തിക്കുടിച്ച് പുറത്തെതിണ്ണയിൽ മയങ്ങിക്കിടന്നു.

രാത്രി തന്നെത്തേടിയെത്താറുള്ള അതിഥികളെ കാത്തിരുന്ന് മടുത്തപ്പോൾ കനത്ത ഇരുട്ടിൽ ലളിത വീട്ടിൽ നിന്നിറങ്ങി റോഡരികിൽ ചെന്നുനിന്നു. അവൾക്ക് രാത്രിയെ ഭയമില്ല. ഒറ്റയ്ക്കാവുന്ന രാത്രികളിൽ ഇതുപോലെ റോഡരികിൽ ചെന്നുനില്ക്കുന്നതാണവൾക്കാശ്വാസം. ഇരുട്ടിൽ അകലെനിന്നും പാഞ്ഞുവരുന്ന വാഹനങ്ങളെ ഇമവെട്ടാതെ നോക്കിനിന്ന് അവയുടെ വെളിച്ചത്തിന്റെ നേർത്ത ചീളുകൾ തനിക്കുമേൽ പതിയുമ്പോഴൊക്കെയും വാഹനത്തിലിരിക്കുന്നവർ കാണുമെന്ന പ്രതീക്ഷയിൽ അവൾ വശ്യമായി പുഞ്ചിരിച്ചു. രാത്രികളിൽ മാറിമാറി വരുന്ന വെളിച്ചത്തിനും ഇരുട്ടിനുമിടയിൽ അവളുടെ മുഖത്തെ ഭാവവും മാറിക്കൊണ്ടിരുന്നു. കണ്ണുകൾ നിറയ്ക്കാതെ കരയാനും മനസ്സറിയാതെ ചിരിക്കാനുമീപ്പോഴവൾ പഠിച്ചിരിക്കുന്നു. റോഡിലെ വേഗത ആസ്വദിച്ചു കൊണ്ടെന്നപോലെ ഓരോ വെളിച്ചത്തിനു മുൻപിലുമവൾ കണ്ണാടിക്കഷണങ്ങൾ പതിച്ച തന്റെ പാവാട വിടർത്തിപ്പിടിച്ചു നില്ക്കും. വേഗതയുടെ കാറ്റിൽ അവളുടെ വളകളുടെ കിലുക്കം അവൾ മാത്രം കേട്ടു.

എല്ലാവരെയുംപോലെ ലളിതയ്ക്കും മുൻപിൽ നീണ്ടുകിടക്കുന്ന ഹൈവേ ഓർമ്മകളിലേക്ക് തുറന്നിട്ട വാതിലുകളാണ്. പണ്ട് ചഞ്ചലയ്ക്കും രമാഭായിക്കുമൊപ്പം എത്രയോ തവണ ഭയമില്ലാതെ അവളതു വഴി നടന്നിട്ടുണ്ട്. വിവാഹം കഴിഞ്ഞ നാളുകളിൽ വസുദേവിനൊപ്പം നടന്ന വഴികൾ, വംശി അക്കയുടെ വീട്, പോഡാപതി ബാബയുടെ കട, അങ്ങനെ പലതുമിന്ന് ഓർമ്മകളിലെ കാഴ്ചകളാണ്. ഇനിയൊരിക്കലും കണ്ടെത്താനാവാത്തയിടങ്ങളിലേക്ക് എല്ലാം മാറിപ്പോയിരിക്കുന്നു. ഇരുണ്ട ടാറിട്ട വീഥി പഴയതിനെയെല്ലാം തുടച്ചുമാറ്റിക്കഴിഞ്ഞു. ഇവിടെ നില്ക്കുമ്പോൾ മറഞ്ഞുപോയ ജീവിതത്തെക്കുറിച്ചുള്ള ഓർമ്മകൾ മനസ്സിൽ കടന്നുകൂടും.

പണ്ട് താണ്ടയിലെ സ്ത്രീകളുടെ ജോലി പൈക്കളെ പരിപാലിക്കുകയും ചോളികൾ തുന്നിയുണ്ടാക്കുകയുമൊക്കെയായിരുന്നു. അപ്പയുടെ

കോകില ചിന്നമ്മയായിരുന്നു താണ്ടയിലെ ഏറ്റവും നല്ല തയ്യൽക്കാരി, ചിന്നമ്മ തുന്നിയുണ്ടാക്കുന്ന കണ്ണാടി ചില്ലുകളും, പഴയ നാണയങ്ങളും വച്ചു പിടിപ്പിച്ച പല നിറത്തിലുള്ള അലങ്കാരപ്പണികളുള്ള *ഫേട്ടിയയും പാവാടത്തുണികളും * കഞ്ചല്ലിയും *റ്റുക്രിയുമൊക്കെ ആവശ്യക്കാർക്ക് എത്തിച്ചു കൊടുത്തിരുന്നത് വസുദേവായിരുന്നു. അന്നൊക്കെ താണ്ടയിലെ സ്ത്രീകൾ നിറമുള്ള വസ്ത്രങ്ങൾ ധരിച്ചിരുന്നു. കൈകൾ നിറയെ വെള്ള നിറത്തിലുള്ള **ബാന്ദിയയും കഴുത്തിലും കാതിലുമൊക്കെ വെള്ളിയുടെ ആഭരണങ്ങളുമില്ലാത്തവരാരുമുണ്ടായിരുന്നില്ല.

അനന്തതയിലേക്ക് നീണ്ടുപോകുന്ന പാതകളെല്ലാം ഇതുപോലെ നിലയ്ക്കാത്ത ഓർമ്മകളുടെ കലവറയായിരിക്കും. ഒരു പകൽ റോഡിൽ ചിതറിക്കിടന്ന ഭർത്താവിന്റെ ശരീരത്തിനരികിലിരിക്കുമ്പോൾ ലളിത മരണത്തെക്കുറിച്ച് മാത്രമാണ് ചിന്തിച്ചത്. വസുദേവിന്റെ പാതി തകർന്ന മുഖത്തെ കണ്ണുകളപ്പോഴും തുറന്നു പിടിച്ചിരുന്നു. ഉച്ചവെയിലിൽ അയാളുടെ തലയിൽനിന്നും പുറത്തേക്കുള്ള രക്തത്തിന്റെ ഒഴുക്കിന്റെ വേഗത അത്ഭുതത്തോടെ നോക്കിനിന്നതല്ലാതെ അന്ന് ലളിത കരഞ്ഞില്ല. അതിനു മുൻപൊരിക്കലും രക്തത്തിന്റെ ഒഴുക്ക് ഇത്രയും ശക്തമായവൾ കണ്ടിട്ടില്ല. കുഞ്ഞുങ്ങൾ വിശന്നു നിലവിളിച്ചപ്പോഴും അവരുടെ കണ്ണുകളിലെ ദയനീയമായ ഭാവങ്ങൾ നോക്കി മിണ്ടാതിരുന്നതല്ലാതെ അപ്പോഴൊന്നും ലളിത കരഞ്ഞില്ല. ചിന്തകൾ മരണത്തെക്കുറിച്ചു മാത്രമായിരുന്നു. ഒപ്പം ജീവിച്ചിരിക്കുന്നവരേക്കാൾ ചിന്തിച്ചത് മരിച്ചവരെക്കുറിച്ചായിരുന്നു.

ജീവിക്കുന്നതിനേക്കാൾ എത്രയോ എളുപ്പമാണ് മരണമെന്ന് തിരിച്ചറിഞ്ഞത് കുഞ്ഞുങ്ങൾ വിശന്നു കരയുന്നത് നോക്കിനില്ക്കേണ്ടി വന്നപ്പോഴാണ്.

റോഡരികിൽ ലോറികൾ നിർത്തിയിടാറുള്ളയിടം ഇന്ന് ശൂന്യമാണ്. ലളിത പ്രതീക്ഷയോടെ ഒരിക്കൽകൂടി നോക്കി. ഇല്ല ഇന്നിനി ആരും വരാനില്ല. ലോറിയിൽ വരുന്നവരാണ് കൂടുതലെങ്കിലും അടുത്ത ഗ്രാമത്തിൽ നിന്നോ അല്ലെങ്കിൽ ഫാക്ടറിയിലെ ജോലിക്കാരോ രാത്രികളിൽ അവളെത്തേടിവരാറുണ്ട്. ഈയിടെ അതും കുറവാണ്. ഈ രാത്രി ആരെങ്കിലും തന്നെത്തേടിയെത്തിയില്ലെങ്കിൽ നാളെ കുഞ്ഞുങ്ങൾ പട്ടിണിയാണ്. ഉണരുമ്പോൾ അവർ വിശന്നു കരയും. നിരത്തിലൂടെ വാഹനങ്ങളും അതിലെ മനുഷ്യരും മത്സര വേഗതയിൽ അപ്പോഴും അവളെ ഗൗനിക്കാതെ കടന്നു പൊയ്ക്കൊണ്ടിരുന്നു.

വിശപ്പകറ്റാൻ ആദ്യം വിറ്റത് കാലിലെ കൊലുസുകളാണ്. വിവാഹസമ്മാനമായി പെദ്ദപ്പ വാങ്ങിച്ചു തന്ന വെള്ളിക്കൊലുസുകൾ. അതുകഴിഞ്ഞ് കൈയിൽ വിവാഹദിവസം വസുദേവ് അണിയിച്ച കാപ്പ്. മറ്റൊന്നും അവശേഷിച്ചിരുന്നില്ല. പല പകലുകളിലും ഇളയകുഞ്ഞ്

* ഫേട്ടിയ, കാഞ്ചാലി, റ്റുക്രിയ - ബഞ്ചാര സ്ത്രീകളുടെ വസ്ത്രങ്ങൾ

** ബാന്ദിയ - വളകൾ

അവളുടെ ശോഷിച്ച മുലകൾ വാശിയോടെ കടിച്ചു പറിച്ച് വിശന്ന് കരഞ്ഞ് തളർന്നുറങ്ങിയപ്പോൾ മൂത്തവർ രണ്ടും കരയാൻ പോലും ശക്തിയില്ലാതെ വീണുറങ്ങി. സ്കൂളിൽ പോയാൽ ഒരുനേരത്തെ ആഹാരംകിട്ടുമെന്നതു കൊണ്ട് സ്കൂളിൽ പോകണമെന്നവർ വാശിപിടിച്ചു. റോഡിനപ്പുറത്തെ സ്കൂളിലയക്കുന്നതിനേക്കാൾ നല്ലത് അവരെ പട്ടിണിക്കിട്ടു കൊല്ലുന്നതാണെന്നു തോന്നിയപ്പോൾ അതിനു മായില്ല.

വിശപ്പ് മരണത്തിന് കടന്നുവരാനുള്ള വഴിയൊരുക്കവെയാണ് കരഞ്ഞു തളർന്നുറങ്ങിയ ഒരു രാത്രി അയാൾ വാതിൽ തള്ളിത്തുറന്ന് അകത്തുവന്നത്. ജീവശ്വാസത്തിനപ്പുറം ഒന്നുമില്ലാത്ത ശരീരത്തിന് എതിർക്കുവാനുള്ള ശേഷിയുണ്ടായിരുന്നില്ല. അതയാളെ സന്തോഷിപ്പിച്ചിരിക്കണം. ഒരു വലിയ ചിരി ആ ബോധമില്ലായ്മയിലും കാതുകളിൽ വന്നലച്ചത് മാത്രം ഓർമ്മയുണ്ട്.. കരഞ്ഞു ബഹളമുണ്ടാക്കിയ കുഞ്ഞുങ്ങളെ വീടിനു പുറത്തേക്ക് വലിച്ചെറിയുമ്പോഴായിരിക്കണം അയാൾ ചിരിച്ചത്. ബോധം നഷ്ടമാകുമ്പോൾ വസുദേവിന്റെ തലയിൽ നിന്നൊഴുകിയ ചോരയുടെ ഗന്ധം മുറിയിലാകെ പരന്നതായി തോന്നി ലളിതയ്ക്ക്. കണ്ണു തുറന്നു നോക്കിയപ്പോഴൊക്കെ മുറിയിലെ ഇരുട്ടിൽ അയാളുടെ തുറന്നു പിടിച്ച ഉണ്ടക്കണ്ണുകൾ തിളങ്ങി. ഒപ്പം കനത്ത ചിരിയും. ഉണർന്നപ്പോൾ കൈയിൽ ചുരുട്ടി വച്ച രണ്ട് അൻപതുരൂപ നോട്ടുകൾ. പിന്നീടൊരിക്കലും കുട്ടികൾക്ക് അതുപോലെ വിശപ്പറിയേണ്ടി വന്നിട്ടില്ല. ചോര തൂകിയ ഇരുണ്ട രാത്രികൾ ആവർത്തിച്ചുകൊണ്ടേയിരുന്നു.

അധികം വെളിച്ചവും വേഗതയുമില്ലാതെ റോഡിലൂടെ ഒഴുകിവരുന്ന ഒരു വാഹനത്തിന്റെ വെളിച്ചത്തിനു നേരെ ഭൂതകാലത്തിന്റെ ഓർമ്മകളും ഭാവിയുടെ ആകുലതകളുമെല്ലാം ചിന്തകളിൽനിന്നകറ്റി കാറ്റിൽപറന്ന് അലങ്കോലമായ മുടി കോതിയൊതുക്കി ഒരിക്കൽക്കൂടി പ്രതീക്ഷയോടെ അവൾ വശ്യമായി ചിരിച്ചുകാട്ടി. തിണ്ണയിൽ വിശന്നുകരഞ്ഞു തളർന്നുറങ്ങിയ കുഞ്ഞുങ്ങളുടെ രൂപം മാത്രമാണ് മനസ്സിൽ. വസുദേവ് ഇല്ലാതായപ്പോൾ ഏതു പുരുഷനെയും കിടപ്പറയിലേക്ക് ക്ഷണിക്കാൻ തയ്യാറായതോടെ അവസാനിച്ചത് ജീവിതത്തിലെ അത്തരം ആവലാതികളാണ്. കുഞ്ഞുങ്ങൾ വിശപ്പറിയാതെ സുഖമായുറങ്ങുന്ന രാത്രികളിൽ മറ്റെല്ലാം മറന്നതും അതുകൊണ്ടാണ്. കടന്നു വന്ന ലോറി അവൾക്കു മുൻപിൽ ഒതുക്കിനിർത്തി. ഡ്രൈവിങ് സീറ്റിലിരിക്കുന്ന തടിച്ചു കറുത്ത ചെറുപ്പക്കാരൻ അവളെ അടിമുടിയൊന്ന് തറപ്പിച്ചുനോക്കി. അയാൾ തന്റെ വരണ്ട ചുണ്ടുകൾ നക്കിത്തുടച്ച്, ഇറുക്കിപ്പിടിച്ച സിഗരറ്റു കുറ്റിയും വിരലുകളും ചേർത്തുവച്ച് അവളെ മാടിവിളിച്ചു. അയാളുടെ കണ്ണുകളപ്പോൾ നിലാവുള്ള ആകാശംപോലെ തെളിഞ്ഞിരുന്നു.

നാളെ തന്റെ കുഞ്ഞുങ്ങൾ പട്ടിണിയാകില്ലെന്ന ആശ്വാസത്തോടെ ലളിത ആ രൂപത്തിനടുത്തേക്ക് ആവേശത്തോടെ നടന്നു. എത്രയുംവേഗം

അയാൾക്കരികിലെത്തണമെന്നതു മാത്രമായിരുന്നു അവളുടെ ചിന്ത. ഇല്ലെങ്കിലൊരു പക്ഷേ, ആ വാഹനം അവിടം വിട്ടുപോയേക്കുമെന്നവൾ ഭയന്നു.

*   *   *

തടസ്സങ്ങളില്ലാതെയുള്ള രാത്രിയാത്ര ഹരമായി തോന്നി ലിംഗ രാജിന്. നാളെ ഉച്ചയ്ക്ക് മുൻപ് വീടെത്തണം. പകൽ നല്ലതുപോലെ ഉറങ്ങിയതു കൊണ്ടാവണം ഇന്ന് ഡ്രൈവിങ് സീറ്റിലിരിക്കുമ്പോൾ അയാൾക്ക് ക്ഷീണം തോന്നിയില്ല. വൈകിയെത്തുന്നതിനു പരാതി കേൾക്കേണ്ടി വരുമ്പോഴൊക്കെ ഒരിക്കലെങ്കിലും മുൻപിലെത്തണമെന്ന് ആഗ്രഹിച്ചതാണ്. വിനായകൻ ഉറക്കത്തിൽ ഒന്ന് ഇളകിയിരുന്നു. എന്തെങ്കിലും സംസാരിക്കാമെന്നു കരുതിയാൽ, പറയുന്നതിനു മൂളുകയും ഉടനെ കൂർക്കം വലിച്ചുറങ്ങുകയും ചെയ്യും. റോഡിനിരുവശത്തും ഇരുട്ടു മൂടിക്കിടക്കുന്ന നെൽവയലുകളാണ്. അയാൾ കണ്ണുകൾ തുറന്നുവച്ച് പിറകിൽ മുഴങ്ങുന്ന ഹോൺ ശബ്ദത്തിനു കാതോർക്കാതെ ആക്സിലേറ്ററിൽ ആഞ്ഞുചവിട്ടി. ജീവിതം എവിടെയും വേഗതയാണ്. എല്ലാവരും എവിടെയും ഒന്നാമതെത്താൻ ഓടിക്കൊണ്ടിരിക്കുന്നു. ഒന്നാമതെത്തുക എന്നതിൽ കവിഞ്ഞ് മറ്റൊന്നും ഇപ്പോഴയാളുടെ മനസ്സിലില്ല. മറ്റന്നാൾ മല്ലികയുടെ അനിയത്തിയുടെ കല്യാണമാണ്. നാളെ ഉച്ചയ്ക്ക്മുൻപ് വീട്ടിലെത്തിയില്ലെങ്കിൽ അവൾ പിണങ്ങും.

അതിരാവിലെ ബാംഗ്ലൂരിൽ ചരക്കെത്തിച്ചു കഴിഞ്ഞാൽ കല്യാണത്തിനു മുൻപ് അവിടെയെത്താം. എല്ലാവരും എവിടെയും ഒന്നാമതെത്താനായി ഓടിക്കൊണ്ടിരുന്നു. മനുഷ്യർക്ക് ഒന്നിനും സമയമില്ലാതായിരിക്കുന്നു. വരും നാളുകളിൽ ഒരുപക്ഷേ, മനുഷ്യൻ യന്ത്രങ്ങളേക്കാൾ ശബ്ദത്തേക്കാൾ, വെളിച്ചത്തേക്കാൾ മുൻപിൽ ഓടിയെത്തുമായിരിക്കും. ഹൈവേകളിലൂടെയുള്ള യാത്രകൾ ഒരിക്കൽ ഇതിനേക്കാൾ പതിന്മടങ്ങ് വേഗതയിലാകും.

ലിംഗരാജു ആക്സിലറേറ്ററിൽ ആഞ്ഞുചവിട്ടി.

അയാൾക്ക് നിരത്തുകളെല്ലാം ഒരുപോലെയാണ്. രാവും പകലുമില്ലാതെ കമ്പനി ആവശ്യപ്പെടുന്നതനുസരിച്ച് എത്രയും പെട്ടെന്ന് സാധനങ്ങൾ എത്തേണ്ടിടത്തെത്തിക്കുന്ന പുതിയ കാലത്തിലെ ബഞ്ചാരയാണയാൾ. വേഗത അല്പം കുറഞ്ഞാൽ അയാൾക്ക് ജോലി നഷ്ടമായേക്കാം. എപ്പോഴും എവിടെയും ഒന്നാമതെത്തുന്നവനുമാത്രം അവകാശപ്പെട്ടതാണ് വിജയം. അയാൾ എവിടെയെത്തിയെന്നറിയാൻ മല്ലിക ഇടയ്ക്കിടെ ഫോൺ ചെയ്യുന്നുണ്ട്. ആദ്യമൊക്കെ അവൾ വിളിക്കുമ്പോൾ ഇടതുകൈകൊണ്ട് ഫോൺ ചെവിയോട് ചേർത്തുപിടിച്ച് വലതു കൈമാത്രമുപയോഗിച്ച് വളരെ സാഹസികമായി അയാൾ ഡ്രൈവ് ചെയ്യുമായിരുന്നു. ഒരുതവണ ചെക്ക്പോസ്റ്റിനരികെ വച്ച് പൊലീസ് പിടികൂടിയതോടെ അത് നിർത്തി. ഇപ്പോൾ ഒരുചെവിയിൽ തിരുകി കയറ്റാവുന്ന ഇയർ ഫോൺ ഘടിപ്പിച്ചതോടെ ഏതുസമയത്തും മല്ലികയെ

വിളിച്ച് സംസാരിച്ചു കൊണ്ട് വണ്ടിയോടിക്കാം. അതാണയാളുടെ പതിവ്. മല്ലികയുടെ സംസാരം കേട്ടിരിക്കാൻ ഒരു പ്രത്യേക സുഖമാണ്. അവർക്കിടയിലെ സംസാരം പലപ്പോഴും ഫോൺ വഴിയാണെന്നു മാത്രം.. വീട്ടിൽ, അമ്മയുടെ മുൻപിൽ മല്ലിക നിശ്ശബ്ദയാണ്. ഭക്ഷണം വിളമ്പുമ്പോഴല്ലാതെ പകൽ വെട്ടത്തിൽ അവൾ അയാൾക്കു മുൻപിൽ പ്രത്യക്ഷപ്പെടാറു പോലുമില്ല. അമ്മയ്ക്ക് അതിഷ്ടവുമല്ല. ഈ യാത്രകളാണ് അവരെ ചേർത്തു നിർത്തുന്നതെന്ന് ചിലപ്പോൾ അവർക്കിരുവർക്കും തോന്നിയിട്ടുണ്ട്. രാത്രികളിൽ മുറിയിലെ ഇരുട്ടിൽ അമ്മ കേൾക്കാതിരിക്കാൻ പതിഞ്ഞ ശബ്ദത്തിലാണവൾ സംസാരിക്കുക. പാത്തും പതുങ്ങിയും പ്രണയിക്കുന്ന ഒരു കാമുകിയുടെ സ്വരമാണത്.

രാത്രി ഏറെ വൈകി ഹൈദരാബാദ് ടൗൺ കഴിഞ്ഞ് ഏറെദൂരം പിന്നിട്ടപ്പോഴാണ് അവൾ വിളിച്ചത്. കല്യാണ വീട്ടിലെ ബഹളങ്ങൾക്കിടയിൽ ഒഴിഞ്ഞൊരിടത്തിരുന്ന് പതിഞ്ഞ സ്വരത്തിൽ അവൾ സംസാരിച്ചു തുടങ്ങി. നിരത്തിൽ വാഹനങ്ങൾ കുറവായതുകൊണ്ട് സംസാരത്തിനിടയിൽ അനായാസമായി വണ്ടിയോടിക്കാം. അയാൾ അവളെ കേൾപ്പിക്കാനായി

'തോഡേ ബദ്മാശ് ഹോ തും...
തോഡേ നാദാന് ഹോ തും.....
ഹമാരി ജാൻ ഹോ തും

എന്നു പാടി. അവൾ കുലുങ്ങിച്ചിരിച്ചു. ഒപ്പം അയാളും.

വിനായകൻ കണ്ണുകൾ പാതി തുറന്ന് ഒരിക്കൽ കൂടി ഇളകിയിരുന്നു.

നിരത്ത് വിജനമായിരുന്നു. ഒപ്പം മത്സരിക്കാൻ വാഹനങ്ങളില്ലാത്തതിൽ അയാൾക്ക് ആശ്വാസം തോന്നി. അപകട മേഖല.. ശ്രദ്ധിക്കുക വേഗത കുറയ്ക്കുക തുടങ്ങിയ ബോർഡുകളെ പാടെ അവഗണിച്ച് അയാൾ ഉത്സാഹത്തോടെ ലോറിയുടെ വേഗത വർദ്ധിപ്പിച്ചു. ഹെഡ്ലൈറ്റിന്റെ കടുത്ത വെളിച്ചത്തിലും അടുത്തു വന്ന മനുഷ്യരൂപത്തെ അയാൾ കണ്ടീല്ല. ഒരു മനുഷ്യജീവന്റെ നിലവിളി ഒരുനിമിഷം അയാളെ അസ്വസ്ഥനാക്കിയെങ്കിലും. ഒട്ടും സമയം നഷ്ടപ്പെടുത്താതെ അയാൾ ആക്സിലേറ്ററിൽ ആഞ്ഞു ചവിട്ടി. മല്ലിക അപ്പോഴും പതിഞ്ഞ ശബ്ദത്തിൽ സംസാരിച്ചുകൊണ്ടേയിരുന്നു. അയാൾക്ക് എത്രയും വേഗം അവൾക്കരികിലെത്തേണ്ടതുണ്ട്.

* * * * * *

താണ്ടയിൽ ആരും ഉറങ്ങിയിരുന്നില്ല. ഭയചിന്തകളാൽ മൂടപ്പെട്ട മനസ്സുമായി ഉറക്കമില്ലാതെ രാത്രികൾ കഴിച്ചു കൂട്ടുന്നവരാണധികവും. കൺമുൻപിൽ മരണത്തിലേക്കു തുറന്നു കിടക്കുന്ന വഴികൾ മാത്രം. മുറിഞ്ഞു പോകുന്ന ഉറക്കത്തിനിടയിൽ ഉണരുമ്പോൾ വരാനിരിക്കുന്ന ആപത്തുകളെക്കുറിച്ചുള്ള ചിന്തകൾ എല്ലാ മനസ്സുകളിലും ഒരുപോലെ ഉയിർത്തെഴുന്നേല്ക്കും.

എന്തോ ഇടിച്ചുവീഴുന്ന ശബ്ദം കേട്ടാണ് കിഷോർ ഉണർന്നത്.

സാധാരാണ അത്തരം സന്ദർഭങ്ങളിൽ താണ്ടയിൽ ആരും പരസ്പരം ഒന്നുംതന്നെ സംസാരിക്കാറില്ല. പകരം തനിക്കു പ്രിയപ്പെട്ടവർ ചുറ്റിനും ജീവിച്ചിരിപ്പുണ്ടോയെന്നുമാത്രം നിശ്ശബ്ദമായി കണ്ടെത്താൻ ശ്രമിക്കും. ഒരാൾ മരിച്ചുവീണു എന്നതൊഴിച്ച് മറ്റൊന്നും അവരുടെ മനസ്സിനെ അന്നേരത്ത് അലട്ടുകയോ ആശങ്കപ്പെടുത്തുകയോ ഉണ്ടാകാറില്ല. അയാൾ പരിഭ്രമത്തോടെ ഇരുട്ടിൽ നടന്നുചെന്ന് റോഡരികിൽ തെറിച്ചു വീണ ശരീരത്തെ സൂക്ഷിച്ചുനോക്കി. വളരെ ശാന്തമായ ഒരുദുഃഖം അയാളിൽ പടർന്നുകയറി.

രാത്രികളിൽ പാട്ടും സംസാരവും ഉച്ചത്തിലായിരിക്കുമെങ്കിലും മല്ലേശ്വരി വീടിനുപുറത്തിറങ്ങുന്നത് പതിവില്ലാത്തതാണ്. എങ്കിലും ശബ്ദം കേട്ടമാത്രയിൽ രമാഭായി മല്ലേശ്വരിയെ തിരഞ്ഞു. അവിടം ശൂന്യമായിരുന്നു. അവൾ കൊലുസിന്റെ ശബ്ദത്തിനായി കാതോർത്ത് വീടിനു പുറത്തേക്കിറങ്ങി. പുറത്തെ വെളിച്ചത്തിൽ ഹൈവേയിൽനിന്നും നടന്നുവരുന്ന കിഷോറിന്റെ വിളറിയ മുഖം വ്യക്തമായിരുന്നു.

അയാളുടെ കണ്ണുകളിൽ കണ്ണുനീർ നിറഞ്ഞുനിന്നു.

“മല്ലേശ്വരി മായി.” തളർന്ന ശബ്ദത്തിൽ അത്രമാത്രം പറഞ്ഞ് അവൻ നിരത്തിലെ ഇരുട്ടിലേക്ക് വിരൽചൂണ്ടി.

റോഡിലൊരിടത്ത് മല്ലേശ്വരി നല്ല ഉറക്കത്തിലെന്നപോലെകിടന്നു. വായിൽനിന്നും ഊറിയൊലിച്ച രക്തം ചുറ്റുപാടും പരന്നുതുടങ്ങിയിരുന്നു.

കൊത്തൂരിലെ വരണ്ടുണങ്ങിക്കിടന്ന മണ്ണ് പോലെയായിരുന്നു അവിടെയുള്ളവരുടെ ജീവിതവും. സ്വപ്നം കാണാൻ പോലുമറിയാത്ത കുരുന്നുകളാണ് ഇപ്പോഴവിടെ ജീവിക്കുന്നതിലേറെയും. അവർക്കു പങ്കിട്ടു നല്കാൻ സ്വപ്നങ്ങൾ വിരിയിക്കുന്ന ഓർമ്മകൾപോലും ഇല്ലാത്ത കുറെ അമ്മമാരും. കള്ളുകുടിച്ച് ബോധം നശിച്ചവർ, വേശ്യകൾ, ജീവിച്ചിരിക്കുന്നവരുടെ വിശപ്പടക്കാൻ ജോലിതേടി അലയുന്നവർ. അവരിലാരെയും ഇനിയുള്ള പുരോഗതിയിലേക്കുള്ള പ്രയാണത്തിൽ ആവശ്യമില്ല.

അതിജീവിക്കുവാനുള്ള ശ്രമങ്ങളായിരുന്നു ഇതുവരെ എല്ലാവരും ചേർന്ന് നടത്തിയിരുന്നത്. എല്ലാം അവസാനിച്ചിരിക്കുന്നു. നഷ്ടപ്പെടലുകൾ ജീവിതം ആകെ മാറ്റിമറിച്ചിരിക്കുന്നു. അവർക്കിപ്പോൾ പരാതികളില്ല, ഭയമോ ദേഷ്യമോ ദുഃഖമോ ഏതാണ് അവശേഷിക്കുന്ന വികാരമെന്നറിയില്ല. ഭാഗാസുരന്റെ ഭക്ഷണമാകാൻ വിധിക്കപ്പെട്ട ഗ്രാമവാസികളെപ്പോലെ ഇന്നാരുടെ ഊഴമായിരിക്കുമെന്ന ചിന്തയോടെയാണ് അവർ ഉണരുന്നത്. ജീവിതം ഇന്നത്തേത് മാത്രമാണ്. ഭൂതവും ഭാവിയുമൊക്കെ ചിന്തകളിൽ മാത്രവും. പഴയകാലത്തിന്റെ നഷ്ടപ്പെടലുകളോ വരാനിരിക്കുന്ന മഹാദുരന്തത്തെക്കുറിച്ചുള്ള ആവലാതികളോ ഇല്ലാതെ ജീവിക്കുവാൻ സാധിക്കുകയെന്നതാണ് സാധാരണ മനുഷ്യൻ ആഗ്രഹിക്കുന്ന ജീവിതം..

* * * * * *

ദിവസങ്ങൾക്കു ശേഷം ശക്തിയായി കാറ്റുവീശിയ ഒരു വൈകുന്നേരം അലോകി നിരത്തിലൂടെ നടന്നു. റോഡിൽ പതിവുപോലെ വാഹനങ്ങളുടെ തിരക്ക്. റോഡരികിൽ ഉണങ്ങിയ ചോരപ്പാടുകൾ മണ്ണിൽവരച്ച ചിത്രങ്ങളായി കിടന്നിരുന്നു. ഇവിടെ മരണം നിശ്ചലചിത്രങ്ങളും ചലന ചിത്രങ്ങളുമാക്കപ്പെടുന്നു. ഗ്രാമത്തിലുള്ളവരെല്ലാം പുതിയ ഇടങ്ങൾ തേടിയുള്ള യാത്രയ്ക്കൊരുങ്ങുകയാണ്. ഉപേക്ഷിച്ച ഇടങ്ങളെ തിരികെ പിടിക്കാനാവാതെ ഈ നിരത്തിൽ ഇല്ലാതാകുവാൻ മാത്രം ജീവിക്കുന്ന ചില ജീവനുകൾ മാത്രം ഇനിയുമിവിടെ അവശേഷിക്കുന്നു.

വൈകുന്നേരം നിനച്ചിരിക്കാതെ അതിശക്തമായി മഴപെയ്തു തുടങ്ങി. അലോകിയുടെ ഓർമ്മയിൽ ഇതാദ്യമായാണ് കൊത്തൂരിൽ ഇത്രയും ശക്തിയായി മഴപെയ്യുന്നത്. തണുത്തകാറ്റ് മനസ്സിനെയും ശരീരത്തെയും ഒരുപോലെ തണുപ്പിച്ചു. കനത്തു പെയ്യുന്ന മഴയത്തും നിരത്തിലൂടെ വാഹനങ്ങൾ കിതച്ചു പാഞ്ഞുകൊണ്ടിരുന്നു. വെങ്കടേഷ് ഫാക്ടറിയിലെ സൈറൺ സമയമറിയിച്ചു. ഇപ്പോൾ താണ്ടയിൽ ആരും റോഡിനപ്പുറത്തേക്കു പോകാറില്ല. വിളറിവെളുത്ത ഫാക്ടറിയുടെ ചുമരുകൾക്കുള്ളിലേക്ക് പാഞ്ഞെത്താൻ ഇനിയിവിടെ ആരുമവശേഷിക്കുന്നില്ല. അടുത്ത കുരുതിക്കായി ജീവനുകളില്ലാത്തെ താണ്ട ശാപഭാരം പേറി ശ്മശാനസമാനമായി തളർന്നിരിക്കുന്നു.

വികസനത്തിന്റെ വേഗതയിൽ വൈധവ്യം കടന്നുവന്നിട്ടും നാടോടികളായിരുന്നിട്ടും ഈ മണ്ണിനെ അറിഞ്ഞ, മണ്ണിനെ സ്നേഹിച്ചും പരിപാലിച്ചും ജീവിച്ചവരോരോരുത്തരായി അവിടംവിട്ട് പോവുകയാണ്. അവർ ഇല്ലാതാകുന്നതോടെ വികസനത്തിന്റെ അടുത്തഘട്ടം ആരംഭിക്കും. താണ്ടയിലെ വീടുകൾ പലതും ആൾപ്പാർപ്പില്ലാത്ത നശിച്ചു കഴിഞ്ഞു. ഒരുപക്ഷേ, ഈ മഴയിൽ എല്ലാം അവസാനിച്ചേക്കും. ഇനിയുള്ളതെല്ലാം തകർന്നു വീഴാനുള്ളതോ അനാഥമാക്കപ്പെടാനുള്ളതോ ആണ്. ഭയക്കുന്നത് മരണത്തെയല്ല പ്രിയപ്പെട്ടവരേ മരണം വലിച്ചെടുത്തു കൊണ്ടു പോകുമ്പോഴുണ്ടാകുന്ന ഒറ്റപ്പെടലിനെയാണ്. ഒടുവിലത്തെ ഊഴംകാത്ത് നില്ക്കേണ്ടി വരുന്ന ജീവന്റെ നിസ്സഹായതയെയാണ്.

രാത്രിയിൽ ഹൈവേയിലെ വേഗതയിൽ ഇല്ലാതാകാൻ കൊതിച്ച് കണ്ണുകൾ ഇറുക്കിയടച്ച് രമാഭായി നിരത്തിലേക്കിറങ്ങി. കാതുകളിൽ പണ്ട് പെദ്ദമ്മ പാടാറുള്ള പഴയ പാട്ടുകളുടെ ഈരടികൾ നേർത്തു നേർത്തുവന്നു. ഉറക്കത്തിലെന്ന പോലെ കണ്ണുകളടച്ച് അവൾ നിരത്തിലൂടെ നടന്നു.

അന്നാദ്യമായി അവൾക്കു മുൻപിൽ വാഹനങ്ങൾ വേഗത കുറച്ചു, ചിലത് അവൾക്കു വേണ്ടി വഴിമാറിപ്പോയി. ആഗ്രഹിക്കുമ്പോൾ കടന്നുവരാനുള്ളതല്ല മരണമെന്ന സത്യമവളെയപ്പോൾ വേദനിപ്പിച്ചു.

അന്നു രാത്രിയിലും ലളിത നിരത്തിലേക്കിറങ്ങി. അവൾ മുൻപത്തേക്കാൾ ഭംഗിയായി വസ്ത്രം ധരിച്ചിരുന്നു. ഭയമില്ലാതെ ഇരുട്ടിൽ നിരത്തിനു

നടുവിലൂടെ നടക്കുമ്പോൾ അവൾ വസുദേവിനെ കണ്ടു. അയാൾ അവളെനോക്കി സ്നേഹപൂർവ്വം ചിരിക്കുകയാണ്. കുട്ടികൾക്കും അവൾക്കുമൊപ്പം ഉറങ്ങാൻ കിടക്കുന്ന രാത്രികളിൽ അവൾക്കുമുൻപിൽ അയാളിതുപോലെ ചിരിക്കാറുണ്ടായിരുന്നു. കുട്ടികളിപ്പോൾ വീടിന്റെ തിണ്ണയിൽ മുഖമമർത്തി കമിഴ്ന്നു കിടക്കുന്നുണ്ട്. അവർ ഇനിയൊരിക്കലും ഉണരില്ലെന്നറിയാവുന്നതുകൊണ്ട് ആശ്വാസത്തോടെ അവൾ അയാൾക്കൊപ്പം നിരത്തിലെ ഇരുട്ടിൽ മറഞ്ഞു.

അലോകിക്ക് ഭയം തോന്നി. ഗ്രാമത്തിൽ അവശേഷിക്കുന്നത് ഏതാനും കുട്ടികളും താനും മാത്രമാണെന്ന ചിന്ത അവളിൽ ആദ്യമായി ഭയം കുത്തിനിറച്ചു. വാഹനങ്ങളുടെ ഇരമ്പൽ ഓരോ തവണ കേൾക്കുമ്പോഴും ഭയപ്പെട്ട് നിലവിളിക്കുന്ന കുഞ്ഞുങ്ങളെ അവൾ തന്നിലേക്ക് അടുപ്പിച്ചുനിർത്തി. അടുത്തനിമിഷം ഏതെങ്കിലുമൊരു കൂറ്റൻവാഹനം താണ്ടയിലെക്ക് കയറിവന്ന് അവശേഷിക്കുന്ന ജീവനുകളെക്കൂടി ഇല്ലാതാക്കിയെങ്കിലോയെന്ന് അവളപ്പോഴും ഭയപ്പെട്ടു.

ജയപരാജയങ്ങളെക്കുറിച്ച് ചിന്തിക്കാതെ കനത്ത ഇരുട്ടിൽ ഒരിക്കലും ചെന്നെത്താൻ കഴിയാത്ത ലക്ഷ്യത്തിലേക്ക് അലോകി നടന്നു. നിരത്തിലെ വാഹനങ്ങളെ തോല്പിച്ച് അവൾക്കിനിയും മുൻപിലെത്തേണ്ടതുണ്ട്. മഴപെയ്തൊഴിഞ്ഞ സമയത്ത് ആ യാത്ര ഏറെ രസകരമായിത്തോന്നി അവൾക്ക്.

ബഞ്ചാരകൾ നാടോടികൾ

ഒരു കാലത്ത് രാജസ്ഥാനിലെ പ്രമുഖവംശമായിരുന്നു ലംബാഡികൾ.. പൃഥ്വിരാജ് ചൗഹാന്റെ കാലശേഷം രാജസ്ഥാനിൽനിന്നും പാലായനം ചെയ്ത അവരിൽ പലരും ദക്ഷിണേന്ത്യയിലെത്തി. അങ്ങനെ എത്തപ്പെട്ട ബഞ്ചാര കുടുംബങ്ങൾ പൈക്കളെ വളർത്തിയും കൃഷി ചെയ്തും ദേശാടനം അവസാനിപ്പിച്ച് എത്തിച്ചേർന്നയിടങ്ങളിൽ കൂട്ടമായി താമസമാരംഭിച്ചു. തങ്ങളുടേതായ യാതൊരു അധികാരങ്ങളേതുമില്ലാത്ത ഒരുനാട്ടിൽ കിട്ടുന്ന ജോലിചെയ്തു പണമുണ്ടാക്കുവാനും വിശപ്പടക്കുവാനുമല്ലാതെ മറ്റൊന്നിനെക്കുറിച്ചും അവർ വേവലാതിപ്പെട്ടില്ല.

മുഗൾ രാജാക്കന്മാരുടെ കാലത്ത് പലതരം ധാന്യങ്ങൾ ഗ്രാമങ്ങളിൽ നിന്നും പട്ടണങ്ങളിലെത്തിച്ച് കച്ചവടം നടത്തുന്നതിനും യുദ്ധമുണ്ടാകുമ്പോൾ സൈന്യത്തിനാവശ്യമായ ഭക്ഷണസാധനങ്ങൾ എത്തിക്കുന്നതിനും ബഞ്ചാരകളെയാണ് ഉപയോഗിച്ചിരുന്നത്. വിശ്വാസത്തോടെ ആശ്രയിക്കാവുന്ന ഗതാഗതമാർഗ്ഗമായിരുന്നു അന്ന് അവരുടെ കാളവണ്ടികൾ.

മനുഷ്യനും പ്രകൃതിക്കും ഇടയിലൊരു കഥയുടെ തുരുത്ത്

അനിൽ വേങ്കോട്

മലയാള കഥ മഴ ചോരാത്ത വീടുവിട്ട് അല്പം നേരം തൊടിയിലും തോട്ടുവക്കിലും പഴുതാരകൾ ഒളിക്കുന്ന പൊത്തിലുമൊക്കെ നോക്കി നിന്നിട്ടുണ്ട്. ഭൂമിയുടെ അവകാശികൾ ആരെന്ന് അന്വേഷിച്ചിറങ്ങിയ ബഷീറും പഴുതാരയെക്കൊല്ലുന്നതും ജിറാഫുകൾ മേഘങ്ങളിൽ മുഖം പൂഴ്ത്തിക്കരയുന്നതും കണ്ട മേതിലിലും ഈ ബാഹ്യസഞ്ചാരങ്ങളുടെ മഹനീയ മാതൃകകൾ നമ്മുടെ കഥാസാഹിത്യത്തിനു നല്കിയവരാണ്. നമ്മുടെ മനസ്സിന്റെ എത്രശതമാനം ഭൂമിയുടെ തന്നെ ഓർമ്മകളാണ്. ഓർമ്മകളേക്കാൾ പഴക്കമുള്ള ഈ ജന്മവാസനകളെ തിരഞ്ഞു പോവുകയാണ് ഷബിനി വാസുദേവ് *ബഞ്ചാരകൾ* എന്ന ഈ കഥാ സമാഹാരത്തിൽ. ടൈൽ വിരിച്ച് മനോഹരമാക്കിയ മുറ്റങ്ങളിൽനിന്നും ടാർമഷിതൂകി വെടിപ്പാക്കിയ ഹൈവേ നിരത്തുകളിൽനിന്നും ചൂടുകൊണ്ട് പൊള്ളിയും ശല്ക്കങ്ങൾ ഉരഞ്ഞുകീറിയും മരണ വേദനയോടെ പുറന്തള്ളപ്പെടുന്ന മനുഷ്യരുടെയും ജന്തുക്കളുടെയും കഥ പറയാനാണ് ഷബിനി ഈ സമാഹാരത്തിൽ പ്രധാനമായും ശ്രമിക്കുന്നത്.

മലയാളിയുടെ ബാഹ്യചരിത്രത്തെയും ആന്തരിക ചരിത്രത്തെയും രേഖണം ചെയ്യുന്നതിൽ തന്നെ നമ്മുടെ നോവൽ കഥാ സാഹിത്യ രൂപങ്ങൾ ഇനിയും ബഹുദൂരം സഞ്ചരിക്കാനുണ്ട്. എന്നാൽ കേരളീയ ജൈവപ്രകൃതിയെയും അത് പുതിയ കാലത്ത് നേരിടുന്ന ആക്രമണങ്ങളെയും പ്രശ്നവല്ക്കരിക്കാൻ മലയാള സാഹിത്യം വലിയ പരിശ്രമങ്ങൾ ഇതിനോടകം നടത്തിയിട്ടുണ്ട്. ചരിത്രത്തിനു മുകളിൽ വീണ് കിടക്കുന്ന പുതപ്പ് എടുത്തു മാറ്റി യാഥാർത്ഥ്യത്തെ കാലികമായി ദർശിക്കാൻ കണ്ണുകൾ വികസിച്ചവർക്കേ നല്ല കലാകാരൻ/കലാകാരിയാവാൻ

കഴിയുകയുള്ളൂ. വിവിധ നിലകളിലുള്ള കോയ്മയുടെയും അമർച്ചയുടെയും ബലങ്ങളെ തിരിച്ചറിയുകയും അവയ്ക്കു നേരെ അനുഭൂതിയുടെ ദുർഗ്ഗങ്ങൾ പണിയുകയും ചെയ്യുകയാണ് എഴുത്തുകാർ ചെയ്യുന്നത്. കലയുടെ ലോകം അനുഭൂതികളുടെ ലോകമാണ് എങ്കിലും എല്ലാ അനുഭവങ്ങൾക്കും കഥന മൂല്യമില്ല. കാലത്തിന്റെ മൂർത്ത യാഥാർത്ഥ്യങ്ങളെ അതിന്റെ സങ്കീർണ്ണമായ മടക്കുകളിൽനിന്ന് (fold) വിവൃതമാക്കുന്ന എഴുത്തുകൾ മിഥ്യകളും അവയുടെ അനേകകോടി പകർപ്പുകളും നൃത്തം ചെയ്യുന്ന ഇക്കാലത്ത് കൂടുതൽ ആവശ്യമുള്ള തായി തീരുന്നു. ഒരു ജനാധിപത്യസമൂഹത്തിന്റെ ഭാവുകത്വ പരിണാമങ്ങളെ മലയാള കഥാലോകം അനുധാവനം ചെയ്യുന്നത് രസാവഹമാണ്. പുതിയ എഴുത്തുകാർ പലരും യാഥാർത്ഥ്യത്തെ വർദ്ധിച്ച വിശദാംശ ങ്ങളോടെ പകർത്തുന്ന ഒരു രീതി വികസിപ്പിച്ചിട്ടുണ്ട്. കഥാഗതി യെക്കുറിച്ചൊന്നും വലിയ വേവലാതികൾ ഇവർ വച്ചുപുലർത്താറില്ല. എന്നാൽ ഷബിനി വാസുദേവ് തന്നോട് തന്നെയുള്ളതും കാലത്തോടു ള്ളതുമായ തന്റെ സത്യസന്ധതയുടെ വലിയസാക്ഷ്യങ്ങളായിട്ടാണ് തന്റെ കഥകളെ വെളിച്ചപ്പെടുത്തുന്നത്. മനുഷ്യനും മനുഷ്യനും തമ്മിലുള്ള വൈരുദ്ധ്യത്തെയും മനുഷ്യനും പ്രകൃതിയും തമ്മിലുള്ള വൈരുദ്ധ്യത്തെയും ഓർമ്മകളിലേക്കും പ്രതീക്ഷകളിലേക്കും മാറിമാറിസഞ്ചരിച്ചുകൊണ്ട് വെളിച്ചത്തുകൊണ്ടുവരുന്ന ഒരു രീതിയാണ് കഥാകാരി അവലംബിക്കുന്നത്.

വർത്തമാനകാല ജീവിതത്തിന്റെ പ്രബല മാതൃകകൾക്കകത്ത് വീണ് കിടക്കുന്ന കരുണാരാഹിത്യത്തിന്റെയും സ്നേഹരാഹിത്യ ത്തിന്റെയും തലങ്ങളെ വിലക്ഷണമായ ഒരു നർമ്മ കുശലതയോടെ ശിഥിലമാക്കാനുള്ള ശ്രമമാണ് ഷബിനി തന്റെ കഥകളിൽ ചെയ്യുന്നത്. തുറന്ന് പറച്ചിലുകൊണ്ടോ, അതികഥ അഥവാ മെറ്റാ ഫിക്ഷൻ എഴുതി ക്കൊണ്ടോ അല്ല അത് സാദ്ധ്യമാക്കുന്നത്. ഫിനമിനോളജിക്കലായി പറഞ്ഞുപോവുന്ന ഗൗരവമായ ഒരു ആഖ്യാന രീതി ഉപയോഗിച്ചുകൊണ്ട് ഒരു കറുത്ത ചിരിയെ കഥയുടെ കൊന്തലയിൽ കെട്ടിയിടുന്ന രീതിയാണ് ഷബിനിയുടേതെന്ന് തോന്നുന്നു. സ്വച്ഛന്ദശീലയായൊരു നദിയെന്ന പോലെ ക്രമികമായൊരു സഞ്ചാരം സാദ്ധ്യമാക്കികൊണ്ട് ലക്ഷ്യസ്ഥാന ത്തേക്ക് വഴുതി നീങ്ങുന്ന ഒരു ഏകാന്ത പ്രവാഹമായിട്ടാണ് ഷബിനി യുടെ കഥാരീതി നമുക്ക് അനുഭവപ്പെടുന്നത്. എല്ലാ അണുവിലും പൊട്ടിവിരിഞ്ഞ് താഴ്ത്തടിയേക്കാൾ കനം വച്ച് വളരുന്ന അനേകം ശിഖരങ്ങളുള്ള ഉത്തരാധുനിക കഥാഗാത്രത്തിൽനിന്ന് വിഭിന്നമായ ഒരു ഘടനയാണ് ഈ കഥകൾക്കുള്ളത്.

മക്കളോ വേണ്ടപ്പെട്ടവരോ ഒപ്പമില്ലാതെ ജീവിത സായന്തനത്തിൽ ഒറ്റപ്പെട്ടു പോകുന്ന വാർദ്ധക്യങ്ങൾ ഇന്ന് കേരളത്തിൽ സർവ്വസാധാര ണമാണ്. കിടക്കയുടെ തടവിൽ അകപ്പെട്ട ഈ മനുഷ്യർക്ക് വർഷങ്ങൾ നീളുന്ന അവരുടെ ഏകാന്തത്തടവിൽ ആകെ കൂട്ടിനു കിട്ടുന്നത്

പലപ്പോഴും ഹോം നഴ്സുമാരാണ്. ജീവിത പ്രാരാബ്ധങ്ങൾക്കൊണ്ട് ഹോം നഴ്സ് ജോലി സ്വീകരിച്ചുവരുന്ന പെൺകുട്ടികൾ അവരുടെ യൗവനത്തിന്റെ നിറസ്വപ്നങ്ങൾ ഒന്നും സാദ്ധ്യമാകാതെ പലപ്പോഴും ഈ തടവിലെ സഹതടവുകാരെപ്പോലെയാകുന്നത് കാണാം. ശരീരചലനങ്ങൾ പോലും തന്റെ ഇംഗിതങ്ങൾക്ക് അനുസരിച്ച് നടത്താനാകാതെ ശരീരത്തിന്റെയും സാമൂഹിക സാഹചര്യത്തിന്റെയും തടവിലാവുന്ന വാർദ്ധക്യത്തിനു തുല്യമായ മറ്റൊരു തടവ് സ്ത്രീകൾ പല നിലയിൽ അനുഭവിക്കുന്നുണ്ടെന്ന് പറയുന്ന കഥയാണ് 'മൃതമനുഷ്യനും ചില തത്ത്വചിന്തകളും'. സ്വകാര്യസ്വത്ത് പോലെ വീടിന്റെ നാലതിരുകളിൽ അമരുന്ന ഭാര്യയെന്ന പദവിയും സ്വപ്നങ്ങളുടെയും പുറം ലോകസഞ്ചാരങ്ങളുടെയും സാദ്ധ്യതകൾ എല്ലാമടഞ്ഞ ഒരു ഹോം നഴ്സിന്റെ നിറം കെട്ട ജീവിതവും ശരീരം തളർന്ന് മരണശയ്യയിൽക്കിടക്കുന്ന വൃദ്ധനിൽനിന്ന് ഭിന്നമല്ലായെന്ന് ഈ കഥ നമ്മോട്പറയുന്നു. സ്ത്രീയെന്ന ലിംഗാവസ്ഥയോട് ഈ സമൂഹം ഘടനാപരമായി തന്നെ ഉൾച്ചേർത്തിട്ടുള്ള ക്രൂരതകൾ എത്ര തീവ്രതരമാണെന്ന് ഷബിനി ഈ കഥയിലൂടെ വ്യക്തമാക്കുന്നു. ഇന്ന് വൃദ്ധർ കേരളത്തിൽ അനുഭവിക്കുന്ന അനാഥത്വത്തിന്റെയും പാരതന്ത്ര്യത്തിന്റെയും നിസ്സഹായ ചിത്രത്തെ നൂറ്റാണ്ടുകളായി സ്ത്രീ അനുഭവിക്കുന്ന പാരതന്ത്ര്യത്തിനോടും തടവിനോടും എഴുത്തുകാരി തുലനം ചെയ്യുമ്പോൾ അന്യാദൃശമായ ഒരു സാമൂഹികനിരീക്ഷണത്തിന്റെ സൂക്ഷ്മത ഈ കഥയിൽ ചുരുൾ നിവർത്തുന്നത് കാണാം.

ഒറ്റപ്പെടലിന്റെയും വാർദ്ധക്യത്തിന്റെയും മരണത്തിന്റെയും പ്രമേയങ്ങൾ ഷബിനിയുടെ കഥകളിൽ ആവർത്തിച്ചുവരുന്നവയാണ്. ഷബിനിയുടെ ആദ്യ കഥാസമാഹാരവും ഇത്തരത്തിലുള്ള കഥകളാൽ സമൃദ്ധമാണ്. 'മാതുവമ്മയുടെ പൂച്ചകൾ' ജീവിതത്തിൽ ഒറ്റയായിപ്പോയൊരു സ്ത്രീ പൂച്ചകളെ പരിപാലിച്ചുകൊണ്ട് തന്റെ ഒറ്റപ്പെടലിനെ മറികടക്കുന്നതും നിശ്ശബ്ദമായിപ്പോയ വീടിനെ മുഖരിതമാക്കുന്നതുമായ കഥയാണ്. സാമൂഹികമായേ മനുഷ്യനൊരു ജീവിതമുള്ളൂ എന്ന അനിവാര്യതയെ ഒറ്റയായിപ്പോയ മാതുവമ്മ പൂച്ചകൾക്ക് പേരിട്ടും അവയോട് സംസാരിച്ചും കളിച്ചും ബഹുലമാക്കുന്നു. മനുഷ്യക്കുടുംബം എന്നത് ദമ്പതികളും അവരുടെ സന്താനപരമ്പരകളും മാത്രമുള്ള ഒരു മനുഷ്യ ശൃംഗല മാത്രമാണോ? അതോ അവർക്കു ചുറ്റുമുള്ള സസ്യപ്രകൃതിയോടും ലാളിച്ചുവളർത്തുന്ന ജന്തുക്കളോടും ചേർന്നുള്ള ഒരു ജൈവഘടനയാണോ? ഈ ജൈവഘടനയിൽ മനുഷ്യർ അകന്നകാലം മുതൽ ഒരു കമ്പിളിപ്പുതപ്പിനുള്ളിലെ ഉറക്കം പോലെ അന്ധവും ബധിരവുമായ രോഗാതുര സുഷുപ്തിയായിത്തീർന്നു ജീവിതം. ആധുനിക കുടുംബഘടനയുടെ നിരർത്ഥകതയെയും സ്നേഹരാഹിത്യത്തെയും ഈ കഥ ആഴത്തിൽ ആലേഖനം ചെയ്യുന്നു.

ഇന്ത്യയുടെ നഗരപ്രാന്തങ്ങളിലും പാതയോരങ്ങളിലും പാർത്തി

രുന്ന ലക്ഷക്കണക്കിന് നൊമാദുകളായ മനുഷ്യരുടെ ജീവിതം ഇന്ന് എരിഞ്ഞടങ്ങിയ ഒരു നെരിപ്പോടുപോലെ ഒടുങ്ങിത്തീർന്നിട്ടുണ്ട്. അത്തരമൊരു സമൂഹത്തിലെ കൗമാരം കടന്നിട്ടില്ലാത്ത ഒരു പെൺകുട്ടിയെ കാശ്മീരിലെ ഒരു ക്ഷേത്രത്തിനുള്ളിൽ ദിവസങ്ങളോളം കെട്ടിയിട്ട് ലൈംഗികാക്രമണങ്ങൾ നടത്തി കൊന്ന് കളഞ്ഞിട്ട് അധിക നാളായിട്ടില്ല. ഇത്തരം സമൂഹങ്ങൾ ഇന്ത്യയിൽ അനുഭവിക്കുന്ന നിരന്തര പീഢനങ്ങളിൽ ഒന്ന് മാത്രമാണ് ഈ സംഭവം. ഡൽഹിപോലുള്ള നഗരനിർമ്മാണങ്ങളിൽ ചതഞ്ഞരഞ്ഞുപോയ പതിനായിരങ്ങളുടെ ചോരയും രോദനവും നമ്മുടെ വികസനചരിത്രത്തിനുള്ളിൽ നിശ്ശബ്ദ നിലവിളികളായി തലചായ്ച്ചുറങ്ങുന്നുണ്ട്. വർത്തമാന കാല ഇന്ത്യനവസ്ഥയിൽ വികസനപ്രവർത്തനങ്ങൾക്കായി ഭൂമി ഒഴിപ്പിക്കൽ നടപടിക്ക് വിധേയമായി സ്വന്തം ആവാസ വ്യവസ്ഥയിൽനിന്നു പിഴുതെറിയപ്പെടുന്ന മനുഷ്യരുടെ എണ്ണം ഭീമാകാരമാണ്. അതിൽ ദളിതരും ആദിവാസികളുമാണധികവും. താണ്ട ലംബാഡി വിഭാഗങ്ങൾ പോലുള്ള നാടോടി ജനവിഭാഗങ്ങളും ഈ വികസന വണ്ടികയറി നാമാവശേഷമാവുകയാണ്. അവരുടെ വീടും സ്ഥലങ്ങളും കീറിമുറിക്കപ്പെടുകയോ ഏറ്റെടുക്കപ്പെടുകയോ ചെയ്യുകമാത്രമല്ല, അവരുടെ ജീവിതത്തിന്റെ താളത്തിനും രീതിക്കും ചേരാത്ത ഒരു സാഹചര്യത്തിലേക്ക് എടുത്തെറിയപ്പെടുന്നുവെന്നതും ദുരന്തത്തിന്റെ വ്യാപ്തി വർദ്ധിപ്പിക്കുന്ന കാര്യമാണ്. കൊണ്ടും കൊടുത്തും ഒന്നായിക്കഴിഞ്ഞ ഒരു സമൂഹത്തെ ഒരു എക്സ്പ്രസ് ഹൈവേ വിദൂരമായ രണ്ട് അന്യപ്രദേശങ്ങളായി പകുത്തു കീറുന്നു. അത്തരമൊരു ഹൈവേ നിലവിൽ വരുന്നതോടെ ഒരു നാടോടി സമൂഹത്തിനു വന്നുചേരുന്ന ദുരന്തങ്ങളാണ് 'ബഞ്ചാരകൾ' എന്ന നീണ്ട കഥയിൽ വിവരിക്കുന്നത്. സമയത്തെയും വേഗത്തെയുംക്കുറിച്ചുള്ള ഈ ഗ്രാമീണമനുഷ്യരുടെ ബോധത്തിനപ്പുറത്തുള്ള ഭ്രാന്തമായ ഒരു യന്ത്രവേഗം കൊണ്ട് അവരിലോരോരുത്തരുടേയും ജീവനപഹരിക്കുന്ന ഭയാനകമായ സാഹചര്യമാണ് ഈ കഥ പ്രശ്നവല്ക്കരിക്കുന്നത്. വികസനത്തെ സമയവും വേഗവും തമ്മിലുള്ള ഒരു വ്യവഹാരമായിട്ടാണ് ആധുനികസമൂഹം കാണുന്നത്. അതേ ഇമേജുകൾ ഉപയോഗിച്ചുകൊണ്ട് മന്ദ്രസ്ഥായിയിൽ നീങ്ങുന്ന ഒരു ഗ്രാമീണ ജീവിതത്തെ, അതിന്റെ താളത്തെ യാന്ത്രിക ഭ്രാന്താവേഗങ്ങൾ കടപുഴക്കിയെറിയുന്നുവെന്ന് ഷബിനി എഴുതുന്നു. ഈ കഥയുടെ ഏകാഗ്രമായ ഘടന ആധുനികലോകം നിരന്തരം പുറമ്പോക്കിലേക്ക് എറിയപ്പെടുന്ന ലക്ഷക്കണക്കിനു നിഷ്കളങ്ക ജീവിതങ്ങളോട് പുലർത്തുന്ന കരുതലിന്റെയും സ്നേഹത്തിന്റെയും സൂക്ഷ്മ ജാഗ്രത്തായി നമുക്കനുഭവപ്പെടും.

ദാമോദരൻ എന്ന തുന്നൽക്കാരന്റെ കഥയിലൂടെ ഉപഭോഗ വ്യഗ്രമായ സമൂഹത്തിന്റെ പ്രലോഭനങ്ങൾ ഒരു കുടുബത്തിന്റെ ഹൃദയമിടിപ്പുകളെ എത്രമേൽ വന്യമാക്കുന്നുവെന്ന് 'ഹൃദയവിജ്ഞാനീയം' എന്ന കഥ വരച്ചുകാട്ടുന്നു. ഗ്രാമീണമായ ജീവിതത്തെ പകർത്തിയ ഒരു

ഫോട്ടോഗ്രാഫിക് ചിത്രം പോലെയാണ് ഈ കഥ അനുഭവപ്പെടുന്നത്. വേലിക്കപ്പുറത്തെ കാഴ്ചകളാണ് പലപ്പോഴും രാധമാരുടെ ഹൃദയത്തിന്റെ താളം തെറ്റിക്കുന്നത്, മരുന്നില്ലാത്ത ഈ ഹൃദയവേദനയ്ക്ക് ശമനമുണ്ടാക്കാനാകുമോയെന്ന അന്വേഷണത്തിൽ മനുഷ്യൻ പ്രവാസം പോലുള്ള വലിയ മലകയറ്റങ്ങൾ അവസാനമില്ലാതെ തുടരുന്നു.

ആധുനിക ജീവിതത്തിൽ പ്രകൃതിയും സംസ്കൃതിയും വിരുദ്ധ കോണുകളിലാണ് കുടിപാർക്കുന്നതെന്ന് കാണാം. അതുകൊണ്ട് തന്നെ മനുഷ്യ ലോക വികാസം പ്രകൃതിയുടെ സ്വാഭാവികതയിൽ ജീവിക്കുന്ന ജന്തുക്കൾക്കും സസ്യങ്ങൾക്കും ഉണ്ടാക്കുന്ന പ്രഹരം വലുതാണ്. പാമ്പുകളെക്കുറിച്ച് ഒരു കഥയെഴുതുക, അത് നമ്മുടെ സാംസ്കാരിക വിമർശനമായിത്തീരുക, കവണയിൽ കല്ലുവച്ച് തെറ്റുന്നതുപോലൊരു സൂത്രമാണിത്. 'അഹിഭൂമി' പ്രകൃതിയിലേക്കും മനുഷ്യനിലേക്കും പലപാട് സഞ്ചരിക്കാനുള്ള എഴുത്തുകാരിയുടെ രാഷ്ട്രീയ ശ്രമമാണ്. ഉരഗത്തിന്റേതുപോലുള്ള ഉയർന്ന ഒരു ഘ്രാണശക്തി മനുഷ്യ നിർമ്മിത ആധുനിക ലോകത്തെ നോക്കിക്കാണാൻ എഴുത്തുകാരി ഈ കഥയിൽ സൂക്ഷിക്കുന്നുണ്ട്.

*മഹാഭാരത*ത്തിൽ ബീജരൂപത്തിൽ ഉള്ള ചില സൂചനകളെ ഭാവനയുടെ ബലത്തിൽ തോറ്റിയെടുത്ത രചനകൾ നമ്മുടെ സാഹിത്യ സമ്പത്തിൽ സുലഭമാണ്. വിഖ്യാതമായ എം ടിയുടെ *രണ്ടാമൂഴം* വരെയുള്ള ഉദാഹരണങ്ങൾ അതിനായി നമ്മൾക്ക് നിരത്താനാകും. 'സുബലപുത്രൻ' എന്ന കഥ ഷബിനിയുടെ ഭാവനയുടെയും ധിഷണയുടെയും ബലം വിളിച്ചോതുന്ന സൃഷ്ടിയാണ്. ശകുനിയെയും ശകുനിയെ വധിച്ച സഹദേവനെയും മുഖ്യകഥാപാത്രമാക്കിക്കൊണ്ട് നടത്തുന്ന *മഹാഭാരത* കഥയുടെ പുനരാഖ്യാനം വായനക്കാരനുതരുന്ന അനുഭവം മികച്ചതാണ്. സംഭവ പരമ്പരകളുടെ കഥാഗാത്ര വികാസംകൊണ്ട് മാത്രമല്ല കഥാപാത്രങ്ങളുടെ ആന്തരലോകസഞ്ചാരം കൊണ്ടും ഈ കഥ വേറിട്ട ഒരനുഭവമാകുന്നു. അലങ്കൃത ഗദ്യത്തിന്റെ അത്രയധികം ആധിക്യമില്ലാതെ ഇതുപോലൊരു കഥ ആധുനിക കാലത്ത് പറഞ്ഞ് ഫലിപ്പിക്കുകയെന്ന കൗശലമാണ് ഇതിൽ ശ്രദ്ധേയമായിട്ടുള്ളത്. കുട്ടികൃഷ്ണമാരാരുടെ *ഭാരതപര്യടനം* വായിച്ചുതീർന്നപ്പോൾ അതുവരെ ശ്രദ്ധിക്കാതിരുന്ന ചില കഥാപാത്രങ്ങളും സംഭവങ്ങളും നിത്യഭാസുരങ്ങളായിത്തീർന്നുവെന്നതുപോലെ 'സുബല പുത്രൻ' വായിച്ചു തീർന്നപ്പോൾ സഹദേവൻ വർദ്ധിച്ച സ്നേഹത്തോടെ മനസ്സിൽ പറ്റിനില്ക്കുന്നു.

പ്രമുഖ ഫ്രഞ്ച് ചിന്തകനായ ഫെലിക്സ് ഗത്താരിയുടെ *ത്രീ ഇക്കോളജീസ്* എന്നൊരു പുസ്തകമുണ്ട്. അദ്ദേഹം പരിസ്ഥിതിയെ പരിഗണിക്കുമ്പോൾ മൂന്നുതരം ഇക്കോളജികളെക്കുറിച്ചാണ് പറയുന്നത്. ബയോ ഇക്കോളജി, സോഷ്യൽ ഇക്കോളജി, മെന്റൽ ഇക്കോളജി എന്നിങ്ങനെ മൂന്നുതരം. ഇതിലേതെങ്കിലും ഒന്ന് സംരക്ഷിച്ചുകൊണ്ട്

നമുക്ക് ലോകത്ത് ഒരു പാരിസ്ഥിതിക സന്തുലിതാവസ്ഥ സൃഷ്ടിക്കുക സാദ്ധ്യമല്ലെന്ന് അദ്ദേഹം പറയുന്നു. യഥാർത്ഥത്തിൽ ലോകയാഥാർത്ഥ്യങ്ങളെ മൊത്തത്തിൽ നോക്കിക്കാണാൻ കെല്പുള്ള ഒരു രാഷ്ട്രീയ വീക്ഷണമുള്ളൊരാൾക്ക് ഗത്താരി പറയുന്നത് സത്യമാണെന്ന് ബോദ്ധ്യമാവും. ഷബിനിയുടെ കഥകളിൽ ഇത്തരമൊരു പാരിസ്ഥിക ബോധം ഉൾചേർന്നിരിക്കുന്നതായി എനിക്ക് തോന്നിയിട്ടുണ്ട്. ഈ പുസ്തകത്തിൽ സമാഹരിച്ചിട്ടുള്ള കഥകൾ പരിശോധിച്ചാൽ തന്നെ നിങ്ങൾക്കത് തെളിഞ്ഞുകിട്ടും. സാമൂഹികതയുടെയും വൈയ്യക്തിക മനസ്സിന്റെയും പ്രകൃതിയുടെയും സ്വച്ഛതയാണ് ഷബിനി തേടുന്നത്. അതിലൊന്ന് വിവരിക്കുമ്പോൾ അറിയാതെ മറ്റേ കൊമ്പിലേക്ക് കഥാകാരി ഒളിനോട്ടങ്ങൾ തൊടുക്കുന്നു. ഉരഗങ്ങളുടെ ആത്മഗതത്തിൽ ആഗോളതാപനം കയറിവരുന്ന തരത്തിലൊരു ഒരുകഥക്കൂട്ട്. ചിലരെ അധികമായി സാംരക്ഷിക്കുകയും ചിലരെ അധികമായി അരക്ഷിതരാക്കുകയും ചെയ്യുന്ന ലോകത്തിന്റെ ക്രമരാഹിത്യത്തിനോട്, സഹസ്രാബ്ദങ്ങളായി കൊള്ളചെയ്ത് കുമിച്ചിരിക്കുന്ന സാംസ്കാരികസമ്പത്തിനോട് കലഹിച്ചുകൊണ്ട്, കാലം ചവിട്ടിത്തേച്ചു പോയ തൃണങ്ങളിൽ ജലസേചനം ചെയ്യുന്ന ഒരു തോട്ടക്കാരിയെ ഈ കഥകളിൽ നിങ്ങൾക്ക് കണ്ടുമുട്ടാനാകും. കഥയുടെ സ്വച്ഛന്ദ പ്രകൃതിയിൽ ഒതുങ്ങി നില്ക്കുന്ന ഈ വായനാവിഭവം വായനക്കാർ സഹർഷം സ്വീകരിക്കുമെന്ന് എനിക്കുറപ്പുണ്ട്.

9 789388 485951

Printed by Libri Plureos GmbH in Hamburg,
Germany